હૅરી પૉટર

અને

શાપિત પુત્ર

ભાગ એક અને બે

નાટકની સ્ક્રીપ્ટ

WIZARDING WORLD

જે. કે. રોલિંગની

નવી મૂળકથા પર આધારિત

જોન ટિફની અને જેક થ્રોન

જેક થ્રોનનું નવું નાટક

સોનિયા ફ્રીડમેન પ્રૉડક્શન્સ, કોલીન કૅલેન્ડર
ઍન્ડ હૅરી પૉટર થિયેટ્રિકલ પ્રૉડક્શન્સ
દ્વારા સૌપ્રથમ નિર્મિત

ઓરિજિનલ વેસ્ટ ઍન્ડ પ્રૉડક્શનની
અધિકૃત સ્ક્રિપ્ટ
નાટકની નિર્ણાયક અને અંતિમ સ્ક્રિપ્ટ

હૅરી પૉટર

અને

શાપિત પુત્ર

ભાગ એક અને બે
નાટકની સ્કીપ્ટ

– અનુવાદ –
આશિષ ભીન્ડે

BLOOMSBURY
NEW DELHI LONDON OXFORD NEW YORK SYDNEY

BLOOMSBURY INDIA
Bloomsbury Publishing India Pvt. Ltd
Second Floor, LSC Building No. 4, DDA Complex, Pocket C – 6 & 7,
Vasant Kunj, New Delhi 110070

BLOOMSBURY, BLOOMSBURY INDIA and
the Diana logo are trademarks of Bloomsbury Publishing Plc

First published in print in Great Britain in 2016 by Little, Brown

Gujarati translation of *Harry Potter and The Cursed Child*
First published in Gujarati, 2019

Gujarati Edition co-ordination by TranslationPanacea, Pune
Translated from English to Gujarati by Ashish Bhinde

ISBN: 978-93-88134-43-9

2 4 6 8 10 9 7 5 3 1

Printed and bound in India by Manipal Technologies Limited, Manipal

www.wearelumos.org
www.pottermore.com
www.bloomsbury.com

અનુક્રમણિકા

જે. કે. રોલિંગ

મારા જીવનમાં આવીને
તેને સુંદર બનાવનાર જેક થોર્નને.

જોન ટિફની

જો, લૂઈસ, મૅક્સ, સૉની અને મર્લ...
બધા જ જાદૂગરો માટે...

જેક થોર્ન

7 એપ્રિલ. 2016ના જન્મેલા એલિયટ થોર્નને.
અમે રિર્હલસ કરવા લાગતાં ત્યાં જ તે ખળખળ અવાજ કરતો.

સ્ક્રિપ્ટ વાંચવા અંગે એક સંવાદ

દિગ્દર્શક જૉન ટિફની
અને
નાટ્યલેખક જેક થૉર્ન વચ્ચે

જેક

મેં વાંચેલું સૌથી પહેલું નાટક હતું *જોસેફ ઍન્ડ ધ અમેઝિંગ ડ્રીમકોટ.* હું ત્યારે પ્રાથમિક શાળામાં હતો અને અત્યંત ઉત્સાહિત હતો. મને બરાબર યાદ નથી, પણ મને લાગે છે કે, નાટક વાંચતી વખતે હું ખાસ તો મારા પાત્રના સંવાદો જ શોધી રહ્યો હતો. હા, હું ત્યારે એકદમ તોફાની બાળક હતો, અને હા હું જોસેફનું પાત્ર ભજવવાનો હતો. એ પછી મેં વાંચેલું નાટક હતું *ધ સિલ્વર સ્વોર્ડ.* ઈયાન સેરિલિયરના ક્લાસિક પુસ્તકનું નાટ્યરૂપાંતર. એમાં હું મુખ્ય ભૂમિકામાં નહોતો – મારા ભાગે કદાચ 'ત્રીજા છોકરા'ની કે એવી કોઈક ભૂમિકા ભજવવાનું આવ્યું હતું. મારે એડેક બૉલિકીની ભૂમિકા ભજવવી હતી, પણ દુઃખદ વાત એ બની કે મારી અભિનય કારકિર્દી ત્યારે અંતિમ ઢોળાવ પર હતી. હું નવ વર્ષનો હતો.

જૉન

મેં વાંચેલી પહેલી સ્ક્રિપ્ટ *ઑલિવર*ની હતી. ત્યારે હું નવ વર્ષનો હતો (એ નાની વયે પણ મને આછીપાતળી સમજ હતી કે આશ્ચર્યચિહ્નનો અર્થ હતો કે એ સંગીત-નાટક છે. એટલે કે ઑલિવર... ગીતો ધરાવતું નાટક હશે!) હડર્સફિલ્ડ ઍમૅચ્યોર ઑપરેટિક સોસાયટીએ 1981માં આ નાટકનું નિર્માણ કર્યું હતું, એ વખતે અનાથ બાળકની મુખ્ય ભૂમિકા મારા ભાગે આવી હતી. મેં મારા ઉચ્ચારો કે બોલવાની ઢબ બદલવાનો પ્રયાસ કર્યો હોય એવું મને યાદ નથી. આથી અમારું આ નાટક જરાક વિચિત્ર જ બન્યું હશે. કેમ કે ડિકન્સની મૂળ સ્ક્રિપ્ટમાં ઑલિવરની માતા તેને જન્મ આપવા માટે વેસ્ટ યૉર્કશાયરના એક અનાથાશ્રમની વાટ પકડે છે. તારી જેમ જ, હું પણ મારા સંવાદો શોધવા માટે જ સ્ક્રિપ્ટ વાંચી ગયો હતો. મને બરાબર યાદ છે, હું દુકાનમાં ખાસ પીળા રંગની ફ્લોરોસેન્ટ પેન ખરીદવા ગયા હતો. મારી સાથેના અન્ય કલાકારો પોતાના સંવાદોને રંગીન શાહીથી હાઈલાઈટ કરતા મેં જોયા હતા, આથી મેં પણ એવું જ કર્યું. દેખીતી રીતે જ, મને લાગ્યું કે આનાથી તમે અનુભવી કલાકાર છો એવી છાપ ઊભી થાય છે. આગળ જતાં મને સમજાવવામાં આવ્યું કે મારા સંવાદોને

ફ્લોરોસેન્ટ રંગની પેનથી હાઈલાઈટ કરવા એટલું પૂરતું નથી. મારે આ સંવાદો ગોખીને યાદ રાખવાની પણ જરૂર છે. અને આમ નાટકો વાંચવાના મારા અભ્યાસનો આરંભ થયો.

જેક

કાશ, મને તારો *ઑલિવર* જોવા મળ્યો હોત. અને તારી હાઈલાઈટ કરેલી સ્ક્રિપ્ટ પણ. તું જે નોટબુક્સમાં દિગ્દર્શન માટેની ટિપ્પણીઓ લખે છે, તે મને હંમેશા બહુ ગમ્યું છે. મારી સ્ક્રિપ્ટના પાનાં હંમેશા વળેલા અને તેના પર ટિપ્પણીઓની ભરમારને કારણે જાણે કે કોઈ બાળકે રંગોળી પૂરી હોય કાં તો પાનાં પર બાળક ઓક્યું હોય એવી લાગે છે.

તો, સ્ક્રિપ્ટ કઈ રીતે વાંચવી એ વિશે તને શું લાગે છે? સ્ક્રિપ્ટને કઈ રીતે વાંચી શકાય? હું જ્યારે નાટકની સ્ક્રિપ્ટ પ્રકાશન માટે આપવા પહેલા નાટ્યસૂચના લખી રહ્યો હતો – એક તરફ નાટકના શુભારંભ પ્રયોગની ગરબડ–ધમાલ ચાલી રહી હતી – ત્યારે મને આ બધાની ચિંતા થવા લાગી. મને યાદ છે કે રિહર્સલ્સ ચાલી રહ્યા હોય ત્યારે ધ્યાનમાં આવ્યું કે, ‘અરે, કલાકારો કેટલીક બાબતો અભિનય દ્વારા એટલી સહજતાથી વ્યક્ત કરી જાય છે કે, મેં લખેલી કેટલીક પંક્તિઓની તો જરૂર જ નથી પડતી!’ આના કારણે મૂળ સ્ક્રિપ્ટમાંની કેટલીક લાઈનો અમે સીધેસીધી દૂર કરી દીધી હતી. આ અત્યારની સ્ક્રિપ્ટ કલાકારોના ચોક્કસ જૂથ માટે તૈયાર કરવામાં આવી હતી, પણ આગળ જતાં અન્ય કલાકારો પણ આ ભૂમિકા સાકાર કરવાના છે. દિગ્દર્શકની નજર સામે જેમ નાટકનાં પાત્રો ઊભાં રહે છે, એ જ રીતે સ્ક્રિપ્ટના વાચકની આંખ સામે પણ ઊભાં થવાં જોઈએ. તું કોઈ સ્ક્રિપ્ટ પહેલી વાર વાંચતો હોય છે ત્યારે તું તેમાં શું શોધતો હોય છે?

જૉન

દિગ્દર્શક તરીકે તમે જ્યારે કોઈ સ્ક્રિપ્ટ પહેલીવાર વાંચો છો ત્યારે તે બહુ મૂલ્યવાન હોય છે. દર્શકો પહેલીવાર આ નાટક જોતા હશે ત્યારે તેમની મનઃસ્થિતિ જે હશે, એ તમે સૌથી નિકટતાથી સમજી શકો એમ હોય તો એ તમે પહેલીવાર સ્ક્રિપ્ટ વાંચતા હો છો ત્યારે જ. પૂરેપૂરી સ્ક્રિપ્ટ વાંચતી વખતે નાટ્યલેખક જે કથાનક, જે પાત્રો અને જે વિષયની શોધ ચલાવી રહ્યો છે, તેની શોધ લેવાનો અનુભવ આપણને પણ થાય છે. સ્ક્રિપ્ટ આપણને હસાવી શકે છે રડાવી શકે છે. કથાનકમાં આનંદની ક્ષણો હોય તો આપણે પણ માણી શકીએ છીએ અને તેમાંનાં પાત્રોને જો ઊંડાણભર્યું દુઃખમાંથી પસાર થવું પડતું હશે તો, આપણે પણ તેમાં સહભાગી થઈ શકીએ છીએ. સ્ક્રિપ્ટ તમને પૂર્ણપણે સાકાર થયેલા નાટક તરફ લઈ જતી કેડી છે અને દર્શકો સાથે વહેંચવાની અનુભૂતિનો

દરવાજો ઉઘાડે છે. તું નાટક લખતો હોય છે, ત્યારે તેમાંના સંપૂર્ણ અનુભવની અનુભૂતિ તને થાય છે? પાત્રોના સંવાદ ટાઈપ કરતી વખતે તે મોટેથી બોલવા જોઈએ એવું તને લાગે છે?

જૅક

અરે, હું તો એના કરતાં પણ વધુ વિચિત્ર કરૂં છું, હું મારાં પાત્રોની જેમ વર્તું છું. આથી, હું જો કોઈ પ્રસિદ્ધ કૉફી શૉપમાં કે સૅન્ડવિચના સ્ટૉલ પર બેસીને મારૂં કામ કરી રહ્યો હોઉં ત્યારે અન્ય લોકો મારી સામે વિચિત્રપણે જોવા લાગે છે. મારાં પાત્રો સાથે હું પણ હાવભાવ કરૂં છું અને હલનચલન પણ. ઘણીવાર આ બધું બહુ ક્ષોભજનક બની જાય છે.

આ ચોક્કસ સ્ક્રિપ્ટના લખાણની પ્રક્રિયામાંની સૌથી રસપ્રદ બાબત કોઈ હોય તો એ એટલે, મેં ક્યારેય કલાકારો સાથે આટલો વધુ સમય ગાળ્યો નહોતો – ક્યારેય નહીં. અનેક અઠવાડિયા ચાલેલી કાર્યશાળાઓ અને ત્યાર બાદ અનેક અઠવાડિયા ચાલેલા રિહર્સલ્સ દરમિયાન આપણે બધા એ ઓરડાઓમાં બહુ લાંબા સમય સુધી સાથે રહ્યા હતા – પ્રકાશ આયોજન, ધ્વનિ અને ડિઝાઈન ટીમ સાથે પણ. મને નથી લાગતું આપણામાંથી કોઈએ આ પહેલા આવો અનુભવ લીધો હશે. કદાચ આઠેક મહિના આપણે સાથે વીતાવ્યા હશે. જે કંઈ સર્જાયું તેના પર આ બધાની શી અસર થઈ હશે, એવું તને લાગે છે? મને તો પૂરી ખાતરી છે કે, આનાથી આપણું સર્જન વધુ સારૂં થયું, પણ એનાથી આગળ વધીએ તો આપણે જે કંઈ કર્યું તેનું પોત જ કોઈક રીતે બદલાઈ ગયું એવું તને લાગે છે?

જૉન

તું કોઈ કૅફેમાં બેઠો છે અને તારા નાટકનાં પાત્રોના સંવાદ લખતી વખતે તું બોલી પણ રહ્યો છે અને તેમના જેવી અંગભંગિમા પણ કરી રહ્યો છે, આ વિચાર જ મને તો ગજબનો રોમાંચક લાગે છે. મને લાગે છે કે, આ બધું જોવા માટે પણ દર્શકો હાજર હોવા જોઈએ, જૅક. રજૂઆતની એક અનોખી શૈલી જેવું લાગે છે આ તો. આપણે તારા આ પરફૉર્મન્સની ટૂર પણ યોજી શકીએ છીએ. કર્સ્ડ ચાઈલ્ડમાંના કલાકારોને હું જાણું છું અને તારૂં પરફૉર્મન્સ જોવા માટે હું પહેલી હરોળની સીટો બૂક કરાવીશ. ગળે નથી ઉતરતું? ભલે, જવા દે તો પછી...

આપણી કાર્યશાળાઓમાં અને રિહર્સલ્સમાં આપણે બધાએ ખર્ચેલા નોંધપાત્ર સમયની સકારાત્મક અસર આપણે જે સર્જ્યું તેના પર ચોક્કસપણે પડી છે, એવું મને લાગે છે. એ આખી પ્રક્રિયા આજે પણ મારી નજર સામે એકદમ સ્પષ્ટ, ગતિશીલ અને વિસ્તૃતપણે દેખાય છે. 2014ની શરૂઆતમાં કથા વિશે 'જો' સાથે પ્રાથમિક બેઠકો થઈ

ત્યારથી 2016ના ઉનાળામાં દર્શકોએ આ નાટક પહેલીવાર જોયું, એ આખા સમયગાળા દરમિયાન આટલી મોટી સંખ્યામાં અભિનેતાઓ, કસબીઓ, કલાકારો, નિર્માતાઓ અને ટેક્નિકલ ટીમોએ નાટકને યોગદાન આપ્યું છે. આ જ મુખ્ય કારણ હતું કે, પુસ્તક રૂપે પ્રગટ થનારી સ્ક્રિપ્ટમાં આ બધાનાં નામ હોય, એવો આગ્રહ મેં રાખ્યો હતો. તેમ જ આમાંથી પ્રકાશિત સ્ક્રિપ્ટ નાટ્યગૃહમાં પૂર્ણ પ્રયોગ જોવાના અનુભવની સૌથી નિકટ જઈ શકે છે, એવું મને લાગ્યું.

એવા અસંખ્ય લોકો હશે, જેમણે હજી સુધી નાટક જોયું નથી, પણ પ્રકાશિત સ્ક્રિપ્ટ વાંચવાના છે, લોકોની કલ્પનામાં શું –શું થતું દોવું જોઈએ, એવી આશા તું સ્ક્રિપ્ટના લેખક તરીકે રાખે છે?

<u>જૅક</u>

આ પ્રશ્નનો જવાબ આપવો જરાક અઘરો છે. શુભારંભ પ્રયોગના એક દિવસ પહેલા, મેં એક ટ્વિટ કરી હતી કે, ‘આ પ્રયોગ લોકો પ્રત્યક્ષ જોશે તો એ મને વધુ ગમશે. વાંચવા કરતાં તે જોવું જોઈએ – ગીતના છાપેલા શબ્દો પણ છેવટે તો ગાવા માટે જ હોય છે – એ જ રીતે નાટકની સ્ક્રિપ્ટ પણ ભજવવા માટે જ હોય છે.’ અને આપણી પાસે તો શ્રેષ્ઠતમ કલાકારો અને ટેક્નિશિયનો છે. આથી, શ્રેષ્ઠ ઉપાય એ છે કે વાચકોએ મનમાં એવી કલ્પના કરવી કે બેયોન્સે જેવા શ્રેષ્ઠ કલાકારો આ નાટક રજૂ કરી રહ્યા છે અને આપણને ભાવવિશ્વમાં લઈ જઈ મારા સંવાદોની એક –એક લાઈનને અભિનયની સૂક્ષ્મ અને પ્રગલ્ભ છટાથી રજૂ કરી રહ્યા છે. આપણા કલાકારો અસામાન્ય છે એ પણ એટલી જ સાચી વાત છે, રંગમંચ પરની દરેક હિલચાલ, વેશભૂષા, પ્રકાશ આયોજન અને વિડિયો તથા સાઉન્ડની રજૂઆત બધું જ ઉચ્ચ ગુણવત્તાનું છે.

અથવા કદાચ હું બસ એટલી જ આશા રાખીશ કે મેં જેવું લખ્યું છે એવું જ તેઓ વાંચી શકે. મારા એક ખભા પર ‘જો’ અને બીજા ખભા પર જૉન તું છે. અને વચ્ચે હું – પ્રયત્નોની પરાકાષ્ઠા કરી રહ્યો છું કે હૅરી પૉટરની નવલકથાઓમાં લાગણીઓની સચ્ચાઈ જે ઈમાનદારીપૂર્વક ઉતરી છે, એ જ મને નાટકના સંવાદોની એક–એક પંક્તિમાં વ્યક્ત કરતા આવડવું જોઈએ. ખરો પડકાર તો બે પંક્તિઓ વચ્ચે વ્યક્ત અથવા અવ્યક્ત સૂચિતાર્થોને પ્રગટ કરવાનો હતો, ઘણીવાર એક નજર લાગણીઓ વ્યક્ત કરી જાય છે, અને પાત્રના મનમાં ચાલી રહેલો આંતરિક સંવાદ સ્ક્રિપ્ટમાં ઉતારવાનું અશક્ય હોય છે. ગદ્યમાં તમે વ્યક્તિના મનોભાવ વ્યક્ત કરી શકો છો. પણ નાટકમાં કલાકારોએ આ આંતરિક સંવાદ પોતાના ચહેરા દ્વારા વ્યક્ત કરવાના હોય છે. આ ઉપરાંત, રંગમંચ પર

જાદૂઈ બાબતો થઈ રહી છે, જે હું વર્ણવી શકું એમ નથી. કેમ કે, મેં જો એવું કરવાનો પ્રયાસ કર્યો તો પ્રયોગ જોવાની મજા જ મરી જશે અને જેમી હૅરિસનના આભાસી દશ્યો અને જાદૂઈ કળાનું આકર્ષણ ઓછું થઈ જશે અને કદાચ તેમને જાદૂઈ વર્તુળમાંથી બહાર ફેંકી દેવાશે! કદાચ વાચક આખું નાટક પોતાના મગજમાં પોતાની મેળે ભજવતા હશે? શક્ય છે કે, જેમ હું કૅફેમાં બેસીને બધાં જ પાત્રો ભજવતો, એ રીતે તેઓ પણ બધી ભૂમિકાઓ ભજવીને ગાંડાઘેલા જેવા ચાળા કરતા હશે? લોકોએ નાટક કઈ રીતે વાંચવું જોઈએ? તને શું લાગે છે?

જૉન

તેં કહ્યું તેમ, ગદ્યમાં લાગણીઓની સચ્ચાઈને મનમાં ચાલી રહેલા સંવાદ દ્વારા વ્યક્ત કરી શકાય છે. સચોટ અને સમૃદ્ધ વર્ણન દ્વારા દશ્યાત્મક વિગતો પણ ઊભી કરી શકાય છે. જ્યારે અમારી પાસે અમારા કલાકારો અને સર્જનાત્મક સહયોગીઓ હોય છે, આ લોકો તેં કહ્યું એ બધા તત્વોને રંગમંચ પર જીવંત કરવા માટે અમારી સાથે કામ કરે છે. આમ છતાં, ઘણીવાર કથાકથનની કોઈ ચોક્કસ ક્ષણ સંપૂર્ણપણે ફળદાયી થાય એ માટે આપણે દર્શકોની સહિયારી કલ્પનાશક્તિ પર મદાર રાખીએ છીએ. હું રંગભૂમિ માટે વધુ તત્પર અને જનૂની છું તેનું આ પણ એક કારણ છે; ફિલ્મોમાં કૉમ્પ્યુટર-સર્જિત કલ્પનાચિત્રો હોય છે પણ અમારી પાસે દર્શકોની કલ્પનાશક્તિ હોય છે. બંને પોતપોતાની જગ્યાએ અતિશય સશક્ત છે.

મને લાગે છે કે, નાટક વાંચતી વખતે વાચક સ્ક્રિપ્ટ પોતાના મગજમાં ભજવે એ વિચાર જ બહુ અદભુત અને રોમાંચક છે. કે પછી પોતાના શયનખંડમાં પોતાના સાથીદાર સાથે. કદાચ જીવંત દર્શકોની કલ્પના અને આ અનુભૂતિ વચ્ચે કોઈક સમાનતા હશે. *હૅરી પૉટર ઍન્ડ ધ કર્સ્ડ ચાઈલ્ડના* આપણા આ નિર્માણના પ્રયોગ જોવામાં જેને રસ હોય એવા દરેક દર્શક સુધી આપણે પહોંચી શકીએ એ માટે આપણે સખત મહેનત કરીશું – પછી એ દર્શક લંડનના પૅલેસ થિયેટરમાં હોય કે દુનિયામાં બીજા ક્યાંય કોઈ નવા નિર્માણને જોતો હોય. આ દરમિયાન, તારા નાટકના જે અસંખ્ય પ્રયોગો આપણા વાચકોની કલ્પનામાં નાટક વાચતી વખતે ભજવાશે, એ બધા વિશે મારા મનમાં ગજબની ઉત્સુકતા અને તરવરાટ છે.

ટાઈમસ્ટૅમ્પ ટીકે

ભાગ એક

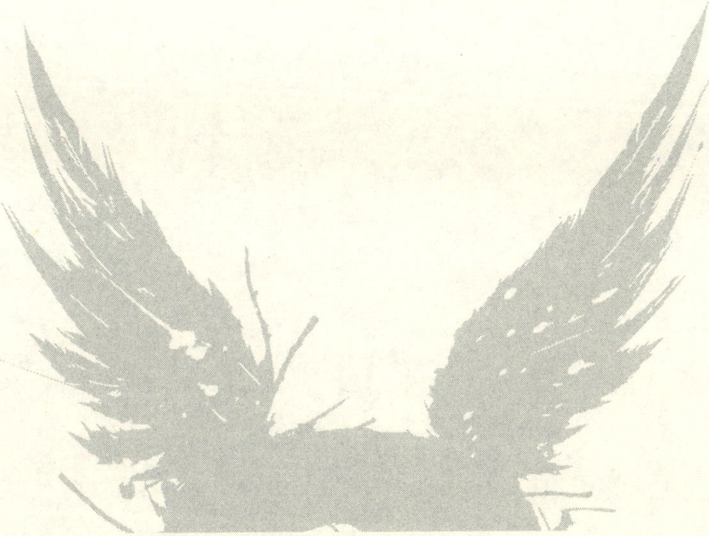

ભાગ એક

અંક પહેલો

અંક પહેલો દ્રશ્ય પહેલું

કિંગ્સ ક્રોસ

લંડનનું એક વ્યસ્ત તથા ભીડભર્યું સ્ટેશન. બધા જ લોકો ક્યાંક જવાની ઉતાવળમાં છે. આ બધી ધમાલ અને ધક્કામુક્કીમાંથી સામાન ભરેલી બે ટ્રૉલીઝ ધકેલતા અને તેના પર રાખેલા બે મોટા પાંજરાંના ખડખડાટ વચ્ચે રસ્તો કાઢતા જેમ્સ પૉટર અને એલ્બસ પૉટર એમ બે છોકરા આવી રહ્યા છે. તેમની માતા જિની તેમની પાછળ–પાછળ આવી રહી છે. સાડત્રીસ વર્ષનો હૅરી પોતાની દીકરી લિલીને ખભા પર ઉપાડીને આવી રહ્યો છે.

એલ્બસ

ડૅડ. આને જુઓને, આ સતત એકનું એક જ બોલ્યા કરી ને મને ચીડવી રહ્યો છે.

હૅરી

જેમ્સ, બસ કર હવે.

જેમ્સ

મેં તો બસ એટલું જ કહ્યું કે, એલ્બસની પસંદગી કદાચ સ્લિદરિનમાં થઈ શકે છે. અને એવી શક્યતા તો છે જ ને... *(પોતાના પિતાની ગુસ્સાભરી નજર ચૂકવતા)* ભલે. ઠીક છે.

એલ્બસ *(માતા તરફ જોઈને)*

તમે મને પત્ર લખશોને, મૉમ?

જિની

જરૂર લખીશ દીકરા. તું કહેતો હોય તો રોજેરોજ લખીશ.

એલ્બસ

ના. રોજેરોજ નહીં. જેમ્સ કહે છે કે મોટા ભાગના છોકરાઓના ઘરેથી મહિને એકાદ પત્ર આવે છે. એવું ન થાય કે...

હેરી

ગયા વર્ષે અમે તારા ભાઈને અઠવાડિયામાં ત્રણ વાર તો પત્ર લખ્યા જ હતા.

એલ્બસ

શું? જેમ્સ!

દાંતિયા કરી રહેલા જેમ્સ તરફ એલ્બસ ગુસ્સાથી જુએ છે.

જિની

ખરેખર. હૉગવટ્ર્સ વિશે જેમ્સ જે કંઈ કહે એ બધા પર તારે વિશ્વાસ રાખવાની જરાય જરૂર નથી. તને તો ખબર છે ને કે તારો ભાઈ જરાક અળવીતરો છે.

જેમ્સ

હવે આપણે અહીંથી આગળ વધશું?

એલ્બસ પહેલા પોતાના ડૅડ તરફ અને પછી મૉમ તરફ જુએ છે.

જિની

તારે બસ એટલું જ કરવાનું છે કે પ્લેટફૉર્મ નવ અને દસ વચ્ચેની દીવાલમાં બસ સીધા ચાલ્યા જવાનું છે.

લિલી

મને તો ભઈ બહુ મજા પડી રહી છે.

હેરી

અટકતો નહીં અને દીવાલ સાથે અથડાઈશ તો શું થશે એવો ડર પણ રાખતો નહીં, સૌથી મહત્ત્વનું આ જ છે. તને જો જરાય ડર લાગતો હોય તો બસ દોડી જ પડજે...

એલ્બસ

હું તૈયાર છું.

હેરી અને લિલી એલ્બસની ટ્રૉલીને હાથ લગાડે છે – જિની જેમ્સની ટ્રૉલી પકડે છે – અને આખો પરિવાર એકસાથે દીવાલ તરફ ધસમસતો દોડી જાય છે.

અંક પહેલો દૃશ્ય બીજું

પ્લૅટફૉર્મ નંબર પોણા દસ

હૉગવર્ટ્સ ઍક્સપ્રેસ આ પ્લૅટફૉર્મ પર ઊભી છે. તેના ઍન્જિનમાંથી નીકળી રહેલા ઘેરા સફેદ ધુમાડાને કારણે આખું વાતાવરણ ભારેખમ થઈ ગયું છે.

અને વાતાવરણમાં ધાંધલ–ધમાલનો અણસાર પણ છે – પણ કડક સૂટબૂટમાં સજ્જ થઈ રોજના નિયમ મુજબ નીકળેલા લોકોને કારણે નહીં પણ પોતાના લાડકા સંતાનોને વળાવવા આવેલા ઝભ્ભાઓમાં સજ્જ જાદૂગરો અને જાદૂગરણીઓને કારણે.

એલ્બસ

આ જ એ છે.

લિલી

વાઉ!

એલ્બસ

પ્લૅટફૉર્મ નંબર પોણા દસ.

લિલી

ક્યાં ગયા આપણા લોકો? આવી ગયા કે નહીં? આવ્યા નથી હજી સુધી, કદાચ?

રૉન, હર્માયની અને તેમની દીકરી રોઝ તરફ હૅરી આંગળી ચીંધે છે. લિલી તેમની તરફ પૂરપાટ વેગે દોડી જાય છે.

રૉન મામા. રૉન મામા!!!

બૂમ પાડતા દોડી રહેલી લિલી તરફ રૉન વળીને જુએ છે. રૉન તેને તેડી લે છે.

રૉન

મારી સૌથી લાડકી પૉટર.

લિલી

મામા, તમે મને આજે કયો જાદૂ કરીને દેખાડવાના છો?

રૉન

વિઝલીઝ વિઝાર્ડ વિઝર્સના નાક–ચોર શ્વાસ વિશે તને ખબર છે?

રોઝ

મૉમ! જો, ડૅડ ફરીથી એ જ ફાલતુ જાદૂ કરી રહ્યા છે.

હર્માયની

તને ફાલતુ લાગે છે, પણ તેમના મતે આ અદભુત છે... અને મને પૂછીશ તો મારો જવાબ છે... બંનેની વચ્ચે ક્યાંક.

રૉન

એક જ મિનિટ. મને જરા આ હવા થોડીક ચગળી લેવા દે... અને હવે બસ...મારા મોઢામાંથી લસણની થોડી વાસ આવશે...

લિલી

મામા, તમારામાંથી તો લાપસીની સુગંધ આવે છે.

રૉન

ધૂમ ધડાકા. ભીંત ભડાકા. વીજળી કડાકા. તો બચ્ચાલોગ, થઈ જાવ તૈયાર. હવે તને કોઈ જ સુગંધ કે વાસ નહીં આવે...

આટલું કહી રૉન લિલીનું નાક ગાયબ કરી દે છે.

લિલી

મારું નાક ક્યાં ગયું?

રૉન

એ તો ઊડી ગયું!

તેનો હાથ ખાલી છે. આમ તો આ સાવ ફાલતુ કહી શકાય એવી હાથચાલાકી છે. પણ બધા આ ગમ્મતનો આનંદ લઈ રહ્યા છે.

લિલી

મામા, તમે મને મામા બનાવી દીધી.

એલ્બસ

બધા ફરીથી આપણને જ તાકી રહ્યા છે.

રૉન

એ તો મારા કારણે! તને ખબર છે ને હું કેટલો પ્રખ્યાત છું. નાક પરના મારા પ્રયોગો તો ઐતિહાસિક છે, ઐતિહાસિક!

હર્માયની

તારી વાતમાં દમ તો છે.

હૅરી

ગાડી તો બરાબર પાર્ક કરી છે ને, ભઈલા?

રૉન

હા ભાઈ. ડ્રાઈવિંગની મગલ પરીક્ષામાં હું પાસ થઈ ગયો છું એ વાત પર હર્માયનીને વિશ્વાસ જ બેસતો નથી. એને લાગતુ હતું કે, પાસ થવા માટે મારે પરિક્ષક પર મૂંઝવી નાખવાના મંત્રનો ઉપયોગ કરવો પડશે...

હર્માયની

મણે એવું કશું જ લાગ્યું નહોતું. મને તારા પર પૂરેપૂરો વિશ્વાસ છે.

રોઝ

મને પણ પૂરેપૂરો વિશ્વાસ છે કે, ડૅડે તેમને ચોક્કસ મૂંઝવી નાખ્યા હશે.

રૉન

ઓત્તારી!

એલ્બસ

ડૅડ

એલ્બસ હૅરીનો ઝભ્ભો ખેંચે છે. હૅરી તેની તરફ જુએ છે.

તમને શું લાગે છે ડૅડ? – હું જો – મારી પસંદગી સ્લિદરિનમાં થઈ તો...

હૅરી

અને એવું થયું તો શું બગડી જવાનું છે?

એલ્બસ

સ્લિદરિન સાપનું અને કાળા જાદૂનું હાઉસ છે... એ બહાદુર જાદૂગરનું હાઉસ નથી.

હેરી

એલ્બસ સેવરસ, તારૂં નામ અમે હૉગવર્ટ્સના બે હેડમાસ્ટર્સનાં નામ પરથી રાખ્યું છે. તેમાંના એક સ્લિદરિનમાં હતા અને તેઓ કદાચ મારી જાણમાં હોય એવા સૌથી બહાદુર જાદૂગર હતા.

એલ્બસ

પણ તોય મને કહો ને...

હેરી

તને જો એટલો જ ફરક પડતો હોય તો સૉર્ટિંગ હૅટ તારી લાગણીઓનો વિચાર જરૂર કરશે જ.

એલ્બસ

ખરેખર, ડૅડ?

હેરી

મારી બાબતમાં તો આવું જ થયું હતું.

એ પહેલાં હૅરીએ ક્યારેય આમ કહ્યું નહોતું. તેના આ ઉદગાર આ ક્ષણે તેના મગજમાં પડઘાઈ રહ્યા હતા.

હૉગવર્ટ્સ તને ઘડશે, એલ્બસ. મારા પર વિશ્વાસ રાખ, તને ડર લાગે છે એવું ત્યાં કશું જ નથી.

જેમ્સ (*જરાક જલદપણે*)

થેસ્ટ્રાલ્સ સિવાય. થેસ્ટ્રાલ્સથી પણ સંભાળજે.

એલ્બસ

પણ મને લાગ્યું કે, એ અદૃશ્ય હોય છે!

હેરી

તારા પ્રોફેસર્સની વાત સાંભળજે એલ્બસ, જેમ્સનું સાંભળવાની જરૂર નથી, અને યાદ રાખજે, ત્યાંની દરેક પળનો આનંદ માણજે. હવે તારે ટ્રેન પકડવી હોય તો, જરાક ઉતાવળ રાખ...

લિલી

હું ટ્રેનનો પીછો કરવાની છું.

જિની

લિલી, ચૂપચાપ પાછળ આવી જા તો.

હર્માયની

રોઝ, નેવિલને કહેજે અમે તેમને પ્રેમથી યાદ કર્યા છે.

રોઝ

મૉમ, હું કોઈ પ્રોફેસરને પ્રેમ–બેમ અને યાદ–બાદ એવું કંઈ કહેવાની નથી.

રોઝ ટ્રેનમાં જવા માટે નીકળી જાય છે. એલ્બસ પાછળ વળે છે અને જિની તથા હૅરીને એક છેલ્લીવાર ગળે મળે છે અને રોઝની પાછળ–પાછળ ટ્રેન તરફ જાય છે.

એલ્બસ

તો ચાલો, બાય.

તે ટ્રેનમાં ચડે છે. પ્લેટફૉર્મ પર સિટી વાગે છે – હર્માયની, જિની, રૉન અને હૅરી ટ્રેન તરફ જોતાં ઊભાં છે.

જિની

આ બધા ત્યાં બરાબર રહેશે ને?

હર્માયની

હૉગવર્ટ્સ એટલે જાણે કે એક અફાટ વિશ્વ.

રૉન

અફાટ, અદભુત અને સાથે જ ખાણીપીણીનું સ્વર્ગ પણ. ત્યાં પાછા જવા માટે હું કંઈપણ કરવા તૈયાર છું.

હૅરી

વિચિત્ર વાત છે ને. એલ્બસને સ્લિધરિનમાં જવાની ચિંતા થઈ આવી છે.

હર્માયની

આ તો કંઈ નથી. રોઝને તો એ ચિંતા છે કે તે પહેલા–બીજા વર્ષમાં ક્વિડિચના સ્કૉરિંગનો વિક્રમ તોડી શકશે ખરી અને કેટલી જલ્દી O.W.L પરીક્ષામાં બેસી શકશે.

રૉન

મને તો એ જ સમજાતું નથી કે એનામાં આટલી મહત્ત્વાકાંક્ષા આવે છે ક્યાંથી.

જિની

અને તને શું લાગે છે હેરી, ધારો કે જો એલ – જો તે?

રૉન

તને ખબર છે જિન, અમને હંમેશા એવું જ લાગતું કે, સ્લિદરિનમાં તારી પસંદગી થવાની શક્યતા વધુ છે.

જિની

શું તું પણ?

રૉન

અરે ખરેખર, ફ્રેડ અને જ્યૉર્જે તો એના પર શરત પણ લગાડી હતી...

હર્માયની

આપણ હવે નીકળીએ? લોકો આપણી તરફ જ જોઈ રહ્યા છે.

જિની

એ તો જ્યારે પણ તમે ત્રણેય સાથે હો છો ત્યારે લોકો હંમેશા તમારી તરફ જ જોતાં હોય છે. અને તમે સાથે ન પણ હો ત્યારે પણ... લોકો હંમેશા તમારી તરફ જ જોતાં હોય છે.

ચારેય પાછા જવા નીકળે છે. જિની હેરીને રોકે છે.

હેરી...એલ્બસ સાથે બધું બરાબર થશે ને?

હેરી

ચોક્કસ જ બધું બરાબર થશે.

અંક પહેલો દૃશ્ય ત્રીજું

હૉગવર્ટ્સ ઍક્સપ્રેસ

એલ્બસ અને રોઝ ટ્રેનના ડબામાં ચાલી રહ્યાં છે. એક પૂર્ણપણે ગભરાયેલો છે અને એક ઉત્સાહથી છલકાઈ રહી છે.

ટ્રૉલીવાળી જાદૂગરણી સામેની તરફથી ટ્રૉલીને ધકેલતી આવી રહી છે.

ટ્રૉલીવાળી જાદૂગરણી

ટ્રૉલીમાંથી કંઈ જોઈએ છે, બચ્ચાલોગ? પમ્પકિન પેસ્ટ્રી? ચૉકલેટ ફ્રૉગ! કોલ્ડ્રોન કેક?

રોઝ *(ચૉકલેટ ફ્રૉગ તરફ લલચામણી નજરે જોઈ રહેલા એલ્બસને જોઈને)*

એલ, આપણને ધ્યાન કેન્દ્રિત કરવાની જરૂર છે.

એલ્બસ

ધ્યાન? શેના પર?

રોઝ

આપણે મિત્ર તરીકે કોની પસંદગી કરીએ છીએ એના પર. મારા મૉમ-ડૅડ તારા ડૅડને પહેલીવાર હૉગવર્ટ્સ ઍક્સપ્રેસમાં મળ્યાં હતાં. યાદ છે ને...

એલ્બસ

એટલે આપણે આપણા આખા જીવન માટે આપણા મિત્રોની પસંદગી અત્યારે જ કરવી જોઈએ, એમ તારે કહેવું છે? આ તો બહુ ડરામણું છે યાર...

રોઝ

ઉલ્ટાનું આ તો બહુ રસપ્રદ છે. હું ગ્રેન્જર–વિઝલી, તું પૉટર છે – બધાં આપણી સાથે દોસ્તી કરવા તત્પર હશે, પણ આપણે આપણી મરજી મુજબ પસંદગી કરી શકીએ એમ છીએ.

એલ્બસ

ભલે, તો પછી આપણે કઈ રીતે નક્કી કરવું –કયા ડબામાં બેસવાનું છે તે...

રોઝ

આપણે બધા જ ડબા પહેલા બરાબર જોઈ લઈએ અને પછી નક્કી કરીશું.

એલ્બસ એક ડબાનો દરવાજો ખોલે છે – અંદર જુએ છે – ત્યાં જ એક ખાલી દેખાતા ડબામાં તેને સોનેરી વાળવાળો એક છોકરો દેખાય છે – સ્કૉર્પિયસ. એલ્બસ સ્મિત કરે છે. સ્કૉર્પિયસ વળતું સ્મિત કરે છે.

એલ્બસ

હેલો. આ ડબો...

સ્કૉર્પિયસ

ખાલી જ છે. અહીં બસ હું એકલો જ છું.

એલ્બસ

સરસ. તો અમે જો –થોડી વાર માટે – અંદર આવીએ – તને વાંધો ન હોય તો?

સ્કૉર્પિયસ

અરે ચાલશે. આવી જાવ. હેલો.

એલ્બસ

એલ્બસ. એલ. હું – મારું નામ એલ્બસ...

સ્કૉર્પિયસ

હેલો સ્કૉર્પિયસ. એટલે કે, હું સ્કૉર્પિયસ. તું એલ્બસ. અને તું કદાચ...

રોઝનો ચહેરો પસાર થતી દરેક મિનિટ સાથે વધુ ને વધુ નિર્વિકાર થતો જાય છે.

રોઝ

રોઝ.

સ્કૉર્પિયસ

હેલો રોઝ. મારી પાસે ફિઝ્ઝિંગ વિઝબીઝ છે, તું ખાઈશ?

રોઝ

મેં હમણા જ બ્રેકફાસ્ટ કર્યો છે, થૅન્ક્સ.

સ્કૉર્પિયસ

મારી પાસે થોડી શૉક–ઓ–ચૉક, પેપર ઈમ્પ્સ અને થોડી જેલી સ્લગ્ઝ છે. આપું? આ મારી મૉમનો આઈડિયા છે – તે હંમેશા કહે છે *(ગાવા લાગે છે)*, 'મીઠાઈ ખાઈએ મસ્ત, બનાવશું દોસ્ત જબરદસ્ત' *(ગીત ગાઈને પોતે ભૂલ કરી છે એ તેને સમજાઈ જાય છે)*. બહુ મૂરખાઈભર્યો આઈડિયા છે.

એલ્બસ

હું લઈશ એમાંથી થોડીક... મૉમ આમ પણ મને ગળ્યું ખાવા દેતી નથી. બોલ, ક્યાંથી શરૂઆત કરીશું?

સ્કૉર્પિયસને ન દેખાય એ રીતે રોઝ એલ્બસને એક ટપલી મારે છે.

સ્કૉર્પિયસ

એમ કરીએ... પેપર ઈમ્પથી શરૂ કરીએ. પેપર ઈમ્પ મને હંમેશા જ મીઠાઈની રાણી લાગી છે. તેનો પેપરમિન્ટ જેવો સ્વાદ મને બહુ ગમે છે અને ખાસ તો તેને ખાવાથી કાનમાંથી જાણે કે ધુમાડો નીકળશે એવું લાગે છે, એનાથી મને બહુ મજા પડે છે.

એલ્બસ

ક્યા બાત હૈ, તો તો હું એ જરૂર ખાઈશ... *(રોઝ ફરીથી તેને ટપલી મારે છે.)* રોઝ, તું મને ટપલાં મારવાનું બંધ કરીશ?

રોઝ

મેં ક્યાં માર્યું તને...

એલ્બસ

ક્યારની તો ટપલાં મારી રહી છો અને મને વાગે છે...

સ્કૉર્પિયસનો ચહેરો પડી જાય છે.

સ્કૉર્પિયસ
એ તને મારા કારણે મારી રહી છે.

એલ્બસ
શું?

સ્કૉર્પિયસ
સાંભળ, તું કોણ છે એ હું જાણું છું, આથી હું કોણ છું એ પણ તારે બરાબર જાણી લેવું જોઈએ.

એલ્બસ
તું કહેવા શું માગે છે?

સ્કૉર્પિયસ
તું એલ્બસ પૉટર છે. અને આ રોઝ ગ્રેન્જર-વિઝલી છે. અને હું સ્કૉર્પિયસ મૅલફૉય. મારા મૉમ-ડૅડ ઍસ્ટોરિયા અને ડ્રૅકો મૅલફૉય. આપણા મૉમ-ડૅડનું ક્યારેય એકબીજા સાથે બન્યું નથી.

રોઝ
બહુ જ સારા શબ્દોમાં ઓળખ આપી તેં તારી. તારા મૉમ અને ડૅડ ડૅથ ઈટર્સ છે!

સ્કૉર્પિયસ *(અપમાનિત થયાની લાગણી સાથે)*
મારા ડૅડ હતા – પણ મૉમ નહીં.

રોઝ તેના તરફ ધ્યાન નથી આપતી, અને સ્કૉર્પિયસ રોઝની નારાજગીને પારખી લે છે.

બધે શું અફવા ફેલાઈ છે, એમ ને ખબર છે. પણ એ સાવ ખોટી વાત હતી.

એલ્બસ અસ્વસ્થ રોઝ તરફથી પોતાની દૃષ્ટિ નિરાશ સ્કૉર્પિયસ તરફ ફેરવે છે.

એલ્બસ
શું – છે એ અફવા?

સ્કૉર્પિયસ
અફવા એવી છે કે, મારા મૉમ-ડૅડને બાળક થતું નહોતું. મારા ડૅડ અને દાદાનો પરિવાર શક્તિશાળી વારસ મેળવવા માટે ઉતાવળા થયા હતા, જેથી મૅલફૉય વંશ ટકી રહે. આથી તેમણે... તેમણે

ટાઈમ-ટર્નર યંત્રનો ઉપયોગ કરીને મારી મૉમને ભૂતકાળમાં મોકલી આપી –

એલ્બસ

ભૂતકાળમાં એટલે ક્યાં?

રોઝ

અફવા છે કે આ વૉલ્ડેમૉર્ટનો દીકરો છે, એલ્બસ.

ભયાનક, અસ્વસ્થ કરી મૂકે એવી શાંતિ ફેલાઈ જાય છે.

આ અફવા કદાચ ખોટી પણ હોય. જો ને... તને તો નાક પણ છે.

વાતાવરણમાંની તાણ થોડી ઓછી થાય છે. સ્કૉર્પિયસ હસી પડે છે, પણ તેના હાસ્યમાં આભારનો ભાવ છે.

સ્કૉર્પિયસ

હા. અને એ પણ એકદમ મારા ડૅડ જેવું જ! મારું નાક, વાળ અને મારી અટક પણ. જો કે, એ કંઈ બહુ મોટી વાત હોય એવુંય નથી. એટલે કે, બાપ-દીકરા વચ્ચે થાય એવા ઝઘડા અમારી વચ્ચે પણ થાય છે. આમ છતાં ડાર્ક લૉર્ડનો દીકરો હોવા કરતાં મૅલફૉય હોવાનો મને આનંદ છે.

એલ્બસ અને સ્કૉર્પિયસની નજરો એકમેકને મળે છે અને તેમની વચ્ચે કશીક આપ-લે થાય છે.

રોઝ

ઠીક છે. આપણે ક્યાંક બીજે જઈને બેસીએ. ચાલ એલ્બસ.

એલ્બસ વિચારમાં પડી જાય છે.

એલ્બસ

ના *(રોઝની નજર ચૂકવીને)* હું અહીં જ બેસીશ. તું જા આગળ...

રોઝ

એલ્બસ. હું તારા માટે નહીં રોકાઉં.

એલ્બસ

અને... રોકાતી પણ નહીં. પણ હું અહીં જ રોકાવાનો છું.

રોઝ એકાદ ક્ષણ એલ્બસ તરફ જુએ છે અને પછી ડબો છોડી આગળ વધી જાય છે.

રોઝ

ઠીક છે.

હવે ડબામાં સ્કોર્પિયસ અને એલ્બસ જ રહ્યા – બંને એકબીજા તરફ જોયા કરે છે – સાશંકિત. અસ્વસ્થ.

સ્કોર્પિયસ

થૅન્ક યુ.

એલ્બસ

અરે ના... હું તારા માટે રોકાયો નથી– તારી પાસેની મીઠાઈઓ માટે રોકાયો છું.

સ્કોર્પિયસ

બહુ ગુસ્સાવાળી છોકરી છે.

એલ્બસ

હા. સૉરી.

સ્કોર્પિયસ

ના. મને એ ગમ્યું. હું તને શું કહીને બોલાવું, એલ્બસ કે એલ?

સ્કોર્પિયસ મોટું સ્મિત કરે છે અને બે મીઠાઈ પોતાના મોઢામાં ઓરી દે છે.

એલ્બસ (*વિચારે છે*)

એલ્બસ ચાલશે.

સ્કોર્પિયસ (*તેના કાનમાંથી ધુમાડો બહાર આવી રહ્યો છે*)

થૅન્ક યુ એલ્બસ, મારી મીઠાઈઓ ખાવા માટે રોકાયો એ માટે!

એલ્બસ (*હસી રહ્યો છે*)

વાહ, મજા પડી ગઈ.

અંક પહેલો દશ્ય ચોથું

સંક્રમણ દશ્ય

અને હવે આપણે પ્રવેશ કરી રહ્યા છીએ સમય પરિવર્તનના સાવ અશક્ય જણાતા એક વિશ્વમાં (નેવર વર્લ્ડ). અને આ દશ્યમાં બધું જ જાદૂઈ છે.

એક વિશ્વમાંથી બીજા વિશ્વમાં પ્રવેશી રહ્યા હોવાથી ફેરફાર બહુ ઝડપી છે. આમાં કોઈ વ્યક્તિગત દશ્યો નથી, પણ ટુકડા–ટુકડામાં છે. તેમાંથી સમય આગળ વધતો રહે છે.

શરૂઆતમાં આપણે હૉગવર્ટ્સના ગ્રેટ હૉલમાં છીએ, અને બધા જ એલ્બસની આસપાસ નાચી રહ્યા છે.

પૉલી ચૅપમેન

એલ્બસ પૉટર.

કાર્લ જેનકિન્સ

એક પૉટર, જાતે, પોતે, સદેહે... આપણી સાથે.

યાન ફ્રેડરિક

તેના વાળ. તેના વાળ પણ હૅરી પૉટર જેવા જ છે.

રોઝ

અને એ મારી ફોઈનો દીકરો છે. *(બધા જ પાછળ ફરીને તેની તરફ જુએ છે.)* રોઝ ગ્રેન્જર–વિઝલી. તમને મળીને આનંદ થયો.

સૉર્ટિંગ હૅટ નવા વિદ્યાર્થીઓની ચાર હાઉસમાં વહેંચણી કરી રહી છે. ચાલતાં ચાલતાં સૉર્ટિંગ હૅટ રોઝ તરફ આવી રહી છે, પોતે કયા હાઉસમાં જશે એની રાહ જોઈ રહેલી રોઝ જરાક તાણમાં છે.

સૉર્ટિંગ હેટ

કરી રહી છું હું આ કામ અનેક સદીઓથી
બેઠી છું હું દરેક વિદ્યાર્થીઓના માથે
બનાવું છું સૌના વિચારોની યાદી
કેમ કે હું છું પ્રખ્યાત સૉર્ટિંગ હેટ

મેં કરી છે પસંદગી સૌથી તેજસ્વી અને બુદ્ધુઓની
મુશ્કેલીઓ વચ્ચે પણ, કર્યું છે મેં કામ એકદમ ચોખ્ખું
તો ચડાવો મને માથે અને સમજાઈ જશે તમને
કયા હાઉસમાં તમારૂં છે સ્થાન...
રોઝ ગ્રેન્જર–વિઝલી

સૉર્ટિંગ હેટ રોઝના માથા પર બેસે છે.

ગ્રિફિન્ડોર!

ગ્રિફિન્ડોરના વિદ્યાર્થીઓ તાળીઓ અને ચિચિઆરીઓથી રોઝનું સ્વાગત કરે છે.

રોઝ

જય હો ડમ્બલડોરની...

સૉર્ટિંગ હેટની નજર નીચે રોઝનું સ્થાન લેવા સ્કૉર્પિયસ દોડી જાય છે.

સૉર્ટિંગ હેટ

સ્કૉર્પિયસ મૅલફૉય.

સૉર્ટિંગ હેટ હવે સ્કૉર્પિયસના માથા પર બેસે છે.

સ્લિદરિન!

સ્કૉર્પિયસને આની અપેક્ષા હોવાથી તે અડધુંપડધું સ્મિત કરતા માથું હલાવે છે. આ વખતે સ્લિદરિનમાંથી તાળીઓ તથા ચિચિયારીઓથી તેનું ઉત્સાહભર્યું સ્વાગત થાય છે.

પૉલી ચૅપમેન

વેલ, બાપ તેવા બેટા.

એલ્બસ ઝડપથી મંચની સામે આવે છે અને પસંદગી માટે તૈયાર થઈ જાય છે.

સૉર્ટિંગ હેટ

એલ્બસ પૉટર

સૉર્ટિંગ હૅટ એલ્બસના માથા પર જઈ બેસે છે – પણ આ વખતે હૅટને સારો એવો સમય લાગે છે – હૅટ પણ ગૂંચવણમાં-મૂંઝવણમાં છે.

સ્લિદરિન!

શાંતિ છવાઈ જાય છે.
ધીર–ગંભીર શાંતિ. જડ, ગાઢ અને શાંતિ.
હચમચાવી નાખે એવી, અંદર ઉતરી જઈ તોફાન મચાવે એવી શાંતિ.

પૉલી ચૅપમેન
સ્લિદરિન?

ક્રૅગ બાવકર જુનિયર
શું? પૉટર? સ્લિદરિનમાં?

એલ્બસ મૂંઝાયેલો છે. સ્કૉર્પિયસ સ્મિત કરે છે, તે બહુ ખુશ છે, અને આનંદવિભોર થઈ તે તેના નામની બૂમો પાડી રહ્યો છે.

સ્કૉર્પિયસ
તું અહીં મારી બાજુમાં આવીને ઊભો રહી શકે છે!

એલ્બસ *(સાવ ચકરાઇ–મૂંઝાઈ ગયો છે)*
હા. આવ્યો.

યાન ફ્રૅડરિક્સ
આના વાળ કંઈ એટલાય તેના પિતા જેવા નથી.

રોઝ
એલ્બસ? પણ આ તો ખોટું છે. આવું કઈ રીતે થઈ શકે!

અને અચાનક જ મૅડમ હૂચનો ઉડવાના અભ્યાસનો વર્ગ શરૂ થઈ જાય છે.

મૅડમ હૂચ
ચાલો ચાલો. તમે કોની રાહ જોતા ઊભા છો? બધા પોતપોતાનું ઝાડુ લઈને તૈયાર થઈ જાવ જોઉં.

બધા જ છોકરાઓ ફટાફટ પોતપોતાના ઝાડુ પાસે જઈને સ્થાન લઈ લે છે.

તમારા ઝાડુ પર હાથ રાખો અને બોલો 'અપ!'

બધા વિદ્યાર્થીઓ

અપ!

રોઝ અને યાનનાં ઝાડુ તરત ઊડીને તેમના હાથમાં આવી જાય છે.

રોઝ અને યાન

હુર્રે!

મૅડમ હૂચ

ચાલો છોકરાઓ. આળસુઓ માટે મારી પાસે સમય નથી. પૂરા દિલથી બોલો 'અપ.' 'અપ.'

બધા વિદ્યાર્થીઓ *(રોઝ અને યાનને બાદ કરતા)*

અપ!

બધાનાં ઝાડુ હવામાં ઉડવા લાગે છે, સ્કૉર્પિયસનું પણ. માત્ર એલ્બસનું ઝાડુ હજી પણ જમીન પર જ પડ્યું છે.

બધા *(રોઝ,યાન અને એલ્બસને છોડીને)*

હુર્રે!

એલ્બસ

અપ. અપ. અપ.

તેનું ઝાડુ એકાદ મિલિમીટર જેટલું પણ ચસકતું નથી. અવિશ્વાસ અને નિરાશાના ભાવ સાથે એ ઝાડુ તરફ જોતો રહે છે. વર્ગમાંના બીજા વિદ્યાર્થીઓ અવાજ સાથે હસવા લાગે છે.

પૉલી ચૅપમેન

અરેરેરે... કેટલીક શરમજનક બાબત છે! આ પોતાના ડૅડ જેવો તો જરાય નથી!

કાર્લ જેનકિન્સ

એલ્બસ પૉટર. સ્લિદરિનનું સુરસુરિયું.

મૅડમ હૂચ

ચાલો છોકરાઓ, થઈ જાવ સજ્જ, થઈ જાવ તૈયાર, આ જ છે ઉડવાની ક્ષણ.

મંચ પર બધે જ ધુમાડો છવાઈ જાય છે અને અચાનક એલ્બસની બાજુમાં હૅરી પ્રગટ થાય છે. ફરી એકવાર પ્લૅટફૉર્મ નંબર પોણા

દસ દેખાવા લાગે છે. વચ્ચે સારો એવો સમય વીતી ચૂક્યો છે. એલ્બસ હવે એક વર્ષ મોટો થઈ ગયો છે (અને હેરી પણ, જો કે તેના બાહ્ય દેખાવમાં કોઈ ખાસ ફરક પડ્યો નથી).

એલ્બસ

ડેડ, મારે બસ એટલું જ કહેવું છે કે – કે તમે મારાથી જરા દૂર ઊભા રહો.

હેરી *(આશ્ચર્ય સાથે)*

બીજા વર્ષમાં ભણતા છોકરાઓને પોતાના ડેડ સાથે કોઈ જુએ એ ગમતું નથી, એવું કંઈ છે?

એક વધુ પડતો સચેત જાદૂગર તેમની આસપાસ આંટા મારી રહ્યો છે.

એલ્બસ

ના. એવું નથી. એટલું જ કે – તમે... તમે છો – અને હું... હું છું –

હેરી

લોકો આપણી તરફ જોઈ રહ્યા છે, એટલું જ ને? લોકો તો જોવાના જ. અને તેઓ મારી તરફ જોઈ રહ્યા છે, તારી તરફ નહીં.

વધુ પડતો સચેત જાદૂગર કોઈક વસ્તુ સહી કરવા માટે હેરી સામે ધરે છે – હેરી તેના પર સહી કરી આપે છે.

એલ્બસ

લોકો હેરી પૉટર અને તેના નિરાશાજનક દીકરા તરફ જોઈ રહ્યા છે.

હેરી

તું કહેવા શું માગે છે?

એલ્બસ

હેરી પૉટર અને તેના સ્લિદરિન દીકરા તરફ.

જેમ્સ ત્યાંથી પોતાનો સામાન ઉપાડીને સડસડાટ દોડી જાય છે.

જેમ્સ

સ્લિદરિન બચ્ચું, કચકચ કરતું. બંધ કર આ બધું અને ટ્રેનમાં ચડ હવે.

હેરી

જેમ્સ, તું તારો બકવાટ બંધ કરીશ.

જેમ્સ *(ક્યાંક દૂરથી)*

આવજો ડેડ, ક્રિસમસ વખતે મળશું.

હેરી એલ્બસ તરફ ચિંતિત નજરે જુએ છે.

હેરી

એલ –

એલ્બસ

મારૂં નામ એલ્બસ છે, એલ નહીં.

હેરી

બીજા છોકરાઓ તને હેરાન કરે છે? એવું નથી ને? તું કદાચ થોડા વધુ મિત્રો બનાવવાનો પ્રયાસ કરી જો ને – હર્માયની અને રૉન વિના હૉગવટ્‌ર્સમાં કદાચ હું પણ ન ટકી શક્યો હોત. ન જ ટકી શક્યો હોત.

એલ્બસ

પણ મને રૉન કે હર્માયનીની જરૂર નથી – મારો – મારો એક મિત્ર છે, સ્કૉર્પિયસ, અને એ તમને દીઠો ગમતો નથી એ હું બરાબર જાણું છું. પણ મારા માટે એ મારો મિત્ર છે અને મારા માટે એટલું પૂરતું છે. એના સિવાય મને કોઈનીય જરૂર નથી.

હેરી

જો, તું જેમાં ખુશ છે, એમાં મારી પણ ખુશી છે.

એલ્બસ

ડેડ, તમે મને સ્ટેશન પર છોડવા ન આવ્યા હોત તોય ચાલ્યું હોત.

એલ્બસ પોતાની બૅગ ઉપાડીને ચાલવા લાગે છે.

હેરી

અરે પણ મારે અહીં આવવું હતું...

પણ એલ્બસ આગળ નીકળી ગયો છે. એટલામાં સ્ટેશન પરની ભીડમાંથી સરસ ઝભ્ભો પહેરેલો, સોનેરી વાળની પૉની સુઘળપણે બાંધેલો ડ્રૅકો મૅલફૉય હેરીની બાજુમાં આવીને ઊભો રહી જાય છે.

ડ્રૅકો

હેરી મને તારી મદદની જરૂર છે.

હેરી

બોલ.

ડ્રેકો

મારા દીકરાના – પિતૃત્વ વિશે જે કંઈ અફવાઓ ફેલાઈ છે – એ ઓછી થાય એવું લાગતું નથી. હૉગવર્ટ્સના છોકરાઓ તેને સતત આ વાતને લઈને ચીડવ્યા કરે છે – જાદૂ મંત્રાલય જો એવું નિવેદન બહાર પાડે કે બધા ટાઈમ–ટર્નર યંત્રો ડિપાર્ટમેન્ટ ઑફ મિસ્ટ્રીઝના યુદ્ધમાં નાશ પામ્યા છે તો...

હેરી

ડ્રેકો, મારી વાત સાંભળ. લોકો અત્યારે ભલે આ વિશે વાતો કરતા હોય – પણ થોડા સમયમાં તેઓ બધું જ ભૂલી જશે.

ડ્રેકો

મારા દીકરાને સહન કરવું પડે છે – ઍસ્ટોરિયાની તબિયત પણ આજકાલ સારી રહેતી નથી – એટલે જ સ્કૉર્પિયસને આધારની અત્યારે સૌથી વધુ જરૂર છે.

હેરી

અરે પણ આ રીતે અફવાનો જવાબ આપવાથી તો તેને વધુ બળ મળશે. વોલ્ડેમૉર્ટનો એક દીકરો હોવાની અફવા કેટલાય વર્ષોથી ચાલી રહી છે. સ્કૉર્પિયસ સાથે જે થઈ રહ્યું છે, એમાં કશું જ નવું નથી. આથી મંત્રાલય આનાથી દૂર રહે એમાં જ તારું અને સૌ કોઈનું ભલું છે.

પોતાનું ધાર્યું ન થવાને કારણે ડ્રેકો નારાજ થાય છે. મંચ ખાલી થાય છે અને રોઝ તથા એલ્બસ પોતાની બૅગ્સ સાથે તૈયાર ઊભા છે.

એલ્બસ

ટ્રેન ઉપડે એ ક્ષણથી તારે મારી સાથે વાત કરવાની જરૂર નથી.

રોઝ

મને ખબર છે. પણ મોટાઓ સામે તો આપણે સારી રીતે વર્તવાનું નાટક કરવું પડશે ને.

સ્કૉર્પિયસ દોડતો આવે છે – મોટી આશા અને એના કરતાં પણ મોટી બૅગ સાથે.

સ્કૉર્પિયસ (*આશા સાથે*)
હેલો રોઝ

રોઝ (*મક્કમપણે*)
બાય એલ્બસ

સ્કૉર્પિયસ (*હજી પણ આશા સાથે*)
તેનું દિલ પીગળી રહ્યું હોય એવું લાગે છે...

અને અચાનક આપણે ગ્રેટ હૉલમાં છીએ અને પ્રોફેસર મૅકગૉનેગૉલના ચહેરા પર મોટું સ્મિત છે.

પ્રોફેસર મૅકગૉનેગૉલ
મને જણાવતા અત્યંત આનંદ થાય છે કે અમારી ગ્રિફિન્ડોર ક્વિડિચ ટીમ માટે (*પોતાનું પક્ષપાતી વલણ તેમના ધ્યાનમાં આવે છે*) પસંદ કરવામાં આવેલી નવી સુપર્બ ચેઝર છે – રોઝ ગ્રેન્જર–વિઝલી.

હૉલ તાળીઓના ગડગડાટ અને ચિચિયારીઓથી ભરાઈ જાય છે. સ્કૉર્પિયસ પણ ઉત્સાહભેર તાળીઓ પાડી રહ્યો છે.

એલ્બસ
તું પણ રોઝ માટે તાળીઓ પાડી રહ્યો છે? આમ પણ આપણને ક્વિડિચની રમત ગમતી નથી અને એ પાછી બીજા હાઉસ માટે રમવાની છે.

સ્કૉર્પિયસ
અરે તમે ફોઈ–મામાના સંતાનો છો, એલ્બસ.

એલ્બસ
તને લાગે છે, આ મારા માટે તાળીઓ પાડશે?

સ્કૉર્પિયસ
કેમ નહીં, તે અદભુત અને બહુ હોંશિયાર છે, યાર.

અચાનક જ વિદ્યાર્થીઓ એલ્બસની આસપાસ વર્તુળાકારે ફરી વળે છે અને એકાએક જાદૂઈ કાઢાનો વર્ગ શરૂ થાય છે.

પૉલી ચૅપમેન
એલ્બસ પૉટર. કેમ તું આવો પોકળ. તને આવતો જોઈ દાદરા પરના પેઈન્ટિંગ્સ પણ મોઢું ફેરવી લે છે.

એલ્બસ પોતાના કાઢાને વાંકો વળીને જોઈ રહ્યો છે.

એલ્બસ

હવે શું ઉમેરવાનું છે કાઢામાં? બાયકૉર્નનાં શિંગડાં?

કાર્લ જેનકિન્સ

મારૂં તો કહેવું છે કે, આને અને વૉલ્ડેમૉર્ટના દીકરાને આપણે છોડી જ દેવા જોઈએ.

એલ્બસ

સૅલમૅન્ડરનું થોડુંક લોહી નાખ્યું એટલે થઈ ગયું કામ...

આવું કરતાં જ જાદૂઈ કાઢામાં મોટા અવાજ સાથે ધડાકો થાય છે.

સ્કૉર્પિયસ

જવા દે. આને બરાબર કરવા માટે કઈ સામગ્રી નાખવામાં આવે છે? આપણે શું બદલવાની જરૂર છે?

એલ્બસ

બધું જ.

અને આ સાથે જ, સમય હજી થોડો આગળ વધે છે – એલ્બસની આંખોની નીચેના કાળા કૂંડાળા વધ્યા છે, તેનો ચહેરો હજી વધુ ઉતરી ગયો છે. તે હજી પણ આકર્ષક દેખાય છે, પણ આ વાત માનવા તે પોતે તૈયાર નથી.

અને અચાનક જ તે પ્લૅટફૉર્મ નંબર પોણા દસ પર પોતાના ડૅડ સાથે ઊભો છે – તેના ડૅડ હજી પણ તેને (અને પોતાને પણ) સમજાવવાનો પ્રયત્ન કરી રહ્યા છે કે બધું જ સમુંસૂતરૂં છે. બંનેની ઉંમર વધુ એક વર્ષ વધી છે.

હૅરી

ત્રીજું વર્ષ, બહુ મહત્ત્વનું છે, દીકરા. આ તારૂં હૉગ્સમીડનું પરવાનગી માટેનું ફૉર્મ છે.

એલ્બસ

મને હૉગ્મીડ્સ જરાય ગમતું નથી.

હૅરી

જે જગ્યાએ તું ગયો જ નથી, એના વિશે તું કોઈ નિર્ણય કઈ રીતે લઈ શકે?

એલ્બસ

કેમ કે મને ખબર છે, ત્યાં બધા હૉગવર્ટ્સના જ વિદ્યાર્થીઓ હશે..

એલ્બસ એ કાગળનો ડૂચો કરી નાખે છે.

હેરી

એક વાર ત્યાં જઈ તો જો – કમ ઑન – આ જ તો તક છે હનીડ્યૂક્સમાં ધમાલ કરવાની, અને એ પણ તારી મૉમની જાણબહાર – ના એલ્બસ, આવું કંઈ કરવાની હિંમત પણ ન કરતો.

એલ્બસ *(જાદૂઈ લાકડી ફેરવતાં)*

ઈન્સેન્ડિયો!

કાગળનો ડૂચો તરત જ સળગી જાય છે અને મંચ પર ઊંચે ચડવા લાગે છે.

હેરી

આ તો હવે મૂર્ખાઈની હદ થાય છે!

એલ્બસ

મને આશા નહોતી મારો મંત્ર ચાલશે કે નહીં. આ જાદૂમાં હજી હું કાચો છું.

હેરી

એલ–એલ્બસ, હું ઘુવડ દ્વારા પ્રોફેસર મૅકગૉનેગૉલના સંપર્કમાં હોઉં છું – તેમનું કહેવું છે કે તું બધાથી દૂર અને એકલોઅટૂલો રહે છે – વર્ગમાં તારૂં ધ્યાન પણ નથી હોતું – તું સતત ચિડાયા કરે છે – તને –

એલ્બસ

તો ડૅડ, મારી પાસેથી તમે શું અપેક્ષા રાખો છો? જાદૂથી પોતાને લોકપ્રિય બનાવી દઉં? હાથચાલાકી કરી નવા હાઉસમાં ઘૂસી જાઉં? રૂપાંતર જાદૂનો ઉપયોગ કરી પોતાને વધુ સારા અને આજ્ઞાંકિત વિદ્યાર્થીમાં બદલી લઉં? એક કામ કરો ને ડૅડ, એક સરસ મજાના મંત્રનો ઉપયોગ કરી તમે મને જે બનાવવા માગો છો એ બનાવી દો ને એટલે તમારા જીવને નિરાંત થાય, બરાબર? એમાં આપણા બેઉનું ભલું થશે. હું નીકળું છું. મારે ટ્રેન પકડવી છે. મારા મિત્રને પણ શોધવાનો છે.

પોતાની બૅગ પર તંદ્રાવસ્થામાં બેઠેલા સ્કૉર્પિયસ તરફ એલ્બસ દોડતો જાય છે.

(ખુશખુશાલ થઈને તેના નામની બૂમ પાડે છે) સ્કૉર્પિયસ... *(ચિંતાતુર થઈને)* સ્કૉર્પિયસ... તું ઠીક તો છે ને, શું થયું છે તને?

સ્કૉર્પિયસ કશું જ બોલતો નથી. એલ્બસ પોતાના મિત્રની આંખો વાંચવાનો પ્રાયસ કરે છે.

તારી મૉમ? એમની તબિયત વધુ બગડી છે?

સ્કૉર્પિયસ
ખરાબમાં ખરાબ થઈ શકે એટલી ખરાબ છે.

એલ્બસ સ્કૉર્પિયસની પાસે જઈને બેસે છે.

એલ્બસ
મને એમ હતું કે તું ઘુવડ સાથે પત્ર મોકલીશ...

સ્કૉર્પિયસ
શું લખવું એ જ સૂઝતું નહોતું.

એલ્બસ
અને અત્યારે મને એ નથી સમજાતું કે હું શું બોલું...

સ્કૉર્પિયસ
કશું જ ન બોલતો.

એલ્બસ
હું કંઈ મદદ...

સ્કૉર્પિયસ
અંતિમવિધિમાં આવીશ ને?

એલ્બસ
ચોક્કસ.

સ્કૉર્પિયસ
અને આમ જ મારો સારો મિત્ર બની રહેજે...

અને એકાએક સૉર્ટિંગ હૅટ મંચની મધ્યમાં પ્રગટ થાય છે અને આપણે ફરીથી ગ્રેટ હૉલમાં છીએ.

સૉર્ટિંગ હૅટ
મારા શબ્દોથી શાને થાય છે તને ગભરાટ?

હું કયું નામ બોલીશ એનાથી થાય છે કેમ તારા મનમાં ફફડાટ?
ન તો સ્લિદરિન! ન છે એ ગ્રિફિન્ડોર!
હફલપફ નહીં! અને નથી રેવેનક્લૉ!
ગભરાતી નહીં છોકરી, હું જાણું બખૂબી મારૂં કામ,
પહેલા થોડું રડીશ તો જાણીશ હાસ્યનું ધામ,
લિલી પૉટર. ગ્રિફિનડૉર!

લિલી

હુર્રે!

એલ્બસ

સરસ.

સ્કૉર્પિયસ

તને લાગતું હતું ને કે લિલી સ્લિદરિનમાં આવશે? પૉટર્સ આ હાઉસમાં નથી આવતા યાર.

એલ્બસ

હું એમાં અપવાદ છું.

એલ્બસ ધુમાડામાં ઓગળી જવાનો પ્રયાસ કરે છે ત્યાં જ બાકીના વિદ્યાર્થીઓ ખડખડાટ હસી પડે છે. એલ્બસ નિઃસહાય નજરે તેમની તરફ જોયા કરે છે.

પસંદગી મારા હાથમાં નહોતી, તમને ક્યાં નથી ખબર? તેમનો દીકરો થવાનું મારા હાથમાં ક્યાં હતું?

અંક પહેલો દૃશ્ય પાંચમું

જાદૂ મંત્રાલય, હૅરીની ઑફિસ

હૅરીની અસ્તવ્યસ્ત ઑફિસમાં હર્માયની કાગળોના ઢગલા સામે બેઠી છે. તે ધીમી ગતિએ ટેબલ પરનો પથારો દૂર કરી રહી છે અને કાગળો વાંચી ને સમજવાનો પ્રયાસ કરી રહી છે ત્યાં જ હૅરી ઉતાવળે અંદર પ્રવેશે છે. તેના ગાલ પરના ઘસરકામાંથી લોહી નીકળી રહ્યું છે અને હર્માયની માથું ઊંચું કરીને તેને તાકી રહી છે.

હર્માયની

કેવું રહ્યું કામ?

હૅરી

માહિતી સાચી હતી.

હર્માયની

થિયોડોર નૉટ મળ્યો?

હૅરી

તાબામાં લીધો છે.

હર્માયની

અને ટાઈમ–ટર્નર યંત્રનું શું કર્યું?

હૅરી ટાઈમ–ટર્નર બહાર કાઢે છે. તેની ચમક પ્રલોભનકારી છે. એ જોઈને હર્માયની આશ્ચર્યચકિત થઈ ગઈ છે.

આ સાચું તો છે ને? આ કામ કરે છે? એકાદ કલાક પાછળ જઈ શકાય એવું સાદું યંત્ર તો નથી ને આ – આનાથી સમયમાં વધુ પાછળ જઈ શકાય એમ છે ને?

હેરી

અત્યારે તો આપણી પાસે કોઈ જ માહિતી નથી. મને તો ત્યાં જ એકવાર આની ચકાસણી કરી જોવાનું મન થઈ આવ્યું, પણ બાકીના બુદ્ધિશાળીઓનો મત અલગ હતો.

હર્માયની

જે હોય તે. અત્યારે તો આ આપણા તાબામાં છે.

હેરી

અને તને પાકી ખાતરી છે ને કે તું આ રાખવા માગે છે?

હર્માયની

આપણી પાસે બીજો કોઈ વિકલ્પ છે? ધ્યાનથી જો. મારી પાસે જે ટાઇમ-ટર્નર હતું એના કરતાં આ સાવ અલગ જ છે.

હેરી (*શુષ્કપણે*)

દેખીતી વાત છે. આપણા નાનપણના જમાના કરતાં જાદૂગરીનું તંત્ર આજે ખાસ્સું આગળ નીકળી ગયું છે.

હર્માયની

તને લોહી નીકળી રહ્યું છે.

હેરી અરીસામાં પોતાનો ચહેરો જુએ છે. ઝભ્ભાની ચાળથી ઘાને દબાવે છે.

ચિંતા કરવા જેવું નથી. થઈ જશે બરાબર.

હેરી (*હસતાં હસતાં*)

તું મારી ઑફિસમાં શું કરી રહી છે, હર્માયની?

હર્માયની

એક તો હું થિઓડોર નૉટ વિશે જાણવા માટે ઉત્સુક હતી. અને પછી મને બીજો વિચાર આવ્યો – આવીને ખાતરી કરી લઉં કે બધા જ કાગળપત્ર તેં બરાબર ધ્યાનથી તપાસ્યા છે કે નહીં. આપેલું વચન તેં કેટલું પાળ્યું છે...

હેરી

ઓહ. એ તો રહી જ ગયું છે.

હર્માયની

આ બધી અરાજકતા વચ્ચે તું કામ કઈ રીતે કરી શકે છે, હેરી?

હેરી જાદૂઈ લાકડી ફેરવે છે અને બધાં કાગળિયાં અને પુસ્તકો એક વ્યવસ્થિત ઢગલામાં ગોઠવાઈ જાય છે. હેરી સ્મિત કરે છે.

હેરી

લે, થઈ ગયું બધું જ વ્યવસ્થિત.

હર્માયની

આમ છતાં એક કામ તો રહી જ ગયું ને. આ કાગળિયાંમાંથી મને બહુ રસપ્રદ માહિતી મળી છે... પહાડી ટ્રોલ્સ ગ્રાફોર્ન્સ પર સવાર થઈને હંગેરીમાંથી નીકળી પડ્યા છે, પીઠ પર પાંખનું ટેટ્ટુ ધરાવતા રાક્ષસો ગ્રીક સમુદ્રમાંથી કૂચ કરી રહ્યા છે, અને વેરવૂલ્વ્ઝ સંપૂર્ણપણે ભૂમિગત થઈ ગયા છે–

હેરી

બહુ સરસ. ચાલ ત્યાં જઈને તપાસ ચલાવીએ. હું એક કામ કરૂં છું... એક ટીમ જ બનાવી નાખું છું.

હર્માયની

હેરી, મને સમજાઈ ગયું. તને આ બધા પત્રવ્યવહાર અને દસ્તાવેજી કામ કંટાળાજનક લાગે છે.

હેરી

પણ તારા માટે નહીં.

હર્માયની

હું મારા પોતાના કામમાં પહેલેથી જ વ્યસ્ત છું. જો, આ કેટલાક લોકો અને રાક્ષસો છે, જેઓ વોલ્ડેમૉર્ટને સાથ આપી રહ્યા છે અને મોટા જાદૂઈ યુદ્ધો લડી રહ્યા છે. આ બધા કાળા જાદૂના સાથીદારો છે. થિયોડોર નૉટ પાસેથી હમણા જ મળી આવેલી ચીજો અને આ બધા વચ્ચે કોઈક સંબંધ હોઈ શકે છે. પણ જાદૂઈ કાયદા અમલબજાવણી ખાતાના પ્રમુખને પોતાની ફાઈલો વાચવાનો સમય ન હોય તો –

હેરી

પણ આ બધા માટે આ ફાઈલો વાચવાની જરૂર જ નથી – હું બહાર ફરૂં છું, ત્યાં મને આ બધી ખબર મળી જ જાય છે. થિયોડોર નૉટનો જ દાખલો લે ને – તેની પાસે ટાઇમ–ટર્નર હોવાની અફવા સૌથી પહેલા મારા કાને જ પડી હતી. અને તેના પર કાર્યવાહી

પણ મેં જ કરી. એટલે વિનાકારણ મને સલાહ આપવાની જરાય જરૂર નથી.

હર્માયની હૅરી તરફ જુએ છે – આ એક વિચિત્ર ક્ષણ છે.

હર્માયની

ટૉફી ખાઈશ? પણ રૉનને કહેતો નહીં.

હૅરી

તું વાતનો વિષય બદલી રહી છે.

હર્માયની

જાણીજોઈને બદલી રહી છું. ટૉફી?

હૅરી

ના નથી જોઈતી. હમણા અમે સાકર ખાવાનું બંધ કર્યું છે.

હર્માયનીનો હેતુ સાધ્ય.

તને ખબર છે, આવી ચીજોનું વ્યસન લાગતા વાર નથી લાગતી.

હર્માયની

હું શું કહી શકું? મારા મૉમ–ડૅડ ડેન્ટિસ્ટ હતા, એટલે ગળ્યું ખાઈને તેમની સામે બળવો પોકારવો એ મારા માટે સ્વાભાવિક જ હતું. હવે ચાલીસ વર્ષની વયે આ ટેવ છોડવી એટલે જરાક મોડું થઈ ગયું કહેવાય... (*પોતાના મિત્ર તરફ જોઈને તે સ્મિત કરે છે*) પણ આ જો, તેં બહુ સારો નિર્ણય લીધો છે. ઠીક છે, હવે તને બિનજરૂરી સલાહ આપતાં બેસી રહેવાનો મારો પણ કોઈ ઈરાદો નથી, પણ મારે એટલું જ કહેવું છે કે તારે સમયસર કાગળ–દસ્તાવેજો પર નજર નાખી લેવી જોઈએ. જાદૂ પ્રધાન તરફથી આ હળવી ટકોર છે એ ધ્યાનમાં રાખજે. *(હૅરીના કપાળ પર સળ પડે છે)*

તેના આગ્રહમાં હૅરીને પરિણામના પડઘા સંભળાય છે, તે માથું ધુણાવે છે.

જિની કેમ છે? એલ્બસના શું સમાચાર છે?

હૅરી

એવું લાગે છે કે, આ કાગળ–દસ્તાવેજોના કામમાં હું જેટલો સારો છું એવો જ બાપ તરીકે પણ છું. રોઝ કેમ છે? હ્યુગો મજામાં?

હર્માયની *(હસી પડતાં)*

તને ખબર છે, રૉન મને હંમેશા કહે છે, હું તેના કરતાં મારી સેક્રેટરી એથિલ સાથે વધુ સમય વીતાવું છું. હવે કાં તો સારા માતા-પિતા બનો અથવા જાદૂ મંત્રાલયના આદર્શ અધિકારી બનો, આમાંથી કોઈ એક વિકલ્પની પસંદગી કરવાનું કોઈ દબાણ આપણા પર છે? હૅરી તારે અત્યારે તારા પરિવાર સાથે હોવું જોઈએ. વધુ એક વર્ષ માટે હૉગવર્ટ્સ એક્સપ્રેસ ઉપડવાનો સમય બસ થઈ જ રહ્યો છે – તારી પાસે બચ્યો છે એટલા સમયને માણી લે – અને પછી અહીં આવીને નવા ઉત્સાહ અને જોમ સાથે આ ફાઈલ્સ પર નજર નાખ.

હૅરી

તને ખરેખર લાગે છે કે આ બધી બાબુગીરીમાંથી કંઈક નીકળવાનું છે?

હર્માયની *(હસી પડે છે)*

કદાચ હા. પણ જો કંઈ નીકળે તો આવનારા જોખમ સામે લડવાનો માર્ગ શોધી શકાશે, હૅરી. અત્યાર સુધી આપણે આવું જ તો કરતા આવ્યા છીએ.

વધુ એકવાર સ્મિત કરતા એક ટૉફી મોંમાં પધરાવે છે અને ઑફિસમાંથી બહાર નીકળી જાય છે. હૅરી હવે એકલો છે. પોતાની બૅગમાં ચીજ-વસ્તુઓ ભરીને તે પણ ઑફિસની બહાર નીકળી જાય છે અને અત્યારે તે કૉરિડોરમાં ચાલી રહ્યો છે. તેના ખભા પર જાણે કે આખી દુનિયાનો બોજ છે, એ રીતે તે ચાલી રહ્યો છે.

થાકેલો હૅરી એક ટેલિફોન બૉક્સ પાસે જાય છે. 62442 નંબર ડાયલ કરે છે.

ટેલિફોન બૉક્સ

અલવિદા, હૅરી પૉટર

હૅરી જાદૂ મંત્રાલયથી દૂર નીકળી જાય છે.

અંક પહેલો દશ્ય છઠ્ઠું

હૅરી અને જિની પૉટરનું ઘર

એલ્બસને ઊંઘ આવતી નથી. તે દાદરાની ટોચ પર જઈને બેઠો છે. તેને નીચેથી અવાજ સંભાળાઈ રહ્યા છે. હૅરી દેખાય એ પહેલા તેનો અવાજ આપણને સંભળાય છે. તેની સાથે વ્હીલચૅર પર બેઠેલા એક વૃદ્ધ , ઍમૉસ ડિગોરી છે.

હૅરી

એમૉસ, મને સમજાય છે તમારી તકલીફ. ખરેખર સમજાય છે. પણ હું હજી હમણા જ ઘરે પહોંચ્યો છું અને –

ઍમૉસ

મેં મંત્રાલયમાં એપોઈન્ટમેન્ટ લેવાનો પ્રયાસ કર્યો છે. ત્યાંના લોકો કહે છે, 'આહ, મિ. ડિગોરી, એમ કરો, તમને તારીખ આપીએ. બે મહિના પછી આવજો.' મેં વાટ જોઈ. બહુ ધીરજપૂર્વક વાટ જોઈ.

હૅરી

–અને આમ મધરાતે તમે મારા ઘરે આવી પહોંચ્યા – અને એ પણ મારા બાળકો શાળાના નવા વર્ષની શરૂઆતની તૈયારીમાં છે ત્યારે જ – આ બરાબર નથી.

ઍમૉસ

બે મહિના પસાર થઈ ગયા. એ પછી મને ઘુવડ સાથે મોકલેલો એક પત્ર મળ્યો, 'મિ. ડિગોરી, અમે અત્યંત દિલગીર છીએ, પણ મિ. પૉટરને તાકીદે એક મહત્ત્વના કામ માટે બહાર જવું પડ્યું છે, આથી તમારી એપોઈન્ટમેન્ટ અમારે આગળ ધકેલવી પડે એમ છે. લગભગ

બે મહિનામાં તમને સમય આપવામાં આવશે.' અને એ પછી પાછું એનું એ જ... વારંવાર... સતત... તમે મને ટાળી રહ્યા છો.

હેરી

જરાય નહીં. તમને ટાળવાનો મારો કોઈ ઈરાદો નથી. પણ જાદૂ કાયદો અમલબજાવણી ખાતાના પ્રમુખ તરીકે મારા પર અનેક જવાબદારીઓ છે –

ઍમૉસ

એવું ઘણું બધું છે જેના માટે તમે જવાબદાર છો.

હેરી

હું સમજ્યો નહીં...

ઍમૉસ

મારો દીકરો સેડ્રિક. તમને સેડ્રિક યાદ છે કે નહીં?

હેરી *(સેડ્રિકને યાદ કરતા હેરીને પીડા થઈ રહી છે.)*

હા, મને યાદ છે તમારો દીકરો. તેનું મોત –

ઍમૉસ

વોલ્ડેમૉર્ટને તું જોઈતો હતો! મારો દીકરો નહીં! તેં તારા મોઢે આ વાત મને કહી છે. તેણે કહ્યું હતું, 'મારી નાખો આ બીજા છોકરાને.' બીજો છોકરો. મારો દીકરો, મારો હીરા જેવો દીકરો, ફાજલ હતો, બિનજરૂરી હતો...

હેરી

જુઓ મિ. ડિગોરી, તમારે સેડ્રિકની યાદમાં ક્યાંક સ્મારક બનાવવું હોય, તો એ વિશે મને સહાનુભૂતિ છે, પણ –

ઍમૉસ

તેનું સ્મારક? મને સ્મારક–બારકમાં કોઈ રસ નથી – હવે તો જરાય નહીં. મારી ઉંમર થઈ છે હવે – મને મારું મોત નજર સામે દેખાઈ રહ્યું છે. હું અહીં તમને એ પૂછવા – વિનંતી કરવા – આવ્યો છું, મારા સેડ્રિકને પાછો લાવવામાં મારી મદદ કરશો?

હેરી તેની સામે સ્તબ્ધ થઈને જુએ છે.

હેરી

પાછો લાવવામાં? ઍમૉસ, એ શક્ય નથી.

ઍમોસ

મંત્રાલય પાસે એક ટાઈમ–ટર્નર યંત્ર છે, છે ને?

હેરી

મંત્રાલયે બધા જ ટાઈમ–ટર્નર્સનો બહુ પહેલા નાશ કરી નાખ્યો છે.

ઍમોસ

હું અહીં આટલી ઉતાવળે આવ્યો છું કેમ કે , મારા કાને એક ઉડતી વાત આવી છે કે – મંત્રાલયે એક ગેરકાયદે ટાઈમ–ટર્નર યંત્ર કબજે કર્યું છે. થિયોડોર નૉટ પાસેથી આ યંત્ર હાલમાં જ જપ્ત કરવામાં આવ્યું છે. તપાસ માટે મંત્રાલયે આ યંત્ર પોતાના કબજામાં લીધું છે. મને બસ એક વાર એ ટાઈમ–ટર્નરનો ઉપયોગ કરવા દો. મને મારા દીકરાને પાછો લઈ આવવા દો.

એક લાંબી અને જીવલેણ શાંતિ ફેલાઈ જાય છે. હેરી માટે આ બધું બહુ જ મુશ્કેલ થઈ પડ્યું છે. એલ્બસ સાંભળતાં-સાંભળતાં વધુ નજીક સરકે છે.

હેરી

ઍમોસ, સમય સાથે આવી રમત? તમે જાણો છો કે, આવું શક્ય નથી.

ઍમોસ

જે છોકરો બચી ગયો એના માટે કેટલા લોકોએ પોતાના જીવની આહૂતિ આપવી પડી છે? હું તો બસ તમને એમાંના એકને પાછો લઈ આવવા વિનંતી કરૂં છું.

તેની આ વાતથી હેરી ઘવાય છે. તે વિચારી રહ્યો છે, તેનો ચહેરો તંગ થાય છે.

હેરી

તમે જે કંઈ સાંભળ્યું છે – થિયોડોર નૉટ વિશે એ કાલ્પનિક વાત છે, તદ્દન ઉપજાવી કાઢેલી. મને માફ કરો, ઍમોસ.

ડેલ્ફી

હેલો.

આ અવાજ સાંભળીને એલ્બસ ચમકી ને કૂદી પડે છે – દાદરમાંથી એલ્બસ તરફ જોઈ રહેલી વયની વીસીમાંની એક મક્કમ, જિદ્દી અને બોલકણી યુવતી આપણી સામે આવે છે.

ઓહ. સૉરી. મારો ઈરાદો તને ડરાવવાનો નહોતો. મેં પણ ઘણીવાર દાદર પરથી લોકોની વાતો લપાઈને સાંભળી છે. દાદર પર બેસી કાન લગાડીને લોકોની વાતો સાંભળવાની તો લહેજત જ ન્યારી છે.

એલ્બસ

તું કોણ છે? કેમ કે, આ મારું ઘર છે અને...

ડેલ્ફી

હું ચોર છું, ખરેખર. તમારી પાસે જે કંઈ છે, એ બધું જ હું હમણાં જ ચોરીને લઈ જઈશ. તમારૂં સોનું-નાણું, જાદૂઈ લાકડી અને તારા ચૉકલેટ ફ્રૉગ્સ પણ! *(ડેલ્ફી પહેલા તો દુષ્ટપણે જુએ છે પણ પછી સ્મિત કરે છે.)* તો હું ડેલ્ફિની ડિગોરી, *(તે દાદરા ચડીને ઉપર આવે છે અને પોતાનો હાથ લંબાવે છે.)* ડેલ્ફી. હું તેમની ઍમૉસ કાકાની સંભાળ રાખું છું – એટલે કે એવો મારો પ્રયાસ હોય છે. *(ઍમૉસ તરફ આંગળી ચીંધે છે.)* અને તું?

એલ્બસ *(ખિન્ન સ્મિત સાથે)*

હું એલ્બસ.

ડેલ્ફી

અરે યાર એ તો મને ખબર છે! એલ્બસ પૉટર! તો હૅરી તારા ડૅડ છે? બહુ સૉલિડ કહેવાયને?

એલ્બસ

એવું કાંઈ નથી.

ડેલ્ફી

અરેરેરે... મને લાગે છે મેં દુખતી નસ પર હાથ મૂકી દીધો, બરાબર ને? સ્કૂલમાં પણ મારા વિશે એવું જ કહેવાતું . ડેલ્ફિની ડિગોરી – દુનિયામાં એવી કોઈ બાબત નથી જ્યાં તે માથું ન માર્યું હોય.

એલ્બસ

સ્કૂલમાં મને પણ લોકો આવું ઘણું બધું કહે છે.

વિરામ. તે એલ્બસને ધ્યાનથી નીરખી રહી છે.

ઍમૉસ

ડેલ્ફી.

ડેલ્ફી જવા માટે નીકળે છે પણ પછી થોડી ખમચાય છે. તે એલ્બસને સ્મિત આપે છે.

ડેલ્ફી

કોના ઘરમાં જન્મ લેવો એ આપણા હાથમાં નથી, ઍમૉસ માત્ર મારા પૅશન્ટ નથી, એ મારા કાકા પણ છે. મેં અપ્પર ફ્લૅગ્લીમાં નોકરી લીધી એનું એક કારણ આ પણ છે. પણ આ બધું હવે બહુ મુશ્કેલ થઈ રહ્યું છે. ભૂતકાળમાં અટકી પડેલા અને તેમાં જ જીવતા લોકો સાથે રહેવું બહુ મુશ્કેલ હોય છે, બરાબર ને?

ઍમૉસ

ડેલ્ફી!

એલ્બસ

અપ્પર ફ્લૅગ્લી ક્યાં છે?

ડેલ્ફી

જાદૂગરો અને જાદૂગરણીઓ માટેનું સૅન્ટ ઓસ્વાલ્ડ વૃદ્ધાશ્રમ છે ત્યાં. આવજે ક્યારેક. આવવાનું મન થાય તો.

ઍમૉસ *(જોરથી બરાડે છે)*

ડેલ્ફી!

તે સ્મિત કરે છે અને દાદરો ઉતરતી વખતે લથડી પડે છે. ઍમૉસ અને હૅરી વાતો કરી રહ્યા છે એ દીવાનખાનામાં જાય છે. એલ્બસની નજર તેના પર જ છે.

ડેલ્ફી

શું હતું, કાકા?

ઍમૉસ

આમને મળ, આ છે એક સમયના બહુ મોટા જાદૂગર હૅરી પૉટર અને અત્યારે જાદૂ મંત્રાલયના એક પથ્થરદિલ અધિકારી. તો ચાલો સાહેબ, તમે શાંતિથી જીવો. અલબત, શાંતિ શબ્દ તમારી બાબતમાં યોગ્ય ગણાય કે કેમ એ વિશે જરા... ડેલ્ફી, મારી વ્હીલચેર...

ડેલ્ફી

હા કાકા.

ઍમૉસની વ્હીલચેરને ધક્કો મારતા તે બહાર લઈ જાય છે. હૅરી હતાશ થઈને ઊભો છે. એલ્બસ તેને જોઈ રહ્યો છે અને ઊંડા વિચારોમાં સરી પડ્યો છે.

અંક પહેલો દૃશ્ય સાતમું

હેરી અને જિની પૉટરનું ઘર, એલ્બસનો ઓરડો

એલ્બસ પોતાના પલંગ પર બેઠો છે. તેના ઓરડા બહારની દુનિયામાં અનેક ઘટનાઓ આકાર લઈ રહી છે. બહાર સતત ધમાલ ચાલી રહી છે, પણ તે સાવ શાંત છે. (ક્યાંક દૂરથી) જેમ્સના બૂમબરાડા સંભળાઈ રહ્યા છે.

જિની

જેમ્સ, વાળને છોડ અને તારા વેરવિખેર રૂમને જરા બરાબર કર...

જેમ્સ

હું વાળને કઈ રીતે છોડી દઉં? મારા વાળ ગુલાબી થઈ ગયા છે! હવે આ વાળ છૂપાવવા માટે મારે અદૃશ્ય કરનારા ઝભ્ભાનો ઉપયોગ કરવો પડશે!

જેમ્સ રૂમના દરવાજા પર આવે છે. તેના વાળ ગુલાબી છે.

જિની

તને તારા ડેડે આ ઝભ્ભો આવી બધી ચીજો માટે નથી આપ્યો.

લિલી

મારી જાદૂઈ કાઢાની ચોપડી જોઈ છે કોઈએ ?

જિની

લિલી પૉટર, આવતીકાલે સ્કૂલમાં જતી વખતે આવું કંઈ પહેરીશ તો નહીં ચાલે હં... સમજાયું ને ?

લિલી એલ્બસના દરવાજા પાસે આવે છે. તેણે પરી જેવી ફફડાટ કરતી પાંખો પહેરી છે.

લિલી

મને તો આ બહુ ગમે છે, જો ને કેવી મસ્ત ફફડે છે.

લિલી જતી રહે છે, એટલામાં હેરી દરવાજા પાસે આવે છે અને અંદર ડોકિયું કરે છે.

હેરી

એલ્બસ

બંને વચ્ચે થોડીકવાર માટે વિચિત્ર કહી શકાય એવી શાંતિ છે. જિની દરવાજા પાસે આવે છે. પરિસ્થિતિનો તાગ લે છે અને પછી એકાદ ક્ષણ ત્યાં જ રોકાઈ જાય છે.

હું તો બસ તને હૉગવટ્ર્સ જવા પહેલાની ભેટો આપવા આવ્યો છું – રૉને મોકલી છે જો...

એલ્બસ

ઓકે. પ્રેમભાવનો કાઢો. ભલે.

હેરી

કદાચ રૉન મામા તમારી સાથે મજાક કરી રહ્યા છે –ખબર નહીં શું છે... લિલી માટે તેણે વાછૂટ કરતા નોમ્સ મોકલ્યા છે, જેમ્સને એક દાંતિયો ભેટમાં મળ્યો છે, જેના કારણે તેના વાળ ગુલાબી થઈ ગયા છે – રૉન ખરેખર રૉન જ છે.

હેરી એલ્બસનો પ્રેમભાવનાનો કાઢો પલંગ પર મૂકે છે.

હું પણ તારા માટે – આ તને મારા તરફથી...

હેરી એક નાનો ધાબળો બહાર કાઢે છે. જિની ધાબળાને જુએ છે – હેરી એલ્બસ સાથે સેતુ બાંધવાનો પ્રયાસ કરી રહ્યો છે એ જોઈને તે હળવેકથી ત્યાંથી સરકી જાય છે.

એલ્બસ

આ જૂનો ધાબળો?

હેરી

આ વર્ષે તને શું આપવું, એના પર મેં બહુ વિચાર કર્યો. જેમ્સ – એ તો ઘણા વખતથી અદશ્ય કરનારા ઝભ્ભાની માગણી પકડીને બેઠો હતો. અને લિલી – મને ખબર હતી તેને ફડફડતી પાંખો ગમશે – પણ તું. એલ્બસ, તું હવે ચૌદ વર્ષનો થઈ ગયો છે, અને મારી ઇચ્છા હતી કે હું કંઈક તને કંઈક એવું આપું, જેનું આગવું મહત્ત્વ

હોય. આ ધાબળો – મારી માએ આપેલી મારી પાસેની છેલ્લી ચીજ છે. બસ આ એક જ ચીજ મને તેમની પાસેથી મળી હતી. મને આ ધાબળામાં વીંટાળીને ડર્સલીઓને સોંપવામાં આવ્યો હતો. મને એમ હતું કે, આ ધાબળો મેં હંમેશ માટે ખોઈ નાખ્યો છે –પણ તારાં દાદી એટલે કે મારા માસી પેટ્યુનિયા ગુજરી ગયાં ત્યારે, તેમના સામાનમાંથી ડડલીને આ મળી આવ્યો – તેણે પ્રેમથી મને મોકલી આપ્યો હતો. અને ત્યારથી જ્યારે પણ મને નસીબનો સાથ જોઈતો હોય એવું લાગે છે ત્યારે હું આ ધાબળો શોધી કાઢું છું અને તેને પકડી રાખું છું. મને લાગ્યું કે તને પણ...

એલ્બસ

મને પણ આ ધાબળો પકડી રાખવા જેવું લાગશે? ઠીક છે. રાખીશ. જોઈએ... આનાથી મને નસીબનો સાથ મળે છે કે નહીં. આમ પણ મને અત્યારે નસીબના સાથની સૌથી વધુ જરૂર છે.

એલ્બસ ધાબળાને સ્પર્શ કરે છે.

પણ મને લાગે છે, ડૅડ... તમારે આ તમારી પાસે જ રાખવો જોઈએ.

હેરી

મને લાગે છે – મને વિશ્વાસ છે કે, પેટ્યુનિયા માસી આ મને જ આપવા માગતાં હતાં, એટલે જ તેમણે આટલા વર્ષ આ ધાબળો સંભાળી રાખ્યો હશે. અને હવે મારી ઇચ્છા છે કે, મારી પાસેથી આ તને મળે. મારી મા વિશે મારી પાસે ખાસ જાણકારી નથી – પણ મને લાગે છે કે તેની પણ ઇચ્છા એ જ હોત કે આ ધાબળો તને મળે. મને પણ તેની યાદોમાં ખોવાઈ જવાનું ગમે છે. કદાચ આપણે બંને પણ...

એલ્બસ

ડૅડ સાંભળોને, મારે હજી ઘણો સામાન પૅક કરવાનો બાકી છે અને તમને પણ જાદૂ મંત્રાલયનું કામ તો હશે જ. તો...

હેરી

એલ્બસ, મને દિલથી લાગે છે કે, તારે આ ધાબળો રાખી લેવો જોઈએ.

એલ્બસ

અને આને રાખીને હું શું કરીશ? ડૅડ, પરીની પાંખો સમજી શકાય છે. અદશ્ય કરનારો ઝભ્ભો – એ પણ સમજાય એવું છે – પણ આ ધાબળો – ખરેખર?

હેરી થોડોક નિરાશ થાય છે. તે પોતાના દીકરા તરફ જુએ છે, તેની સાથે સંવાદ સાધવા તેના હૃદયને સ્પર્શવા તે તત્પર છે.

હેરી

તારે મદદની જરૂર છે? સામાન પૅક કરવામાં. પૅકિંગ એ મારૂં મનગમતું કામ રહ્યું છે. કેમ કે એનો અર્થ એ થતો કે, હું પ્રાયવેટ ડ્રાઈવમાંથી હૉગવર્ટ્સ જઈ રહ્યો છું. હૉગવર્ટ્સ. મારૂં ઘર હતું... વેલ, હું જાણું છું તને સ્કૂલ જવું ગમતું નથી, પણ...

એલ્બસ

મને ખબર છે, તમારા માટે હૉગવર્ટ્સ દુનિયાની સૌથી અદભુત જગ્યા છે. માસી અને માસાથી ત્રસ્ત એક બિચારા અનાથ છોકરા માટે –

હેરી

એલ્બસ, બસ થયું – આપણે આ વિશે વાત ન કરીએ તો –

એલ્બસ

ડડલી જેવા માસિયાઈ ભાઈની કનડગતથી ત્રાસેલો છોકરો, જેના માટે હૉગવર્ટ્સ તારણહાર સાબિત થઈ... વગેરે... વગેરે... વગેરે... મને બધું જ ખબર છે ડૅડ.

હેરી

એલ્બસ પૉટર, આ વખતે હું તારી જાળમાં ફસાવાનો નથી, મને ખબર છે તું મને ખીજવવાનો પ્રયાસ કરી રહ્યો છે.

એલ્બસ

એ બિચારો અનાથ છોકરો જેણે અમને બધાને અનિષ્ટથી બચાવ્યા – આ હું આખી જાદૂઈ દુનિયા વતી કહી રહ્યો છું. તમે દેખાડેલી બહાદુરી, સમજદારી અને ધીરજ માટે અમે તમારો જેટલો આભાર માનીએ ઓછો છે. હવે તમે કહેતા હો તો તમને સાષ્ટાંગ પ્રણામ કરૂં?

હેરી

એલ્બસ, પ્લીઝ – તને ખબર છે કે મને ક્યારેય કોઈની પાસેથી આભારની અપેક્ષા નહોતી.

એલ્બસ

પણ આ ક્ષણે હું આભારની ભાવનાથી ઊભરાઈ રહ્યો છું. કદાચ આ જૂના-પુરાણા ધાબળાએ મને પ્રેરણા આપી હોય એવું લાગે છે...

હેરી

જૂનો–પુરાણો ધાબળો?

એલ્બસ

તમને શું લાગ્યું... આ ધાબળો જોઈને હું તમને વળગી પડીશ? હું તમને એમ કહીશ, કે હું તમને હંમેશા મારા દિલના ઊંડાણથી પ્રેમ કરતો હતો? શું જોઈએ છે શું તમને? બોલો? બોલી નાખો ને...

હેરી *(આખરે પોતાનો પિત્તો ગુમાવી બેસે છે)*

એક વાત કહું? તારી નાખુશીનું ઠીકરૂં તું દર વખતે મારા પર ફોડે છે ને એનાથી હું વાજ આવી ગયો છું. તું નસીબદાર છે કે તારી પાસે ડૅડ છે. મારા નસીબમાં એ પણ નહોતું. સમજાયું?

એલ્બસ

અને એમાં નસીબદાર હોવા જેવું શું છે?

હેરી

તો તું ઇચ્છે છે કે હું મરી જાઉં?

એલ્બસ

ના! હું બસ એટલું જ ઇચ્છું છું કે, તમે મારા ડૅડ ન હોત તો સારૂં હોત...

હેરી *(ગુસ્સાથી લાલચોળ થઈને)*

એમ... ? મને પણ ઘણીવાર લાગે છે કે... તું મારો દીકરો ન હોત તો કેટલું સારૂં થયું હોત.

શાંતિ ફેલાઈ જાય છે. એલ્બસ માથું ધુણાવે છે. થોડીક વાર માટે શાંતિ. પોતે જે બોલી ગયો એની ગંભીરતા હેરીને સમજાય છે.

મારા કહેવાનો અર્થ એ નહોતો...

એલ્બસ

તમે એ જ તો બોલ્યા.

હેરી

એલ્બસ, મને કઈ રીતે ઉશ્કેરવો એ તું બરાબર જાણે છે...

એલ્બસ

તમારા મનની વાત તમે બોલી જ ગયા ને. અને સાચું કહું તો... આના માટે હું તમને દોષ આપતો નથી...

ભયાનક શાંતિ ફેલાઈ જાય છે.

મને લાગે છે કે તમારે મને એકલો છોડી દેવો જોઈએ.

હૅરી

એલબ્સ, પ્લીઝ...

એલ્બસ એ ધાબળાને ઉપાડીને ફેંકી દે છે. ધાબળો જઈને રૉનના પ્રેમભાવના કાઢા સાથે અથડાય છે અને કાઢો પલંગ પર અને ધાબળા પર ફેલાઈ જાય છે. તેમાંથી ધુમાડો નીકળે છે.

એલ્બસ

નસીબ અને પ્રેમ... બંનેમાંથી એકેય મને નહીં મળે.

એલ્બસ રૂમમાંથી બહાર દોડી જાય છે. હૅરી પણ તેની પાછળ જાય છે.

હૅરી

એબ્લસ. એલ્બસ... પ્લીઝ મારી વાત સાંભળ...

અંક પહેલો **દૃશ્ય આઠમું**

સપનું, ખડક પરની ઝૂંપડી

એક મોટો ધડાકો થાય છે. એ પછી કશુંક જોરથી તૂટી પડ્યાનો અવાજ આવે છે. ડડલી ડર્સલી, પેટ્યુનિયા માસી અને વેર્નોન કાકા એક પલંગની પાછળ સંતાયેલા દેખાય છે.

ડડલી ડર્સલી

મૉમ, મને આ જરાય ગમ્યું નથી.

પેટ્યુનિયા માસી

મને ખબર જ હતી, અહીં આવીને આપણે બહુ મોટી ભૂલ કરી છે. વેર્નોન. વેર્નોન. આપણે સંતાઈ શકીએ એવી કોઈ જગ્યા પણ નથી અહીં. એમ તો દીવાદાંડી પણ અહીંથી કંઈ બહુ દૂર નથી!

વધુ એક મોટો ધડાકો થાય છે.

વેર્નોન કાકા

એક મિનિટ. એક મિનિટ. જે કોઈપણ હોય હું એને અંદર આવવા નહીં દઉં.

પેટ્યુનિયા માસી

આપણને શાપ મળ્યો છે! આ છોકરાએ આપણને શાપ આપ્યો છે! આ છોકરાએ આપણને શાપ આપ્યો છે! *(નાનકડા હૅરી તરફ જોતાં.)* આ બધું તારા કારણે થઈ રહ્યું છે. જા જઈને તારા ખૂણામાં બેસી જા.

વેર્નોન કાકા પોતાની રાઈફલ બહાર કાઢે છે અને નાનો હૅરી હચમચી જાય છે.

વેર્નોન કાકા

દરવાજા પર જે કોઈ હોય... હું ચેતવણી આપું છું કે – મારી પાસે બંદૂક છે.

એટલામાં એક જોરદાર તડાકો સંભળાય છે. અને ઝૂંપડીનો દરવાજો મિજાગરા સહિત ઉખડી જાય છે. દરવાજાની વચ્ચોવચ હેગ્રિડ ઊભો છે. અંદરના બધા પર તે નજર ફેરવી રહ્યો છે.

હેગ્રિડ

આપણા માટે કોઈ એક કપ ચા તો ચડાવો, ચા ચડાવશો? અહીં સુધીના પ્રવાસમાં બહુ થાકી જવાયું છે.

ડડલી ડર્સલી

બાપ રે. કોણ છે આ.

વેર્નોન કાકા

પાછળ જા. કહું છું પાછળ જા. પેટ્યુનિયા મારી પાછળ આવ, મારી પાછળ, ડડલી. આ ઘુસણખોરને તો હું હમણા તગેડી મૂકું છું.

હેગ્રિડ

ઘુસણ... શું? *(તે વેર્નોન કાકાની બંદૂક પોતાના હાથમાં લઈ લે છે.)* આવી બંદૂક જોયાને ઘણો વખત થઈ ગયો. *(બંદૂકનું નાળચું વાળીને તે ગાંઠ મારી દે છે.)* ઓત્તારી. *(અને એકાએક જ તેનું ધ્યાન નાના હૅરી તરફ દોરાય છે.)* હૅરી પૉટર.

નાનો હૅરી

હેલો.

હેગ્રિડ

લે, છેલ્લે મેં તને જોયેલો ત્યારે તું સાવ નાનો હતો. તું અદ્દલ તારા ડૅડ જેવો જ દેખાય છે. પણ તારી આંખ તારી મૉમ જેવી છે.

નાનો હૅરી

તમે મારા મૉમ–ડૅડને ઓળખો છો?

હેગ્રિડ

ઓત્તારી. લે, હું તો રીતભાત પણ ભૂલી રહ્યો છું! તને જન્મદિવસની ઘણી બધી શુભેચ્છાઓ. તારા માટે હું કંઈક લાવ્યો છું – મને લાગે છે રસ્તામાં કદાચ હું એના પર બેસી ગયો હતો, પણ એનો સ્વાદ તો બરાબર હોવો જોઈએ.

કોટની અંદરથી તે એક દબાયેલી ચૉકલેટ કેક બહાર કાઢે છે. તેના પર લીલા રંગની આઈસિંગથી 'હૅપી બર્થડે હૅરી' લખ્યું છે.

નાનો હૅરી

તમે કોણ છો?

હૅગ્રિડ (*હસી પડે છે*)

લે, એ તો હું ભૂલી જ ગયો. મેં મારી ઓળખ જ નથી આપી. હું રૂબીયસ હૅગ્રિડ. હૉગવર્ટ્સનો રખેવાળ. *(પોતાની આસપાસ જુએ છે.)* અરે, પછી ચાનું શું થયું? ચા કરતાં કંઈક વધુ કડક હોય તો એ પણ ચાલશે આપણને... પહેલેથી જ કહી દીધું... હા..

નાનો હૅરી

હૉગ.. ક્યાં?

હૅગ્રિડ

હૉગવર્ટ્સ. લે, મને એમ કે તમને બધાને હૉગવર્ટ્સ વિશે બધું ખબર જ હશે.

નાનો હૅરી

અ... મને ખબર નથી. સૉરી.

હૅગ્રિડ

સૉરી? લે, સૉરી તો આ લોકોએ કહેવું જોઈએ! તને પત્રો મળતા નથી એ હું જાણતો હતો, પણ મને એ ખબર નહોતી કે તારી પાસે હૉગવર્ટ્સ વિશે કોઈ માહિતી જ નથી. તારા મૉમ-ડૅડ આ બધું ક્યાંથી શીખ્યા એનો તને ક્યારેય વિચાર નથી આવ્યો.

નાનો હૅરી

શું શીખ્યાં હતાં?

હૅગ્રિડ ગુસ્સામાં દાંત કચકચાવતો વેર્નોન કાકા તરફ વળે છે.

હૅગ્રિડ

લે, આનો અર્થ એ થયો કે, આ છોકરાને –આ છોકરાને તમે કંઈ કહેતાને કંઈ કહ્યું નથી. કોઈપણ બાબત વિશે આને કંઈ જ ખબર નથી?

વેર્નોન કાકા

આ છોકરાને કંઈપણ કહેતાં હું તને રોકું છું!

નાનો હૅરી

મને કહો ને, શું છે?

હૅગ્રિડ પહેલા વેર્નોન કાકા તરફ જુએ છે અને પછી નાના હૅરી તરફ.

હૅગ્રિડ

હૅરી– તું એક જાદૂગર છે. તેં આખી જાદૂઈ દુનિયા બદલી નાખી છે. તું આખા જાદૂઈ વિશ્વમાં સૌથી પ્રસિદ્ધ જાદૂગર છે.

અને પછી તેની રૂમની પાછળની તરફથી સૌના કાનમાં ગણગણાતા હોય એવા શબ્દો સંભળાય છે. અવાજ વોલ્ડેમૉર્ટનો છે...

હૅરરરરરી પૉટટટટટટર...

અંક પહેલો દૃશ્ય નવમું

હૅરી અને જિની પૉટરનું ઘર, શયનખંડ

હૅરી અચાનક ઊંઘમાંથી ઝબકીને જાગી જાય છે. મધરાતે તે હાંફી રહ્યો છે.

તે એક ક્ષણ માટે રાહ જુએ છે. પોતાને શાંત કરવાનો પ્રયાસ કરે છે. અને ત્યારે જ તેના કપાળમાં તીવ્ર વેદના થાય છે, તેના ઘામાં. પોતાની આસપાસ કાળો જાદૂ ફરી રહ્યાનો આભાસ તેને થાય છે.

જિની

હૅરી...

હૅરી

હવે હું બરાબર છું. તું સૂઈ જા.

જિની

લ્યુમોસ.

જિનીની જાદૂઈ લાકડીના પ્રકાશથી આખો ઓરડો પ્રકાશિત થઈ જાય છે. હૅરી તેની તરફ જુએ છે.

ખરાબ સપનું જોયું?

હૅરી

હા.

જિની

શેના વિશે?

હેરી

ડર્સલી – એટલે કે શરૂઆત ત્યાંથી થઈ – અને પછી બીજી દિશામાં ફંટાઈ ગયું.

થોડીક ક્ષણો વીતે છે. જિની હેરી સામે જુએ છે – તેના મનનો તાગ મેળવવાનો પ્રયાસ કરે છે.

જિની

તને ઊંઘનો કાઢો આપું?

હેરી

ના. હું બરાબર થઈ જઈશ. તું સૂઈ જા.

જિની

તું બરાબર તો નથી લાગી રહ્યો.

હેરી કશું જ બોલતો નથી.

(તેનો ઉશ્કેરાટ જોતાં.) ઍમૉસ ડિગોરીને સમજાવવાનું કામ આસાન નથી ને.

હેરી

એકવાર... તેમના ગુસ્સાનો સામનો હું કરી શકું છું. પણ તેમની વાત સાચી છે... એ વાસ્તવિકતા પચાવવી થોડી મુશ્કેલ છે. મારા કારણે ઍમૉસને પોતાનો દીકરો ગુમાવવો પડ્યો છે–

જિની

એ વાતનો દોષ તું તારા પર ઓઢી લે છે એ વાત મને તો બરાબર નથી લાગતી –

હેરી

–અને મારી પાસે આપવા માટે કોઈ જવાબ નથી – કોઈનેય આપવા માટે મારી પાસે જવાબ નથી. બસ, હું ખોટું જ બોલી શકું એમ છું.

જિની જાણે છે – હેરી શેના વિશે અથવા કોના વિશે વાત કરી રહ્યો છે.

જિની

તો આ કારણ છે તારા ઉશ્કેરાટનું? તારે નહોતું જવું એના રૂમમાં, તને ખબર તો છે... હૉગવર્ટ્સ જવા પહેલાની રાત પર તારે પસંદગી ઉતારવી નહોતી જોઈતી. એલને ધાબળો આપવાનો તારો પ્રયાસ ખરેખર સારો હતો...

હેરી

પણ મેં ધાબળો આપ્યો એ પછી બાજી બગડવાની શરૂઆત થઈ... અને મારાથી ગુસ્સામાં એલફેલ બોલાઈ ગયું જરા...

જિની

મેં સાંભળ્યું.

હેરી

અને તોય તું મારી સાથે વાત કરી રહી છે?

જિની

કેમ કે મને ખબર છે, યોગ્ય સમય આવશે ત્યારે તું એની માફી માગી લઈશ. અને કહીશ કે, તારો કહેવાનો અર્થ એ નહોતો. અને ગુસ્સાના આવેશમાં તું જે કંઈ બોલ્યો એના કારણે સારી વાતો કહેવાની રહી ગઈ. તારે એની સાથે ખુલ્લા મને વાત કરવી જોઈએ હેરી... એની અપેક્ષા બસ એટલી જ છે.

હેરી

કાશ એ પણ જેમ્સ કે લિલી જેવો જ હોત.

જિની *(શુષ્કપણે)*

હા, પણ કદાચ આટલા ખુલ્લા મનથી પણ નહીં.

હેરી

ના, હું એનામાં કશું જ બદલવા નથી માગતો... પણ હું એ બધું સમજી શકું છું અને...

જિની

એલ્બસ અલગ છે અને એ સારી વાત છે. અને જ્યારે તારામાંનો હેરી પૉટર બહાર આવે છે ત્યારે તે પારખી લે છે – એને તારામાંનો સાચો પિતા જોઈએ છે, હેરી.

હેરી

'સત્ય જેટલું સુંદર હોય છે એટલું જ ભયંકર પણ હોય છે. આથી સત્ય સાથે બહુ સાવચેતીપૂર્વક કામ લેવું જોઈએ.'

જિની તેની તરફ આશ્ચર્યપૂર્વક જુએ છે.

ડમ્બલડોર આવું કહેતા.

જિની

બાળકને આવું કહેવું એ જરા વિચિત્ર ગણાય.

હૅરી

પણ જો તમારી ધારણા એવી હોય કે, દુનિયાને બચાવવા માટે બાળકે મરી જવું જોઈએ – તો નહીં.

હૅરી ફરીથી ઊંડા શ્વાસ લઈ રહ્યો છે – અને પોતાના કપાળને હાથ ન અડાડવાના પોતાનાથી બનતા શ્રેષ્ઠ પ્રયાસો કરે છે.

જિની

હૅરી, શું થાય છે તને?

હૅરી

કશું જ નહીં. હું બરાબર છું. હું તારી વાત સાંભળી રહ્યો છું. હું તેની સાથે –

જિની

તારા ઘામાંથી સણકા ઉપડી રહ્યા છે?

હૅરી

ના. ના. હું એકદમ બરાબર છું. હવે, આ વાત પડતી મૂકીએ અને આડા પડીએ.

જિની

હૅરી, છેલ્લે આ ઘામાં તને ક્યારે વેદના થઈ હતી?

હૅરી વળીને જિની તરફ જુએ છે. તેનો ચહેરો બધું કહી દે છે.

હૅરી

બાવીસ વર્ષ થયા.

અંક પહેલો દૃશ્ય દસમું

હૉગવર્ટ્સ એક્સપ્રેસ

એલ્બસ ટ્રેનના ભીડભર્યા ડબામાંથી ઝડપથી પસાર થઈ રહ્યો છે. કોઈનું ધ્યાન પોતાની તરફ ન જાય એ માટે તેણે માથું નીચે રાખ્યું છે.

રોઝ
એલ્બસ, હું તને જ શોધી રહી હતી...

એલ્બસ
મને? શા માટે!

રોઝ
એલ્બસ, આપણે ચોથા વર્ષમાં પહોંચ્યા છીએ. આપણા માટે આ વધુ એક નવા વર્ષની શરૂઆત છે. મારે તારી સાથે ફરીથી દોસ્તી કરવી છે.

એલ્બરા
આપણે ક્યારેય મિત્રો નહોતા.

રોઝ
આટલી કડવાશ સાથે કેમ બોલી રહ્યો છે? હું છ વર્ષની હતી ત્યારે તું મારો સૌથી સારો દોસ્ત હતો !

એલ્બસ
એ તો બહુ જૂની વાત થઈ.
તે ત્યાંથી નીકળી જવાની તૈયારીમાં છે એટલામાં રોઝ તેને એક ખાલી ડબામાં ખેંચી જાય છે.

રોઝ

તેં અફવા સાંભળી કે નહીં? મંત્રાલયે એક બહુ મોટો દરોડો પાડ્યો હતો, થોડા દિવસ પહેલા. તારા ડૅડે બહુ જ સાહસિક કામ કર્યું હોવાની ચર્ચા છે.

એલ્બસ

મને ખબર ન હોય એવી વાતો હંમેશાં તારા સુધી કઈ રીતે પહોંચી જાય છે?

રોઝ

દેખીતી વાત છે – જે જાદૂગરના ઘર પર તેમણે દરોડો પાડ્યો તેનું નામ થિયોડોર નૉટ છે. જાદૂના કાયદા–નિયમોનો ભંગ કરતી અનેક પ્રકારની વસ્તુઓ તેની પાસેથી જપ્ત કરવામાં આવી છે. આ કારણસર મંત્રાલયમાં ગભરાટ ફેલાયો છે. તેમને એક ટાઈમ–ટર્નર યંત્ર પણ મળ્યું છે. અને એ પણ એકદમ ઉચ્ચ દરજ્જાનું.

એલ્બસ રોઝ તરફ જોઈ રહ્યો છે, હવે બધું બરાબર થાળે પડી રહ્યું છે.

એલ્બસ

ટાઈમ–ટર્નર યંત્ર? મારા ડૅડને ટાઈમ–ટર્નર મળ્યું છે?

રોઝ

શશ્શ...! ધીમે બોલ. મજાની વાત છે ને?

અલ્બસ

તને પાકી ખાતરી છે?

રોઝ

એકદમ પાકી

એલ્બસ

હશે. હજી તો મારે સ્કૉર્પિયસને શોધવાનો છે.

તે સ્કૉર્પિયસને શોધતો ટ્રેનમાં આગળ વધે છે. રોઝ તેની પાછળ–પાછળ જ છે. હજી તેણે પોતાના મૂળ મુદ્દો તેને કહ્યો નથી.

રોઝ

એલ્બસ!

એલ્બસ તેની તરફ નિર્ણાયક દૃષ્ટિએ જુએ છે.

એલ્બસ

મારી સાથે વાત કરવા તને કોણે કહ્યું છે?

રોઝ *(પૂરી તૈયારી સાથે)*

ઠીક છે, મને લાગે છે કે કદાચ તારી મૉમે મારા ડૅડને કહ્યું હશે – પણ એ તો તેમને તારી ચિંતા છે એટલે. અને મને એવું લાગે છે કે –

એલ્બસ

રોઝ, પ્લીઝ મને એકલો છોડી દે.

સ્કૉર્પિયસ તેના હંમેશના ડબામાં બેઠો છે. પહેલા એલ્બસ અંદર જાય છે, રોઝ હજી પણ તેની પાછળ ને પાછળ જ છે.

સ્કૉર્પિયસ

એલ્બસ! ઓહ, હેલો રોઝ, તારામાંથી આ શેની ગંધ આવી રહી છે?

રોઝ

શું કહ્યું મારામાંથી ગંધ આવે છે? શેની ગંધ આવે છે?

સ્કૉર્પિયસ

ના, એટલે હું સારા અર્થમાં કહી રહ્યો છું. તારામાં મસ્ત મજાના તાજાં ફૂલો અને તાજા – બ્રૅડના મિશ્રણ જેવી સુગંધ આવે છે.

રોઝ

એલ્બસ, હું અહીં આસપાસમાં છું, સમજ્યો? જરૂર પડે તો મને અવાજ આપજે.

સ્કૉર્પિયસ

મારો કહેવાનો અર્થ છે, સરસ બ્રૅડ, મસ્ત બ્રૅડ, બ્રૅડ... હવે બ્રૅડમાં શું ખોટું છે?

રોઝ માથું ધુણાવતી ત્યાંથી જતી રહે છે.

રોઝ

પાછો પૂછે છે, બ્રૅડમાં શું ખોટું છે!

એલ્બસ

હું બધે તને જ શોધી રહ્યો હતો...

સ્કૉર્પિયસ

અને હવે હું તને મળી ગયો છું. લે કર વાત, જાણે કે હું સંતાઈને બેઠો હતો. તને તો ખબર છે ને કે હું હંમેશાં વહેલો આવી જાઉં છું

અને જગ્યા પકડી લઉં છું... લોકો મને ધારી–ધારીને જોયા કરે અને મને ચીડવે એના કરતાં હું આવીને ટ્રેનમાં બેસી જાઉં છું. લોકો મારી બૅગ પર 'વોલ્ડેમોર્ટનો દીકરો' લખી ન કાઢે એ માટે હું જલ્દી આવી જાઉં છું. આ બધું ક્યારેય બંધ થવાનું નથી. રોઝને હું ગમતો હોઉં એવું લાગતું નથી, એવું જ છે ને?

એલ્બસ પોતાના મિત્રને ગાઢ આલિંગન આપે છે. તેઓ થોડીવાર માટે આમ જ રહે છે. આનાથી સ્કૉર્પિયસને આશ્ચર્ય થઈ રહ્યું છે.

ઓકે, અરે એ, ઉહ, આ પહેલા આપણે એકબીજાને ક્યારેય ગળે મળ્યા છીએ? આવું કંઈ ચાલે?

બંને છોકરા એકમેકથી અળગા થાય છે.

એલ્બસ

છેલ્લા ચોવીસ કલાક જરા વધારે પડતાં જ વિચિત્ર હતા મારા માટે.

સ્કૉર્પિયસ

કેમ? શું થયું છેલ્લા ચોવીસ કલાકમાં?

એલ્બસ

હું તને પછી સમજાવીશ. આપણે આ ટ્રેનમાંથી ઉતરી જવું જોઈએ.

દૂરથી ટ્રેનની વ્હિસલનો અવાજ આવી રહ્યો છે. ટ્રેન ગતિ પકડી રહી છે.

સ્કૉર્પિયસ

બહુ મોડું થઈ ગયું હવે તો. ટ્રેન ચાલુ થઈ ગઈ છે. હૉગવટ્‌ર્સ અમે આવી રહ્યા છીએ!

એલ્બસ

તો પછી આપણે ચાલુ ટ્રેનમાંથી ઉતરી પડવું પડશે.

એલ્બસ બારી ઉઘાડે છે અને તેમાંથી બહાર કઈ રીતે નીકળવું એ ચકાસે છે.

સ્કૉર્પિયસ

આપણે ચાલતી જાદૂઈ ટ્રેનમાં છીએ એ ભૂલતો નહીં.

ટ્રોલીવાળી જાદૂગરણી

પમ્પકિન પૅસ્ટ્રી? કૉલ્ડ્રોન કેક?

સ્કોર્પિયસ

એલ્બસ સેવર્સ પોટર. બહુ થયું હવે તારૂં પાગલપણું.

એલ્બસ

પહેલો સવાલ. તને ટ્રાઈવિઝાર્ડ ટૂર્નામેન્ટ વિશે કેટલી જાણકારી છે?

સ્કોર્પિયસ *(એકદમ ખુશ થઈને)*

ઓહો, પ્રશ્નોત્તરી! ત્રણ જાદૂઈ સ્કૂલો પોતપોતાના ત્રણ ચેમ્પિયનની પસંદગી એક કપ જીતવા માટેની ત્રણ કામગીરી સ્પર્ધા કરવા માટે કરે છે. પણ એનો અહીં શો સંબંધ છે?

એલ્બસ

તને ખબર છે, તું એક નંબરનો પુસ્તકિયો કીડો છે?

સ્કોર્પિયસ

હા, ખબર છે મને.

એલ્બસ

બીજો સવાલ. આ ટ્રાઈવિઝાર્ડ ટૂર્નામેન્ટ વીસ વર્ષથી બંધ શા માટે પડી ગઈ છે?

સ્કોર્પિયસ

છેલ્લી ટૂર્નામેન્ટ રમાઈ હતી ત્યારે તારા ડેડ અને સેડ્રિક ડિગોરી નામના એક છોકરાએ – એ બંનેએ નક્કી કર્યું કે તેઓ સાથે મળીને આ કપ જીતશે આ કપ એટલે એક પૉર્ટકી હતી – અને એના કારણે તેઓ સીધા જ જઈ પહોંચ્યા વોલ્ડેમૉર્ટ પાસે. તેમાં સેડ્રિક માર્યો ગયો, અને એ પછી તરત જ આ સ્પર્ધા હંમેશ માટે બંધ કરી દેવાઈ.

એલ્બસ

શાબાસ. ત્રીજો સવાલ. સેડ્રિકને મારી નાખવાની જરૂર હતી? સરળ સવાલ, આસાન જવાબ: ના. વોલ્ડેમૉર્ટના શબ્દો હતા, 'મારી નાખો આ બીજા છોકરાને.' બીજો છોકરો. એને મરવું પડ્યું કેમ કે એ મારા ડેડ સાથે ત્યાં હાજર હતો અને મારા ડેડ તેને બચાવી શક્યા નહીં – પણ આપણે તો બચાવી શકીએ છીએ ને? ભૂતકાળમાં એક ભૂલ થઈ ગઈ છે અને આપણે તે સુધારી લેવાના છીએ. આપણે ટાઈમ–ટર્નરનો ઉપયોગ કરીને તેને પાછો લઈ આવશું.

સ્કોર્પિયસ

એલ્બસ, તું તો જાણે જ છે કે, હું ટાઈમ-ટર્નરનો ચાહક નથી... અને શા માટે એ પણ તને ખબર જ છે...

એલ્બસ

જ્યારે ઍમૉસ ડિગોરીએ મારા પિતાને ટાઈમ-ટર્નર વિશે પૂછ્યું ત્યારે તેમણે સ્પષ્ટપણે નકારી દેતા કહ્યું, આવી કોઈ ચીજ અસ્તિત્વમાં જ નથી. એક વૃદ્ધ માણસ, જેને પોતાનો દીકરો પાછો જોઈએ છે, એની સામે તેઓ ખોટું બોલ્યા. ઍમૉસ બસ પોતાના દીકરાને અનહદ પ્રેમ કરે છે. અને મારા ડૅડ તેની સાથે બહુ નિર્દયી રીતે વર્ત્યા... કેમ કે તેમને કોઈની પરવા નથી. આજે પણ નથી. બધા લોકો તેમના અપાર સાહસ, અદભુત વીરતાના વખાણ કરે છે. પણ તેમનાથી કેટલીક ભૂલો પણ થઈ છે. કેટલીક બહુ મોટી ભૂલો. મારે બસ આમાંની એક મોટી ભૂલ સુધારવી છે, મને લાગે છે કે આપણે સેડ્રિકને બચાવી લેવો જોઈએ.

સ્કોર્પિયસ

એમ છે. સાચું કહું, મને લાગે છે કે તારા મગજનો સ્ક્રૂ ચસકી ગયો છે.

એલ્બસ

સ્કોર્પિયસ, મેં આ કરવાનો નિર્ણય લીધો છે. મારે આ કરવું જ પડશે. અને આપણે બંને જાણીએ છીએ કે, તું આમાં મારો સાથ નહીં આપે તો દર વખતની જેમ આમાં પણ હું છબરડા જ વાળીશ. બહુ વિચાર નહીં... ચાલ મારી સાથે.

સ્કોર્પિયસ દાંત દેખાડીને હસે છે. અને બંને જણ બારી પર ચડી જાય છે અને ગાયબ થઈ જાય છે. એક ક્ષણ માટે સ્કોર્પિયસ અચકાય છે. મોઢું બગાડે છે. ઉપર ચડે છે અને એલ્બસની પાછળ અલોપ થઈ જાય છે.

અંક પહેલો દૃશ્ય અગિયારમું

હૉગવર્ટ્સ એક્સપ્રેસનું છાપરું

બધી બાજુએથી જોરદાર પવન ફૂંકાઈ રહ્યો છે. પવન સૂસવાટા મારી રહ્યો છે. ગભરાયેલો સ્કૉર્પિયસ અને દૃઢ નિર્ધાર ધરાવતો એલ્બસ ટ્રેનના છાપરા પર ઊભા છે.

સ્કૉર્પિયસ

ઓકે, હવે આપણે ટ્રેનના છાપરા પર છીએ, બહુ ઝડપથી દોડી રહી છે ટ્રેન, મને ડર લાગી રહ્યો છે, ભાઈ. પણ મને ગજા ય આવી રહી છે. મને લાગે છે કે હું મારા વિશે ઘણું બધું જાણી રહ્યો છું. તારા વિશે પણ, પણ–

એલ્બસ

મારી ગણતરી મુજબ થોડીવારમાં આપણે ખાઈ પરના પુલ પરથી પસાર થવાના છીએ. ત્યાંથી ઉતરીએ એટલે થોડુંક ચઢાણ પાર કરીને આપણે સૅન્ટ ઓસ્વાલ્ડ વૃદ્ધાશ્રમ પહોંચી જઈશું...

સ્કૉર્પિયસ

ક્યાં? શું? જો દોસ્ત, મારા જીવનમાં પહેલીવાર મેં બળવો પોકાર્યો છે અને મને પણ તારા જેટલી જ મજા આવી રહી છે – ટ્રેનનું છાપરું – મજા– પણ હવે – આ જરા વધારે પડતું જ છે.

સ્કૉર્પિયસને કંઈક એવું દેખાય છે, જે તે જોવા માગતો નથી.

એલ્બસ

આપણો કુશનિંગ મંત્ર ન ચાલ્યો તો પાણીમાં કૂદી પડવાની બીજી એક બહુ જ સરસ યોજના મારા મગજમાં છે.

સ્કૉર્પિયસ

એલ્બસ. ટ્રૉલીવાળી જાદૂગરણી.

એલ્બસ

તારૂં મગજ તો ઠેકાણે છે ને? આવા વખતે તને નાસ્તો કરવાનું સૂઝે છે?

સ્કૉર્પિયસ

અરે ના ભાઈ, ટ્રૉલીવાળી જાદૂગરણી આપણી તરફ આવી રહી છે.

એલ્બસ

કઈ રીતે શક્ય છે, આપણે ટ્રેનની ઉપર છીએ...

સ્કૉર્પિયસ ઈશારો કરીને ચોક્કસ દિશા દેખાડે છે અને હવે એલ્બસ પણ ટ્રૉલીવાળી જાદૂગરણીને જોઈ શકે છે. ટ્રૉલીવાળી સાવ બેફિકરપણે પોતાની ટ્રૉલી ધકેલતી આ બંનેની દિશામાં આવી રહી છે.

ટ્રૉલીવાળી જાદૂગરણી

બચ્ચાંલોગ, કંઈ જોઈએ છે? પમ્પકિન કેસ્ટ્રી? ચૉલકેટ ફ્રૉગ? કૉલ્ડ્રૉન કેક?

એલ્બસ

ઓહ.

ટ્રૉલીવાળી જાદૂગરણી

લોકો મારા વિશે ખાસ જાણતા નથી. તેઓ મારી પાસેથી કૉલ્ડ્રૉન કેક ખરીદે છે – પણ કોઈનુંય મારી તરફ ધ્યાન જતું નથી. મને તો એ પણ યાદ નથી કે, છેલ્લે મને કોઈએ મારૂં નામ ક્યારે પૂછ્યું હતું.

એલ્બસ

તમારૂં નામ શું છે?

ટ્રૉલીવાળી જાદૂગરણી

હું તો મારૂં નામ પણ ભૂલી ગઈ છું. મને એટલું જ યાદ છે કે, હૉગવર્ટ્સ એક્સપ્રેસ પહેલીવાર શરૂ થઈ ત્યારે – ઓટેલિન ગેમ્બોલે મને આ નોકરીની ઑફર આપી હતી...

સ્કૉર્પિયસ

એ તો – એકસો નેવું વર્ષ પહેલાની વાત છે. તમે એકસો નેવું વર્ષથી આ કામ કરી રહ્યાં છો?

ટ્રૉલીવાળી જાદૂગરણી

મારા આ હાથથી મેં સાંઈઠ લાખ કરતાં વધુ પમ્પકિન પેસ્ટ્રીઝ બનાવી છે. આ પેસ્ટ્રીઝ બનાવવામાં મારી તોલે કોઈ આવી શકે એમ નથી. પણ એક વાત કોઈના ધ્યાનમાં આવી નથી, મારી પમ્પકિન પેસ્ટ્રીઝ બહુ સરળતાથી બીજી જ ચીજમાં રૂપાંતરિત થઈ શકે છે...

તે એક પમ્પકિન પેસ્ટ્રી ઉપાડે છે અને ગ્રેનેડની જેમ ફેંકે છે. પેસ્ટ્રી ધડાકાભેર ફાટી પડે છે.

અને મારા આ ચૉકલેટ ફ્રૉગનું હું શું કરી શકું છું, એના પર તમને જરાય વિશ્વાસ નહીં બેસે. આજ સુધી ક્યારેય. ક્યારેય... મેં કોઈનેય તેમના અંતિમ પડાવ પર પહોંચતા પહેલા વચ્ચે ક્યાંય ઉતરવા દીધા નથી. કેટલાક દોઢ ડાહ્યાઓએ ટ્રેનમાંથી ઉતરવાનો પ્રયાસ કરી જોયો છે – જેમ કે સિરિઅસ બ્લૅક અને તેના દિલોજાન દોસ્ત, ફ્રેડ અને જ્યોર્જ વિઝલી. પણ કોઈ સફળ થયું નથી. કેમ કે આ ટ્રેન – જાદૂઈ ટ્રેન છે – અને એમાંથી કોઈ અધવચ્ચે ઉતરી જાય... એ આ ટ્રેનને જરાય ગમતું નથી...

ટ્રૉલીવાળીના હાથ ધારદાર સળિયામાં રૂપાંતરિત થઈ જાય છે. તે સ્મિત કરે છે.

એટલે જ કહું છું, ચૂપચાપ જઈને તમારી જગ્યા પર બેસી જાવ અને પ્રવાસ પૂરો થાય ત્યાં સુધી ત્યાં જ બેસી રહેજો.

એલ્બસ

તારી વાત સાચી હતી સ્કૉર્પિયસ. આ ટ્રેન જાદૂઈ છે.

સ્કૉર્પિયસ

જીવનની આ ક્ષણે, મારી પોતાની પીઠ થાબડી લેવામાં મને જરાય આનંદ નથી થઈ રહ્યો.

એલ્બસ

અને ખાઈ પરના પુલ વિશેનો મારો અંદાજ પણ સાચો નીકળ્યો – ત્યાં નીચે જો પાણી છે. કુશનિંગ મંત્રનો ઉપયોગ કરવાની ક્ષણ આવી પહોંચી છે.

સ્કૉર્પિયસ

એલ્બસ, મને લાગે છે આ ખોટો નિર્ણય છે.

એલ્બસ

ખરેખર? *(એક ક્ષણ માટે તે ખચકાય છે, પણ પછી તેને સમજાય છે કે ખટકાટ માટેનો સમય નીકળી ગયો છે.)* હવે બહુ મોડું થઈ ગયું છે. ત્રણ. બે. એક. મોલિએર!

કૂદકો મારતી વખતે તે મંત્ર ગણગણે છે.

સ્કૉર્પિયસ

એલ્બસ... એબ્લસ...

કૂદી ગયેલા પોતાના મિત્ર તરફ તે નાઈલાજ અને ચિંતાગ્રસ્ત થઈને જુએ છે. પોતાની તરફ આવી રહેલા ટ્રોલીવાળી જાદૂગરણી તરફ પણ જુએ છે. તેના વાળ વિખેરાઈ ગયા છે. અને તેના અણીદાર પંજા વધુ પડતા ધારદાર લાગી રહ્યા છે.

તમે, ખરેખર સુંદર દેખાવ છો, પણ મારે મારા મિત્રની પાછળ જવું પડે એમ છે.

તે નાક દબાવીને, શ્વાસ રોકી દઈ એલ્બસની પાછળ કૂદી જાય છે. તે પણ મંત્ર ગણગણી રહ્યો છે.

મોલિએર!

અંક પહેલો દશ્ય બારમું

જાદૂ મંત્રાલય, મોટો સભાખંડ

મંચ જાદૂગર અને જાદૂગરણીઓથી છલોછલ છે. ખરા જાદૂગર અને જાદૂગરણીઓ કરે એવો કોલાહલ અને કલબલાટ ફેલાયેલો છે. તેમાંના કેટલાક એટલે જિની, ડ્રેકો અને રૉન. તેમની સામે વ્યાસપીઠ પર હર્માયની અને હૅરી બેઠા છે.

હર્માયની

ઑર્ડર. ઑર્ડર. શાંતિ રાખવા માટે મારે સૌની વિનંતી કરવી પડશે? *(જાદૂઈ લાકડી ફેરવીને ટોળાને શાંત કરે છે.)* સરસ. આ અસમાન્ય સામાન્ય સભામાં આપ સૌનું સ્વાગત છે. આટલી મોટી સંખ્યામાં આપ બધા ઉપસ્થિત છો એ જોઈને મને આનંદ થયો. છેલ્લા કેટલાય વર્ષોથી જાદૂઈ વિશ્વમાં લોકો સુખ-શાંતિથી જીવી રહ્યા છે. હૉગવર્ટ્સના યુદ્ધમાં આપણે વોલ્ડેમૉર્ટને પરાજિત કર્યો એને બાવીસ વર્ષ વીતી ગયા છે. અને મને આનંદ છે કે, આપણી નવી પેઢી આ સંઘર્ષ વિશે બહુ ઓછું જાણે છે. અત્યાર સુધી તો ... હૅરી?

હૅરી

છેલ્લા કેટલાક મહિનાથી વોલ્ડેમૉર્ટના જૂના સાથીદારોમાં હિલચાલ શરૂ થઈ હોવાનું જોવા મળ્યું છે. ટ્રોલ્સ યુરોપમાંથી આગળ વધી રહ્યા છે, જાયન્ટ્સ સમુદ્ર ઓળંગવાની તૈયારીમાં છે, અને વેરવૂલ્વ્ઝ – વેલ, મને કહેતા સારૂં નથી લાગી રહ્યું કે, છેલ્લા કેટલાક અઠવાડિયાથી તેમના કોઈ સગડ નથી. અમે જાણતા નથી કે તેઓ ક્યાં જઈ રહ્યા છે અથવા કોણ તેમની હિલચાલને દોરવણી આપી રહ્યું છે – પણ અમે એટલું જાણીએ છીએ કે તેમની હિલચાલ શરૂ

થઈ છે – અને આનો અર્થ શું થાય છે એ વિશે અમે ચિંતિત છીએ. આથી, અમે પૂછી રહ્યા છીએ – કોઈની પાસે કોઈ માહિતી છે? કોઈને કંઈક અજુગતું લાગ્યું છે? જે લોકો બોલવા માગતા હોય તેઓ પોતાની જાદૂઈ લાકડી ઉપર કરે, જેથી બધાને બોલવાની તક મળે. પ્રોફેસર મૅકગૉનેગૉલ – બોલો.

પ્રોફેસર મૅકગૉનેગૉલ

ઉનાળાની રજાઓ બાદ સ્કૂલ ફરીથી શરૂ થઈ ત્યારે જાદૂઈ કાઢાના ભંડારમાંના પુરવઠામાં ઘાલમેલ થઈ હોય એવું લાગે છે. પણ એમાં સામગ્રીનો બહુ મોટો જથો ગાયબ થયો હોવાનું સામે આવ્યું નથી. બૂમસ્લૅન્ગની ત્વચા અને લેસવિંગ માખીઓ ગાયબ હોવાનું જોવા મળ્યું છે. પણ પ્રતિબંધિત રજિસ્ટરમાંની કોઈ ચીજ ગઈ નથી. અમને પીવ્ઝ પર શંકા છે.

હર્માયની

થૅન્ક યુ, પ્રોફેસર મૅકગૉનેગૉલ. અમે તપાસ કરીશું. *(તે ખંડમાં આસપાસ નજર ફેરવે છે.)* બીજું કોઈ? સરસ, અને – સૌથી ગંભીર બાબત – હૅરીના જખમમાં ફરીથી દુખાવો થવા લાગ્યો છે.

ડ્રેકો

વોલ્ડેમૉર્ટ મરી ગયો છે, ખતમ થઈ ગયો છે.

હર્માયની

હા ડ્રેકો, વોલ્ડેમૉર્ટ મરી ગયો છે. પણ આ બધી હિલચાલોનો અર્થ એવો થાય છે કે વોલ્ડેમૉર્ટ અથવા એનો કોઈ અંશ પાછો ફર્યો હોય એવી શક્યતા છે.

એકત્ર થયેલા લોકોમાં ગણગણાટ શરૂ થાય છે.

હૅરી

આ શક્યતાની ચકાસણી કરવા માટે મારે કેટલાક મુશ્કેલ સવાલ પૂછવાની ફરજ પડવાની છે. તમારામાંના જેમના હાથ પર શેતાની ચિહ્ન છે... તેમને કોઈ અલગ કે વિચિત્ર અનુભવ થયો છે? સાધારણ સણકો કે એવું કંઈક?

ડ્રેકો

પાછા હતા ત્યાં ને ત્યાં જ. શું પૉટર, શેતાની ચિહ્ન ધરાવતા લોકો વિશેનો તમારા લોકોનો પૂર્વગ્રહ પાછો ફર્યો લાગે છે?

હર્માયની

ના, ડ્રૅકો. હૅરી બસ એટલું જ પૂછી રહ્યો છે કે –

ડ્રૅકો

આ બધું શેના માટે ચાલી રહ્યું છે એ તને ખબર છે? હૅરીને ફરીથી અખબારોમાં સમાચારોમાં પોતાનો ચહેરો ચમકતો જોવો છે. વોલ્ડેમૉર્ટ પાછો આવી રહ્યો છે એવા સમાચાર દર વર્ષે વર્ષમાં એકાદ વાર તો *ડેઈલી પ્રૉફેટમાં* ચમકતા જ હોય છે.

હૅરી

એમાંની એકેય અફવા મારા તરફથી આવી નહોતી!

ડ્રૅકો

ખરેખર? તારી પત્ની ડેઈલી પ્રૉફેટની સંપાદિકા નથી?

જિની તેની તરફ ગુસ્સામાં ધસે છે.

જિની

હું માત્ર રમતગમતનાં પાનાં સંભાળું છું!

હર્માયણી

ડ્રૅકો. હૅરીએ વોલ્ડેમૉર્ટના મુદ્દા તરફ મંત્રાલયનું ધ્યાન ખેંચ્યું છે... અને હું, જાદૂ પ્રધાન હોવાના નાતે –

ડ્રૅકો

તું આ ખુરશી પર પહોંચવા માટેના મતો મેળવી શકી, કેમ કે તું હૅરી પૉટરની ખાસ મિત્ર છે.

રૉન ડ્રૅકો તરફ ધસી જવાનો પ્રયાસ કરે છે પણ જિની તેને અટકાવે છે.

રૉન

તું એક જ લાફાનો ઘરાક છે...

ડ્રૅકો

જે છે એ સ્વીકારો – એની કીર્તિ–પ્રતિષ્ઠાની અસર તમારા બધા પર થાય છે. અને ફરીથી સૌના મોઢે પોતાનું નામ બોલાય એ માટેનો બહુ સરસ રસ્તો પણ તેને મળી ગયો છે. *(હૅરીની નકલ કરતા.)* 'મારા જખમમાં દુખાવો થાય છે, મારા જખમમાં દુખાવો થાય છે!' અને આ બધાને કારણે થાય છે શું – કેટલાક કૂથલીખોરોને

મારા દીકરાને બદનામ કરવાની તક મળી જાય છે. તેના પિતૃત્વ વિશે ભળતી–સળતી અફવાઓ શરૂ થઈ જાય છે.

હેરી

ડ્રેકો, આ બધાનો સ્કૉર્પિયસ સાથે સંબંધ છે એવું કોઈએ કહ્યું નથી...

ડ્રેકો

આમ પણ, મારા મતે આ બેઠક એક ઢોંગથી વધુ કંઈ નથી. અને મારે હવે અહીં એક મિનિટ પણ રોકાવું નથી.

તે ચાલતી પકડે છે. બાકીનાઓ પણ તેની પાછળ–પાછળ વિખેરાવા માંડે છે.

હર્માયની

આવું કેમ ચાલે? આ કઈ રીત છે... પાછા આવો બધા. આપણે રણનીતિ ઘડવાની જરૂર છે.

અંક પહેલો દૃશ્ય તેરમું

સેન્ટ ઓસ્વાલ્ડ્સ હોમ ફૉર ઑલ્ડ વિચેસ ઍન્ડ વિઝાર્ડ્સ

ગરબડ મચી છે. વાતાવરણમાં જાદૂની અસર છે. આ છે સેન્ટ ઓસ્વાલ્ડ વૃદ્ધાશ્રમ, વયોવૃદ્ધ જાદૂગરો અને જાદૂગરણીઓ માટે. અને તમારી કલ્પના કરતાં પણ આ જગ્યા વધુ વિસ્મયકારક છે.

વૃદ્ધોની લાકડીઓ, વૉકર્સ સજીવ રૂપમાં દેખાય છે, ઊનના સળિયા મંત્રથી કશુંક વણી રહ્યા છે, અને ગરબડમાં ઓર વધારો કરે છે પુરુષ નર્સોનું ટૅન્ગો નૃત્ય.

માત્ર કામ કરવા માટે જાદૂ કરવામાંથી અહીંના લોકો મુક્ત થઈ ગયા છે. – એનાથી ઉલ્ટું, આ જાદૂગરો અને જાદૂગરણીઓ માત્ર મોજમજા માટે જાદૂઈ શક્તિનો ઉપયોગ કરે છે. અને શું અદભુત ધમાલ–મસ્તીમાં તેઓ વ્યસ્ત છે!

પોતાની આસપાસ નજર ફેરવતાં, એલ્બસ અને સ્કૉર્પિયસ પ્રવેશે છે, આશ્ચર્યચકિત થઈ ગયા છે અને તેમના ચહેરા પર થોડો ઘણો ભય પણ છે.

એલ્બસ અને સ્કૉર્પિયસ

અં. માફ કરો... સાંભળો છો... એક મિનિટ... સાંભળો ને!

સ્કૉર્પિયસ

ગજબની ધમાચકડી ચાલી રહી છે અહીં તો.

એલ્બસ

અમે અહીં ઍમૉસ ડિગોરીને શોધી રહ્યા છીએ.

એકાએક જ નીરવ શાંતિ ફેલાઈ જાય છે. બધું જ અચાનક સ્થિર થઈ જાય છે. અને વાતાવરણ કેટલાક અંશે ઉદાસ થઈ જાય છે.

ગૂંથવાના સોયા ધરાવતી સ્ત્રી

કેમ રે, બચ્ચાંઓ, તમને એ રોતલ ડોસલાનું શું કામ પડ્યું?

ડેલ્ફી સ્મિત કરતી ત્યાં પ્રગટ થાય છે.

ડેલ્ફી

એલ્બસ? એલ્બસ! તું આવ્યો? બહુ સરસ! આવ અને ઍમોસ કાકાને મળ!

અંક પહેલો દૃશ્ય ચૌદમું

સૅન્ટ ઓસ્વાલ્ડ્સ હોમ ફૉર ઑલ્ડ વિચેસ ઍન્ડ વિઝાર્ડ્સ, ઍમૉસની ઓરડી

ઍમૉસ ત્રસ્ત થઈને સ્કૉર્પિયસ અને એલ્બસ તરફ જુએ છે. ડેલ્ફી આ ત્રણેયને જોઈ રહી છે.

ઍમૉસ

હું સીધો મુદ્દા પર જ આવું છું. અમારી વચ્ચે થતી વાતો તેં ચોરીછૂપીથી સાંભળી, જે તારે સાંભળવી જોઈતી નહોતી. અને કોઈની પણ સલાહ લીધા વિના તેં તારો નિર્ણય પણ લઈ લીધો – અને એ પણ પરવાનગી ન લેતા – કોઈકના અંગત જીવનમાં તું માથું મારી રહ્યો છે... બળજબરીથી.

એલ્બસ

કેમ કે મારા પિતા તમારી સામે ખોટું બાલ્યા છે – આ વાતની મને પૂરી ખાતરી છે – તેમની પારો એક ટાઇમ-ટર્નર છે.

ઍમૉસ

હું જાણું છું કે, તેમની પાસે ટાઇમ-ટર્નર છે જ. હવે તમે બંને ચાલતી પકડો અહીંથી.

એલ્બસ

શું? અમે તો અહીં તમારી મદદ કરવા આવ્યા છીએ.

ઍમૉસ

મદદ? તમે બંને માંડ એક એક વ્હેંતના છો, તમે છોકરડાઓ મારી શું મદદ કરવાના હતા?

એલ્બસ

મારા પિતા સાબિત કરી ચૂક્યા છે કે, જાદૂઈ વિશ્વ બદલવા માટે મોટા હોવાની જરૂર નથી.

ઍમૉસ

અચ્છા, તો તું પૉટર છે આ કારણથી મારે તને આ બધામાં હસ્તક્ષેપ કરવાની સંમતિ આપવાની? બસ, તારી સુપ્રસિદ્ધ અટકને કારણે?

એલ્બસ

ના.

ઍમૉસ

એ પણ તારા જેવા પૉટરને? એવો પૉટર જે સ્લિદરિન હાઉસમાં છે – હા, મેં વાચ્યું છે તારા વિશે – અને જે મને મળવા પોતાની સાથે મૅલફૉયના છોકરાને લઈ આવ્યો છે. એક એવો મૅલફૉય જે કદાચ વૉલ્ડેમૉર્ટનો અંશ હોઈ શકે છે? તું પણ કાળા જાદૂ સાથે સંકળાયેલો નથી એની શી ખાતરી?

એલ્બસ

પણ –

ઍમૉસ

તારી પાસે માહિતી હોય એ તો દેખીતી વાત છે, પણ તારે ખાતરી કરી લેવી જોઈતી હતી. તારા પિતા મારી સામે ખોટું બોલ્યા એમાં કોઈ શંકા નથી. ચાલો હવે ઉપડો અહીંથી. તમે બંને. અને મારો સમય બગાડવાનું બંધ કરો.

એલ્બસ *(પૂર્ણ નિર્ધાર અને દૃઢતાથી)*

ના, તમારે મારી વાત સાંભળવી જોઈએ. તમે પોતે જ બોલ્યા હતા – મારા પિતાના હાથ અનેકના લોહીથી ખરડાયેલા છે. એ બદલવા માટે અને તમારી મદદ કરવા માટે મને એક તક આપો. તેમની અનેક ભૂલોમાંની એક મારે સુધારવી છે. મારો વિશ્વાસ કરો.

ઍમૉસ *(ઊંચા અવાજે)*

છોકરા, તેં મારી વાત ધ્યાનથી સાંભળી હોય એવું લાગતું નથી... તારા પર ભરોસો મૂકવાનું એકેય કારણ નથી મારી પાસે. એટલે તું જતો રહે. નહીં તો મારે તને અહીંથી હાંકી કાઢવો પડશે.

બંનેને ડરાવવા માટે તે પોતાની જાદૂઈ લાકડી ઉગામે છે. એલ્બસ જાદૂઈ લાકડી તરફ જુએ છે – એલ્બસ સંકોચાઈ જાય છે – ઍમૉસે તેને દબાવી નાખ્યો છે.

સ્કૉર્પિયસ

ચાલ મારા દોસ્ત. દુનિયામાં એક વાત તો આજે નક્કી થઈ ગઈ... કે જ્યાં આપણી જરૂર નથી ત્યાં આપણે જવું નહીં.

એલ્બસ હજી પણ જવા માગતો નથી. સ્કૉર્પિયસ તેને બાવડેથી ઝાલીને ખેંચે છે. તે પાછળ વળે છે અને ચાલવા માંડે છે.

ડેલ્ફી

તેમના પર તમે વિશ્વાસ રાખવા માટેનું એક કારણ મને દેખાય છે, કાકા.

બંને થોભી જાય છે.

આ છોકરાઓ સામે ચાલીને આપણી મદદ કરવા આવ્યા છે. પોતાના જીવ જોખમમાં નાખીને તેઓ તમારા દીકરાને તમારી પાસે પાછો લાવવા માગે છે. મને પૂરી ખાતરી છે કે અહીં સુધી પહોંચવા માટે પણ તેમણે પોતાના જીવ જોખમમાં મૂક્યા હશે...

ઍમૉસ

અહીં આપણો મુદ્દો સેડ્રિક વિશેનો છે...

ડેલ્ફી

અને – તમે જ તો કહ્યું હતું – હૉગવર્ટ્સમાં કોઈ આપણું હોય તો એનાથી આપણને મોટો ફાયદો થઈ શકે છે, બરાબર ને?

ડેલ્ફી ઍમૉસના કપાળ પર ચુંબન કરે છે. ઍમૉસ ડેલ્ફી તરફ જુએ છે, અને પછી છોકરાઓ તરફ જોવા માટે વળે છે.

ઍમૉસ

શા માટે? તમે આ જોખમ ખેડવા માટે શા માટે તૈયાર થયા છો? આમાં તમારો શો ફાયદો છે?

એલ્બસ

બીજો છોકરો – બિનજરૂરી કે ફાજલ હોવાની તકલીફમાંથી હું પોતે પસાર થયો છું. તમારો દીકરો નાહક માર્યો ગયો મિ. ડિગોરી. તેને પાછો લાવવામાં અમે તમારી મદદ કરીશું.

એમોસ

મારો દીકરો – મારો દીકરો, મારા જીવનમાં મને મળેલી સૌથી શ્રેષ્ઠ ભેટ હતી – અને તારી વાત સાચી છે, તેની સાથે અન્યાય થયો હતો – ઘોર અન્યાય – તમે બંને જો ગંભીર હો તો...

એલ્બસ

અમે અત્યંત ગંભીર છીએ.

એમોસ

આ કામ બહુ જોખમભર્યું છે.

એલ્બસ

અમે જાણીએ છીએ.

સ્કૉર્પિયસ

આપણે ખરેખર જાણીએ છીએ?

એમોસ

ડેલ્ફી – આ બેઉને સાથ આપવાની તારી તૈયારી છે?

ડેલ્ફી

હું તૈયાર છું. કાકા, તમને જો એમાં આનંદ મળતો હોય તો.

તે એલ્બસ તરફ જોઈને સ્મિત કરે છે, એલ્બસ વળતું સ્મિત કરે છે.

એમોસ

તમે બંને જાણો છો ને? ટાઇમ-ટર્નર યંત્ર મેળવવાનું કામ પણ તમારો જીવ જોખમમાં નાખી શકે છે.

એલ્બસ

અમે અમારાં જીવ જોખમમાં નાખવા તૈયાર છીએ.

સ્કૉર્પિયસ

ખરેખર?

એમોસ *(ગંભીરતાપૂર્વક)*

આશા રાખું છું કે તમે કરી દેખાડશો.

અંક પહેલો દૃશ્ય પંદરમું

હૅરી અને જિની પોટરનું ઘર, રસોડું

હૅરી, રૉન, હર્માયની અને જિની સાથે બેસીને જમી રહ્યા છે.

હર્માયની

મેં ડ્રેકોને વારંવાર ઠોકી–બજાવીને કહ્યું છે – મંત્રાલયની કોઈપણ વ્યક્તિ સ્કૉર્પિયસ વિશે અફવા ફેલાવી રહી નથી. આ અફવાઓ અમારી તરફથી આવી રહી નથી.

જિની

મેં તેને પત્ર લખ્યો હતો – ઍસ્ટેરિયાના મૃત્યુ બાદ – કંઈ મદદ જોઈતી હોય તો એવું પૂછવા માટે. મને લાગ્યું કે કદાચ – સ્કૉર્પિયસ એલ્બસનો ખાસ મિત્ર છે – આથી ક્રિસમસની રજાઓમાં થોડાક દિવસ આપણા ઘરે રહેવા આવવા માગતો હોય... પણ મારો ઘુવડ ગાત્ર એક વાક્યનો જવાબ લઈને પાછો આવ્યો : ‘તારા પતિને કહે, મારા દીકરા વિશેની આ અફવાઓનું કાયમ માટે ખંડન કરે.’

હર્માયની

એને બસ એક જ વાતનું વળગણ છે.

જિની

એ સાવ વિક્ષિપ્ત થઈ ગયો છે – દુઃખને કારણે.

રૉન

તેનું દુઃખ હું સમજી શકું છું. પણ તે જ્યારે હર્માયનીને જવાબદાર ઠેરવે છે... જવા દો એ વાત... *(હૅરી તરફ જુએ છે)* તમે લોકો પણ ખોટે ખોટો રાઈનો પર્વત કરી રહ્યા છો. જેમ હું આને હંમેશા કહું છું, કદાચ આમાં કોઈ તથ્ય નહીં હોય.

હર્માયની

આને?

રૉન

ટ્રોલ્સ કદાચ મિજબાની માણવા નીકળ્યા હશે. જાયન્ટ્સ કોઈકના લગ્નની જાનમાં જોડાવાના હોય. અને એલ્બસની ચિંતાને કારણે તને ખરાબ સપનાં આવી રહ્યાં હશે. અને હવે તારી ઉંમર પણ થઈ રહી છે, એટલે કદાચ ઘામાંથી સણકો ઉપડ્યો હશે.

હૅરી

ઉંમર થઈ રહી છે? શાબાસ દોસ્ત !

રૉન

ખરેખર, આજકાલ તો જ્યારે જ્યારે હું બેસું છું ત્યારે મારા પગમાંથી 'ઊંહ' એવો અવાજ આવે છે. આવો અવાજ અને મારા પગ – આ પગને કારણે મને જે તકલીફ થઈ રહી છે ને – મારા પગ મને જે પીડા આપી રહ્યા છે એના પર હું એક ગીત લખી શકું એમ છું – કદાચ તારા ઘાનું પણ આવું જ કંઈક હશે.

જિની

કેટલી ફાલતુ બકબક કરે છે તું.

રૉન

આને હું મારી ખાસિયત ગણું છું. આના વિશે વધુ કહું તો મારા સ્કિવિંગ સ્નેકબૉક્સ. અને તમારા બધા માટેનો મારો પ્રેમ. તારા પર પણ દૂબળી–પાતળી જિનીબેન.

જિની

રૉનાલ્ડ વિઝલી હવે જો તું આવું જ વર્તન કરીશ, તો હું મૉમને તારી ફરિયાદ કરીશ.

રૉન

ના એવું ન કરતી.

હર્માયની

જો વોલ્ડેમૉર્ટનો કોઈ અંશ બચી ગયો હશે, કોઈપણ સ્વરૂપમાં, તો આપણે તૈયાર રહેવું પડશે. અને મને ડર લાગી રહ્યો છે.

જિની

ડર તો મને પણ લાગી રહ્યો છે.

રૉન

મને કોઈનો ય ડર નથી લાગતો, મૉમ સિવાય.

હર્માયની

હું ખરેખર કહું છું હૅરી, કૉર્નેલિયસ ફજ જેવી સ્થિતિમાં મારે પડવું નથી, પીછેહઠ કરીને હું દબાઈ–સંતાઈ જવાની નથી. અને ડ્રૅકો મૅલફૉય મારો ગમે એટલો વિરોધ કરે એનાથી મને રત્તીભાર ફરક પડતો નથી.

રૉન

આમ પણ તેં ક્યારેય લોકપ્રિયતા માટે કોઈ કામ ક્યાં કર્યું છે?

હર્માયની રૉન તરફ કરડી નજરે જુએ છે. તેને કશુંક ફેંકીને મારવા તે નિશાન તાકે છે પણ રૉન ત્યાંથી હટી જાય છે.

બચી ગયો.

જિની રૉનને એક મુક્કો મારે છે. રૉન હલબલી જાય છે.

લાગ્યું. જોરદાર લાગ્યું.

અચાનક જ રસોડામાં એક ઘુવડ આવે છે. તે એક નીચી ઊડાણ લે છે અને હૅરીની થાળીમાં એક પત્ર નાખે છે.

હર્માયની

અત્યારે કોનો પત્ર હશે?

હૅરી પત્ર ખોલે છે. આશ્ચર્યચકિત થઈ જાય છે.

હૅરી

પ્રોફેસર મૅકગૉનેગૉલનો પત્ર છે.

જિની

શું લખ્યું છે?

હૅરીનો ચહેરો ઉતરી જાય છે.

હૅરી

જિની, એલ્બસ વિશે છે – એલ્બસ અને સ્કૉર્પિયસ – બંને જણ સ્કૂલ પહોંચ્યા જ નથી. બંને ગાયબ છે !

અંક પહેલો દશ્ય સોળમું

વ્હાઈટહોલ, ભોંયરૂં

સ્કૉર્પિયસ બાડી આંખે એક બાટલી તરફ જોઈ રહ્યો છે. તેની બાજુમાં એલ્બસ અને ડેલ્ફી ઊભા છે.

સ્કૉર્પિયસ

તો આ ગટગટાવી જાઉં?

એલ્બસ

સ્કૉર્પિયસ, હવે મારે તને આના વિશે સમજાવવું પડશે? – તું પુસ્તકિયો કીડો અને જાદૂઈ કાઢાનો ઉસ્તાદ છે – પૉલીજ્યુસ પીવાથી શું થાય છે, એ તને ખબર નથી? ડેલ્ફીની મસ્ત કામગીરીને કારણે આ કાઢો પીને રુપ બદલી લઈશું. અને કોઈનેય ખબર ન પડે એ રીતે જાદૂ મંત્રાલયમાં પ્રવેશ કરશું.

સ્કૉર્પિયસ

ઠીક છે. મારા મનમાં બે શંકા છે. પહેલી, આ ગટગટાવતી વખતે દુખાવો થશે?

ડેલ્ફી

અસહ્ય –મને ખબર છે ત્યાં સુધી.

સ્કૉર્પિયસ

થૅન્ક યુ. જાણીને સારૂં લાગ્યું બીજી શંકા –તમારા બેમાંથી કોઈને ખબર છે કે પૉલીજ્યુસનો સ્વાદ કેવો હોય છે? મેં સાંભળ્યું છે કે તેનો સ્વાદ માછલી જેવો હોય છે અને જો એવું હશે તો મને ઉલ્ટી જ થશે. માછલી મને ક્યારેય ભાવી નથી. અને હવે પછી પણ નહીં જ.

ડેલ્ફી

મારી વાત સાંભળ. *(એક ઊંડો શ્વાસ લઈ તે કાઢો ગટગટાવી જાય છે.)* આમાં માછલીનો સ્વાદ નથી. *(તે રૂપાંતરિત થવા લાગે છે. આ પ્રક્રિયા તકલીફદાયક છે.)* ખરૂં કહું તો આનો સ્વાદ બહુ જ મસ્ત છે યાર. હા થોડીક પીડા થાય છે... *(જોરથી ઓડકાર ખાય છે)* ગટગટાવી જા. આમાં – થોડીક – *(વધુ એક ઓડકાર અને તેનું રુપાંતર હર્માયનીમાં થઈ જાય છે.)* – થોડીક– માછલીની વાસ આવે છે.

એલ્બસ

આ તો કમાલ છે!

સ્કોર્પિયસ

ડબલ ધમાલ છે!

ડેલ્ફી/હર્માયની

મારો તો અવાજ પણ તેના જેવો જ છે. ટ્રિપલ ધમાલ–કમાલ!

એલ્બસ

બરાબર. હવે મારો પારો.

સ્કોર્પિયસ

ના. જરાય નહીં. આપણને નહીં ફાવે ભાઈ. પીશું તો.. સાથે જ. *(જાણીતા જણાતા ગોળ ફ્રેમના ચશ્મા તે સ્મિત કરતા આંખ પર ચડાવી લે છે.)*

એલ્બસ

એક. બે. ત્રણ.

બંને કાઢો ગટગટાવી જાય છે.

આ તો મસ્ત લાગે છે. *(તે પીડા થી ટળવળે છે)*. એટલું મસ્ત પણ નથી... આમ જોઈએ તો.

બંને રૂપાંતરિત થવા લાગે છે. અને આ અત્યંત પીડાદાયક છે. એલ્બસ રૉનમાં રૂપાંતરિત થઈ જાય છે, સ્કોર્પિયસ હૅરી બની જાય છે.

એલ્બસ/રૉન

આ જરાક વિચિત્ર લાગે છે ને?

સ્કૉર્પિયસ/હૅરી *(અત્યંત નાટકીય ઢબે – તે આ બધાનો ભરપૂર આનંદ લઈ રહ્યો છે.)*

જા... સીધો તારા રૂમમાં જતો રહે. ચૂપચાપ જતો રહેજે. તું બહુ જ નિરાશાજનક અને ખરાબ દીકરો છે.

એલ્બસ/રૉન *(ખડખડાટ હસતા)*

સ્કૉર્પિયસ...

સ્કૉર્પિયસ/હૅરી *(પોતાનો ઝભ્ભો પોતાના ખભા પર ઉડાડતાં)*

આ તારો જ વિચાર હતો – હું હૅરી અને તું રૉન! હું તો બસ થોડી મજા કરી રહ્યો હતો... *(અને તે બહુ મોટેથી ઓડકાર ખાય છે.)* માનું છું. આ બહુ ખરાબ લાગે છે.

એલ્બસ/રૉન

રૉન મામાનું પેટ આજકાલ જરાક વધી ગયું છે, પણ તેઓ બહુ ચાલાકીથી એ છૂપાડે છે.

ડેલ્ફી/હર્માયની

તમને નથી લાગતું, હવે આપણે નીકળવું જોઈએ?

તેઓ રસ્તા પર પ્રગટ થાય છે. એક ટેલિફોન બૉક્સમાં પ્રવેશે છે. તેઓ 62442 નંબર ડાયલ કરે છે.

ટેલિફોન બૉક્સ

આપનું સ્વાગત છે, હૅરી પૉટર. આપનું સ્વાગત છે, હર્માયની ગ્રેન્જર, આપનું સ્વાગત છે, રૉન વિઝલી.

ટેલિફોન બૉક્સ જમીનમાં અલોપ થઈ રહ્યું છે ત્યારે ત્રણેય હસી પડે છે.

અંક પહેલો દૃશ્ય સતરમું

જાદૂ મંત્રાલય, મીટિંગ રૂમ

હેરી, હર્માયની, જિની અને ડ્રેકો એક નાનકડી ઓરડીમાં અહીંથી ત્યાં આંટા મારી રહ્યાં છે. ચારેય જણ ચિંતાથી વ્યગ્ર દેખાય છે.

ડ્રેકો

પાટાની આસપાસની જગ્યા સિવાય આપણે બીજે ક્યાંય તેમની શોધ ચલાવી છે?

હેરી

મારા ખાતાએ એક વાર શોધ ચલાવી હતી, હવે તેઓ બીજીવાર પણ તપાસ કરી રહ્યા છે.

ડ્રેકો

અને પેલી ટ્રૉલીવાળી જાદૂગરણી આપણને મહત્ત્વની કોઈ જ માહિતી આપી શકી નથી?

હર્માયની

ટ્રૉલીવાળી જાદૂગરણી બહુ નારાજ છે. 'મેં ઓડલિન ગૅમ્બોલને નીચાજોણું કરાવ્યું...' બસ આ એક જ વાતનું રટણ કરી રહી છે. હૉગવર્ટ્સ એક્સપ્રેસમાં માલ વેચવાના પોતાના વિક્રમનું જ ગાણું ગાયા કરે છે.

જિની

કોઈ મગલ્સ તરફથી કંઈક જાદૂઈ દેખાયાની કોઈ ફરિયાદ આવી છે?

હર્માયની

હજી સુધી તો નહીં. મેં આ વિશે મગલ વડા પ્રધાનને માહિતગાર કર્યા છે અને તેમણે મિસપર તરીકે ઓળખાતી ખોવાયેલા લોકોની યાદીમાં બેઉનાં નામ નાખ્યાં છે. મિસપર જાણે કે કોઈ મંત્રનું નામ હોય એવું લાગે છે ને!

ડ્રેકો

તો હવે આપણે આપણા બાળકોને શોધવા માટે મગલ્સ પર આધાર રાખવાનો છે? તેં એ લોકોને હૅરીના ઘા વિશે પણ કહ્યું છે?

હર્માયની વાતાવરણમાં વધી રહેલી તાણને ઓછી કરવાનો પ્રયાસ કરે છે.

હર્માયની

આપણે મગલ્સને માત્ર મદદ માટે કહી રહ્યા છીએ. અને કોને ખબર, હૅરીના ઘાનો પણ આની સાથે સંબંધ હોઈ શકે છે. આથી આ બાબતને અમે ચોક્કપણે ગંભીરતાપૂર્વક લઈ રહ્યા છીએ. અમારા ઑરર્સ કાળા જાદૂ સાથે સંકળાયેલા દરેકની તપાસ કરી રહ્યા છે અને –

ડ્રેકો

આમાં ડેથ – ઈટર્સનો હાથ છે.

હર્માયની

મને તારા આત્મવિશ્વાસ વિશે ખાતરી નથી...

ડ્રેકો

આ આત્મવિશ્વાસ નથી. હું સાચું કહું છું. આજકાલ કેટલાક મંદબુદ્ધિ લોકો પણ કાળા જાદૂ પર હાથ અજમાવી રહ્યા છે. મારો દીકરો મૅલફૉય ખાનદાનનો અંશ છે, એ લોકો તેને હાથ અડાડવાની હિંમત નહીં કરે. આ કોઈ બીજાનું કામ છે.

હૅરી

આમાં કંઈ નવી વાત હોય તો, એવું કંઈક જે –

જિની

હું ડ્રેકો સાથે સહમત છું – આ જો અપહરણ હોય – તો એલ્બસને ઉપાડી જવાયો હોય એ હું સમજી શકું છું, પણ બેઉનું અપહરણ...

હૅરી જિનીની આંખમાં જુએ છે. તેને સમજાઈ જાય છે. જિની તેને શું કહેવા માગે છે એ સ્પષ્ટ છે.

ડ્રેકો

અને આમ પણ સ્કોર્પિયસના સ્વભાવમાં નેતાગીરીના ગુણ નથી. કોઈના પગલે–પગલે ચાલે એવો છે મારો દીકરો. તેનામાં નેતૃત્વના ગુણ ખીલે એ માટે મેં ઘણા પ્રયાસ કરી જોયા. આથી, એમાં કોઈ શંકા નથી કે ટ્રેનમાંથી ભાગી જવું અને બીજું બધું એલ્બસના મગજની જ ઉપજ હશે. પણ મારો પ્રશ્ન એ છે, સ્કોર્પિયસને તે ક્યાં લઈ ગયો છે?

જિની

હૅરી, એ બંને જણ નાસી ગયા છે, તું અને હું આપણે બંને આ વાત સારી રીતે જાણીએ છીએ.

ડ્રેકોના ધ્યાનમાં આવે છે કે, હૅરી અને જિની એકબીજાની આંખમાં જોઈ રહ્યા છે અને તેમની વચ્ચે કંઈક વાતચીત થઈ રહી છે.

ડ્રેકો

તને ખબર છે? તો પછી અમને કહેવામાં તને શું વાંધો છે?

શાંતિ છવાઈ જાય છે.

તમે લોકો મારાથી જે માહિતી છૂપાવી રહ્યા છો, એ મને અત્યારે ને અત્યારે જણાવો.

હૅરી

પરમ દિવસે એલ્બસ અને મારી વચ્ચે થોડી બોલાચાલી થઈ હતી.

ડ્રેકો

અને પછી...

હૅરી થોડોક ખચકાય છે અને પછી બહાદુરીપૂર્વક ડ્રેકોની નજરમાં નજર મેળવે છે.

હૅરી

અને મારાથી બોલાઈ જવાયું કે, ક્યારેક મને લાગે છે કે તે મારો દીકરો ન હોત તો સારૂં થયું હોત.

ફરીવાર શાંતિ છવાઈ જાય છે. ઊંડાણભરી અને પ્રભાવી શાંતિ. અને ડ્રેકો હૅરી તરફ જોરથી ધસી જાય છે.

ડ્રેકો

સ્કોર્પિયસનો વાળ પણ વાંકો થયો છે તો...

જિની હૅરી અને ડ્રેકો વચ્ચે આવી જાય છે.

જિની

ધમકી આપતો નહીં ડ્રેકો. પ્લીઝ આવું ન કર.

ડ્રેકો *(ત્રાડ પાડતા)*

મારો દીકરો ગુમ થઈ ગયો છે!

જિની *(એટલા જ જોરથી ત્રાડ પાડતા)*

અને મારો પણ!

બંને જણ એકમેક સામે ઘૂરકિયાં કરે છે. ઓરડામાં હાજર દરેકની લાગણીઓ અત્યારે ટોચ પર છે.

ડ્રેકો *(હોઠ વંકાયા છે, સાવ પોતાના પિતાની જેમ)*

તમને જો સોનું જોઈતું હોય... તો મૅલફૉય ખાનદાનની બધી સંપત્તિ હું આપી દેવા તૈયાર છું... સ્કૉર્પિયસ મારું સર્વસ્વ છે... એ મારો એકનો એક દીકરો અને પરિવારનો એકમાત્ર સભ્ય છે...

હર્માયની

મંત્રાલયની તિજોરીમાં છલોછલ છે. થૅન્ક યુ ડ્રેકો.

ડ્રેકો જવા માટે નીકળે છે. તે થોભે છે. હૅરી તરફ જુએ છે.

ડ્રેકો

મને કોઈ ફરક નથી પડતો કે આ પહેલા તેં કયાં પરાક્રમો કર્યાં છે, કોના જીવ બચાવ્યા છે. હૅરી પૉટર... તું મારા પરિવારને મળેલો શાપ છે... કાયમ માટેનો શાપ...

અંક પહેલો દૃશ્ય અઢારમું

જાદૂ મંત્રાલય, પરસાળ

સ્કૉર્પિયસ/હૅરી

તને ખાતરી છે ને, એનો ઓરડો આ જ છે?

એક ચોકીદાર ત્યાંથી પસાર થાય છે. સ્કૉર્પિયસ/હૅરી અને ડેલ્ફી/હર્માયની નાટક કરવાની શરૂઆત કરે છે.

હા, પ્રધાન સાહેબ, મને લાગે છે કે આ મુદ્દા પર મંત્રાલયે ઊંડાણપૂર્વક વિચા કરવો જોઈએ.

ચોકીદાર *(અદબપૂર્વક)*

નમસ્કાર પ્રધાન મહોદયા.

ડેલ્ફી/હર્માયની

આના વિશે સાથે બેસીને આપણે ચર્ચા કરવી પડશે.

ચોકીદાર આગળ નીકળી જાય છે, બંને જણ નિરાંતનો શ્વાસ લે છે.

આ મારા કાકાનો આઈડિયા હતો. વેરિટાસીરમનો ઉપયોગ કરવાનો. કાકાને મળવા આવેલા મંત્રાલયના એક કર્મચારીના પીણામાં ખબર ન પડે એ રીતે અમે એ ભેળવી દીધેલું. તેણે કહ્યું હતું કે, ટાઇમ-ટર્નર યંત્ર ક્યાંક સાચવીને રાખવામાં આવ્યું છે – જાદૂ પ્રધાનની ઑફિસમાં જ ક્યાંક.

તે એક દરવાજા તરફ ઈશારો કરે છે, અચાનક જ કોલાહલ સંભળાય છે.

હર્માયની *(ક્યાંક દૂરથી)*

હૅરી... આપણે આના વિશે વાત કરવી જોઈએ...

હેરી *(ક્યાંક દૂરથી)*
આમાં વાત કરવા જેવું કશું જ નથી.

ડેલ્ફી / હર્માયની
અરે બાપ રે.

એલ્બસ / રૉન
હર્માયની અને ડેડ.
બંનેના હોશકોશ ઊડી જાય છે.

સ્કૉર્પિયસ / હેરી
ઓહ... છૂપાવાની કોઈ જગ્યા જ દેખાતી નથી... કોઈને અદશ્ય થવાનો મંત્ર આવડે છે ખરો?

ડેલ્ફી / હર્માયની
એની ઑફિસમાં ઘૂસી જઈએ તો?

એલ્બસ / રૉન
પણ તે પોતાની ઑફિસમાં આવવા માટે જ નીકળી હશે.

ડેલ્ફી / હર્માયની
બીજી કોઈ જગ્યા પણ ક્યાં છે?
તે દરવાજો ખોલવાનો પ્રયાસ કરે છે. વધુ એકવાર પ્રયાસ કરે છે.

હર્માયની *(ક્યાંક દૂરથી)*
તું જો આ વિશે જિની સાથે વાત નહીં કરે તો...

સ્કૉર્પિયસ / હેરી
પાછળ થા. અલોહોમોરા!
તે પોતાની જાદૂઈ લાકડી દરવાજા તરફ તાકે છે. દરવાજો તરત જ ખૂલી જાય છે. તે ખુશ થઈને સ્મિત કરે છે.
એલ્બસ તું એને રોકી રાખ. આ કામ તારે જ કરવું પડશે.

હેરી *(ક્યાંક દૂરથી)*
આમાં કહેવા જેવું શું છે?

એલ્બસ / રૉન
હું જ શા માટે?

ડેલ્ફી/હર્માયની

અરે, અમારા બેમાંથી કોઈ રોકી શકે એમ નથી. અમે એ બંનેનું રૂપ લીધું છે ને...

હર્માયની *(ક્યાંક દૂરથી)*

તેં જે કંઈ કહ્યું એ ખરેખર યોગ્ય નહોતું – પણ – આની સાથે જ કેટલીક બીજી બાબતો પણ સંકળાયેલી છે–

એલ્બસ/રૉન

પણ હું નહીં... મારાથી નહીં થાય આ કામ...

ત્યાં નાનકડી ધમાલ મચી જાય છે અને એલ્બસ/રૉન દરવાજાની આગળ ઊભેલો મળે છે. હૅરી અને હર્માયની દરવાજા પાસે આવીને ઊભા રહે છે.

હૅરી

હર્માયની, તને જે ચિંતા છે એ બદ્દલ તારો આભાર, પણ આની ખરેખર જરૂર નથી –

હર્માયની

રૉન??

એલ્બસ/રૉન

સરપ્રાઈઝ!!!

હર્માયની

તું અહીં શું કરી રહ્યો છે?

એલ્બસ/રૉન

પોતાની પત્નીને મળવા માટે પતિને કારણની જરૂર ક્યારથી પડવા લાગી?

તે હર્માયનીને જોરદાર ચુંબન ચોડી દે છે.

હૅરી

મારે હવે જવું જોઈએ...

હર્માયની

હૅરી, મારો મુદ્દો એટલો જ છે કે, ડ્રૅકોએ તને ગમે તે કહ્યું – તેં એલ્બસને જે કંઈ કહ્યું... એ વિશે સતત વિચારતા રહેવામાં આપણા કોઈનું ભલું થવાનું નથી...

એલ્બસ/રૉન

અચ્છા, તમે એ વિશે વાત કરી રહ્યા છો, જ્યારે હૅરીએ કહ્યું કે ક્યારેક તેને લાગે છે કે – હું *(ભૂલ સુધારે છે)* એલ્બસ તેનો દીકરો ન હોત તો.

હર્માયની

રૉન!

એલ્બસ/રૉન

મનમાં વાત રાખવા કરતાં, મનમાં જે હોય એ કહી દેવું જોઈએ, એટલે જ તો કહું છું...

હર્માયની

તેને પોતાની ભૂલ સમજાશે... આપણા મનમાં ન હોય એવું આપણે બધા ઘણીવાર બોલી જતા હોઈએ છીએ. તે જાણતો જ હશે.

એલ્બસ/રૉન

પણ ઘણીવાર આપણે આપણા મનમાં જે હોય છે, એ જ બોલી નાખતા હોઈએ છીએ... એનું શું?

હર્માયની

રૉન, સાચું કહું તો, આ બધી વાતો કરવા માટે આ સમય બરાબર નથી.

એલ્બસ/રૉન

તારી વાત સાચી છે, અત્યારે સમય બરાબર નથી, બાય, બાય ડાર્લિંગ.

એલ્બસ/રૉન તેને જતા જોઈ રહ્યો છે. એ આશાએ કે તે પોતાની ઑફિસ ઓળંગીને આગળ નીકળી જશે. પણ તે એવું કરતી નથી. ઑફિસના દરવાજો ખોલી હર્માયની અંદર પ્રવેશે એ પહેલા એલ્બસ/રૉન આડો આવી તેનો રસ્તો રોકે છે. આગળ પાછળ કરતા અને પોતાનો થાપો હલાવતા રસ્તો રોકે છે.

હર્માયની

તું મારો રસ્તો શા માટે રોકી રહ્યો છે?

એલ્બસ/રૉન

હું કશું જ રોકી રહ્યો નથી.

હર્માયની ફરીથી દરવાજા તરફ આગળ વધે છે, રૉન પાછો તેનો રસ્તો રોકે છે.

હર્માયની

તું રસ્તો રોકી રહ્યો છે. મને મારી ઓરડીમાં જવા દે.

હર્માયની તેને થાપ આપીને છટકી જવાનો પ્રયાસ કરે છે.

એલ્બસ/રૉન

ચાલને વધુ એક બચ્ચું પેદા કરીએ.

હર્માયની

શું?

એલ્બસ/રૉન

બાળક ન જોઈતું હોય તો કંઈ નહીં, આજે રજા તો લઈ લે. મને કાં તો બાળક જોઈએ છે કાં તો રજા. અને હું આ જીદ છોડવાનો નથી. આપણે આના વિશે પછી વાત કરીશું, હની? લીકી કૉલ્ડ્રોનમાં જઈને ચાલને એક એક ડ્રિન્ક ઠપકારીએ. ચાલ ને મારી વ્હાલી.

હર્માયની વિચારે છે. પછી શંકાભરી નજરે તેની સામે તાકે છે અને પછી ફરીથી દરવાજા તરફ જુએ છે અને થોડી ફૂણી પડે છે.

હર્માયની

મને ત્યાં જો પેલી ગંધાતી ગોળીઓ મળી છે ને તો તારી ખેર નથી. આમ પણ આપણે મગલ્સને સૂચના આપવાનો સમય થઈ ગયો છે.

તે બહાર જાય છે. હૅરી પણ તેની સાથે બહાર જાય છે.

એલ્બસ/રૉન દરવાજા પાસે વળે છે. એટલામાં જ તે પાછી પ્રવેશે છે, આ વખતે તે એકલી જ છે.

કાં બાળક કાં રજા? ક્યારેક ક્યારેક તારું સાવ ચસકી જાય છે.

એલ્બસ/રૉન

એટલે જ તે મારી સાથે લગ્ન કર્યા હતા ને? ચક્રમ જેવી મારી રમૂજવૃત્તિને કારણે, બરાબર ને?

તે પાછી બહાર જાય છે. તે દરવાજો ખોલવા લાગે છે પણ એટલામાં જ તે પાછી પ્રવેશે છે. તે જોરથી દરવાજો બંધ કરી દે છે.

હર્માયની

મને માછલીની ગંધ આવી રહી છે. મેં તને ફિશ ફિંગર સૅન્ડવિચથી દૂર રહેવા કહ્યું હતું ને.

એલ્બસ/રૉન

એકદમ સાચી વાત છે તારી.

તે બહાર જાય છે. તે જતી રહી છે એ વાતની ખાતરી થયા બાદ તે નિરાંતનો શ્વાસ લેતા દરવાજો ખોલે છે.

અંક પહેલો દૃશ્ય ઓગણીસમું

જાદૂ મંત્રાલય, હર્માયનીની ઑફિસ

હર્માયનીની ઑફિસના દરવાજાની પેલી બાજુ સ્કૉર્પિયસ/હૅરી અને ડેલ્ફી/હર્માયનીની રાહ જોઈ રહ્યાં છે. ત્યારે એલ્બસ/રૉન પ્રવેશે છે – તે થાકીને સાવ ફસડાઈ પડે છે.

એલ્બસ/રૉન

બધું બહુ જ વિચિત્ર હતું, યાર.

ડેલ્ફી/હર્માયની

માન ગયે દોસ્ત, શું મસ્ત અટકાવી છે યાર તેં એને.

સ્કૉર્પિયસ/હૅરી

મને તો સમજાતું નથી, ભાઈ – તને તાળી આપવી કે પોતાની મામીને સત્તરસો ને સિત્તેર વાર ચુંબન કર્યાં એટલે તારા પર ગુસ્સે થવું.

એલ્બસ/રૉન

રૉન મામા બહુ પ્રેમાળ માણસ છે, યાર. હું તો બસ મામીનું ધ્યાન અહીંથી દૂર હટાવવાનો પ્રયાસ કરી રહ્યો હતો. અને તેનું ધ્યાન અહીંથી હટાવવામાં હું સફળ પણ રહ્યો.

સ્કૉર્પિયસ/હૅરી

અને તારા ડૅડ કહેતા હતા કે...

ડેલ્ફી/હર્માયની

છોકરાઓ... હર્માયની ગમે ત્યારે પાછી આવી શકે છે– આપણી પાસે બહુ સમય નથી.

એલ્બસ/રૉન *(સ્કૉર્પિયસ/હૅરીને)*

તેં કંઈ સાંભળ્યું?

ડેલ્ફી/હર્માયની

હર્માયનીએ ટાઇમ-ટર્નર ક્યાં સંતાડ્યું હશે? *(તે ઓરડીમાં આસપાસ નજર ફેરવે છે અને તેની નજર પુસ્તકોના એક કબાટ પર પડે છે.)* પુસ્તકોનું કબાટ શોધીએ.

તેઓ શોધવાનું શરૂ કરે છે. સ્કૉર્પિયસ/હૅરી પોતાના મિત્ર તરફ ચિંતાભરી નજરે જુએ છે.

સ્કૉર્પિયસ/હૅરી

તેં મને કહ્યું કેમ નહીં?

એલ્બસ/રૉન

મારા ડૅડે કહ્યું કે, હું તેમનો દીકરો ન હોત તો સારું થયું હોત. આમાં કહેવા જેવું છે કંઈ?

સ્કૉર્પિયસ/હૅરી શું બોલવું એ નક્કી કરવાનો પ્રયાસ કરી રહ્યો છે.

સ્કૉર્પિયસ/હૅરી

મને ખબર છે– વોલ્ડમૉર્ટ વિશેની વાત સાચી નથી – અને – આમ છતાં ક્યારેક હું મારા ડૅડને જોઉં છું ત્યારે મને લાગે છે કે કદાચ તેઓ પણ મારા વિશે એવું જ વિચારતા હશે– આ મારા ઘરમાં ક્યાંથી પેદા થયો?

એલ્બસ/રૉન

તોય મારા ડૅડ કરતાં તો ઘણું સારું કહેવાય. મને પાક્કી ખાતરી છે. મને કચકચાવીને શું જવાબ આપવો, એ વિચારવામાં જ તેમનો સારો એવો સમય જતો હશે.

ડેલ્ફી/હર્માયની સ્કૉર્પિયસ/હૅરીને પુસ્તકોના કબાટ તરફ ખેંચવાનો પ્રયાસ કરે છે.

ડેલ્ફી/હર્માયની

આપણે આપણા કામ પર ધ્યાન આપીએ તો કેવું રહેશે?

સ્કૉર્પિયસ/હૅરી

મારે એટલું જ કહેવું છે – આપણી વચ્ચે દોસ્તી છે – એની પાછળ કંઈક કારણ છે, એલ્બસ – કંઈક તો છે જેને કારણે આપણે એકબીજાને મળ્યા. અને કદાચ આ સાહસ પણ તેનો જ એક ભાગ છે...

ત્યાં જ તેનું ધ્યાન એક પુસ્તક પર જાય છે, પુસ્તકને જોતાં જ તેના કપાળ પર સળ પડે છે.

અહીં આ છાજલી પરનાં પુસ્તકો તરફ તારું ધ્યાન ગયું કે નહીં? અહીં આ બધાં ગંભીર પ્રકારનાં પુસ્તકો પડ્યાં છે. પ્રતિબંધિત પુસ્તકો. શાપિત પુસ્તકો.

એલ્બસ/રૉન

સ્કૉર્પિયસનું ધ્યાન મુશ્કેલીભર્યાં સંવેદનશીલ મુદ્દાઓ પરથી બીજે ખસેડવા શું કરવું જોઈએ? એક કામ કરો, તેને પુસ્તકાલયમાં લઈ જાવ.

સ્કૉર્પિયસ/હૅરી

આ બધાં પ્રતિબંધિત વિભાગમાંના પુસ્તકો છે. *મૅજિક મોસ્ટ ઈવિલ, ફિફ્થ–સૅન્ચુરી ફિન્ડ્સ, સૉનેટ્સ ઑફ અ સૉસરર* – આ પુસ્તકો તો હૉગવર્ટ્સમાં પણ પ્રતિબંધિત છે!

એલ્બસ/રૉન

શૅડોઝ ઑફ સ્પિરિટ્સ, ધ નાઈટશેડ ગાઈડ ટૂ નેક્રોમૅન્સી.

ડેલ્ફી/હર્માયની

સૉલિડ છે યાર આ બધાં પુસ્તકો...

એલ્બસ/રૉન

ધ ટ્રૂ હિસ્ટ્રી ઑફ ધ ઓપલ ફાયર. ધ ઈમ્પેરિયસ કર્સ ઍન્ડ હાઉ ટૂ એબ્યુઝ ઈટ.

સ્કૉર્પિયસ/હૅરી

અને આ તરફ જુઓ... બાપ રે. સિબિલ ટૅલૉનનું *માય આઈઝ ઍન્ડ હાઉ ટૂ સી પાસ્ટ ધેમ.* ભવિષ્યકથન પરનું પુસ્તક, હર્માયની ગ્રેન્જરને તો ભવિષ્યકથનના વિષયથી નફરત છે. કમાલ છે. ખરેખર ગજબ છે યાર...

તે અભેરાઈ પરથી પુસ્તક નીચે ઉતારે છે. આ પુસ્તક પોતાની મેળે ખુલી જાય છે અને બોલવા માંડે છે.

પુસ્તક

પહેલું છે તે જ ચોથું છે, એક અમંગળ નિશાની parkedમાં તો મળી આવશે પણ parkમાં શોધી નહીં જડે.

સ્કોર્પિયસ / હૅરી

ગજબ કહેવાય ને. બોલતું પુસ્તક. જરાક વિચિત્ર તો ખરૂં જ.

પુસ્તક

બે પગ પર ચાલનારાઓમાં ઓછું ગોરૂં એટલે બીજું
ઈંડાંનો રોગ જ જાણે રુવાંટીદાર અને ભ્રામક.
અને ત્રીજું એટલે બંને–
ચઢવાનો પર્વત અને ચાલવાનો માર્ગ.

એલ્બસ / રૉન

આ તો ઉખાણું છે. આ પુસ્તક આપણને ઉખાણું પૂછી રહ્યું છે.

પુસ્તક

શહેરમાં વળો અને તળાવમાં તરો.

ડેલ્ફી / હર્માયની

તેં આ શું કર્યું?

સ્કોર્પિયસ / હૅરી

મેં, અંઅઅઅ... મેં તો બસ આ પુસ્તક ખોલ્યું. આ ગ્રહ પર મારા આખા જીવનમાં ખાસ આ કોઈ ખાસ ખતરનાક કામ નહોતું... એવું મને લાગે છે.

અભેરાઈ પરનાં પુસ્તકો એલ્બસ / રૉનને પકડી લે છે. તે જેમતેમ તેમના સંકજામાંથી છટકે છે.

એલ્બસ / રૉન

આ શું હતું?

ડેલ્ફી / હર્માયની *(ઉત્સુકતાથી)*

તેણે પુસ્તકોને શસ્ત્રસજ્જ કર્યા છે. આખા પુસ્તકાલયને. ટાઈમ-ટર્નર ચોકક્સ અહીં જ ક્યાંક રાખ્યું હશે. આ ઉખાણું ઉકેલશું તો મળી આવશે.

એલ્બસ / રૉન

પહેલું છે તે જ ચોથું છે. parkedમાં છે પણ parkમાં નથી, Ed – De–

સ્કોર્પિયસ / હૅરી

બીજું છે ઈંડાંનો રોગ, બે પગ પર ચાલનારાઓમાં ઓછું ગોરૂં...

ડેલ્ફી/હર્માયની *(ઉત્સ્ફૂર્તપણે)*

મેન! De – men – tors. આપણે ડિમેન્ટર્સ વિશેનું પુસ્તક શોધવું જોઈએ.

તે પુસ્તકના કબાટ તરફ જાય છે અને અચંબો પામે છે. કારણ કબાટ તેને ગળી જવાનો પ્રયાસ કરે છે.

એલ્બસ/રૉન તેના તરફ દોડે છે. પણ તે મોડો પડે છે. પુસ્તકનું કબાટ તેને આખેઆખી ગળી જાય છે.

એલ્બસ/રૉન

ડેલ્ફી! આ બધું થઈ શું રહ્યું છે?

સ્કૉર્પિયસ/હૅરી

ધ્યાન આપ એલ્બસ. ડેલ્ફીએ કહ્યું એ કર. ડિમેન્ટર્સ વિશેનું પુસ્તક શોધ અને એકદમ સાવધ રહેજે.

એલ્બસ/રૉન

આ રહ્યું. *ડોમિનેટિંગ ડિમેન્ટર્સઃ અ ટ્રૂ હિસ્ટ્રી ઑફ અઝ્કાબાન.*

પુસ્તક ધડ દઈને ખૂલે છે અને સ્કૉર્પિયસ/હૅરી તરફ ખતરનાક રીતે ઊડતું આવે છે. પોતાની તરફ આવી રહેલા પુસ્તકથી તે દૂર ખસી જાય છે. તે પુસ્તકના એક કબાટ સાથે જોરથી અથડાય છે અને આ કબાટ તેને ગળી જવાનો પ્રયાસ કરે છે.

પુસ્તક

મારો જન્મ થયો હતો એક પાંજરામાં
ગુસ્સામાં આવી એક ક્ષણમાં તોડી પાડ્યો તેને
મારી અંદરનું ગાઉન્ટ થયું છે જાગૃત
ઉખાણું ઉકેલો અને કરો મને મુક્ત
કરો દૂર માર્ગમાંનો અંતરાય.

એલ્બસ/રૉન

વોલ્ડેમૉર્ટ

ડેલ્ફી પુસ્તકોના ઢગલામાંથી કૂદકો મારીને બહાર આવે છે, તે પોતાના મૂળ સ્વરૂપમાં પાછી ફરે છે.

ડેલ્ફી

જરા જલ્દી હાથ ચલાવો!

તે પાછી પુસ્તકોના ઢગલામાં ચીસ પાડતી ખેંચાઈ જાય છે.

એલ્બસ/રૉન

ડેલ્ફી! ડેલ્ફી!

એલ્બસ ડેલ્ફીનો હાથ પકડી રાખવાનો પ્રયાસ કરે છે, પણ હાથ છટકી જાય છે.

સ્કૉર્પિયસ/હેરી

તે પાછી પોતાના મૂળ સ્વરૂપમાં આવી ગઈ છે – જોયું કે નહીં તે?

એલ્બસ/રૉન

ના! પુસ્તકોનું કબાટ તેને ગળી ન જાય એ વાતની મને વધુ ચિંતા હતી! કંઈક શોધી કાઢ. આનાથી સંબંધિત કંઈક તો શોધ.

તેને એક પુસ્તક મળે છે.

ધ હેર ઑફ સ્લિદરિન? તને લાગે છે, આ જ હશે?

તે અભેરાઈ પરથી પુસ્તક ઉતારે છે, પણ અભેરાઈ તેને ખેંચવા લાગે છે. તે જીવ પર આવી જઈ પોતાને બચાવવાનો પ્રયાસ કરે છે, આમ છતાં એલ્બસ/રૉનને પુસ્તકનું એ કબાટ ગળી જાય છે.

સ્કૉર્પિયસ/હેરી

એલ્બસ? એલ્બસ!!

પણ એલ્બસ/રૉન તેના સુધી પહોંચી શકે એ પહેલા જ સ્કૉર્પિયસ/હેરી ગાયબ થઈ જાય છે. તે એકાદ ક્ષણ રોકાય છે, તેના મનમાં શંકાનું ધમસાણ મચ્યું છે. પણ તેને એકાએક યાદ આવે છે કે તેણે આ કામ પાર પાડવું જોઈએ.

ઠીક છે. આ નહીં તો. વોલ્ડમૉર્ટ. વોલ્ડમૉર્ટ. વોલ્ડમૉર્ટ.

તે બધી જ અભેરાઈઓને ધ્યાનથી ચકાસે છે.

માર્વોલોઃ ધ ટ્રૂથ, આ જ હોવું જોઈએ...

તે પુસ્તકને ખોલે છે. પણ પુસ્તક પાછું દૂર ઊડી જાય છે અને તેમાંથી પ્રકાશના કિરણો બહાર પડે છે અને આ પહેલા સાંભળવા મળ્યો હોય એના કરતાં વધુ ઘેરો અને ઘેઘૂર આવાજ સંભાળાય છે.

પુસ્તક

હું એવો પશુ છું, જેને તેં ક્યારેય જોયો નહીં હોય
હું છું તું. હું એટલે હું. ક્યારેય ન જોયો હોય એવો પડઘો.

ક્યારેક રહે આગળ, તો ક્યારેક હોય છે પાછળ,
તારો હંમેશાનો સાથી, આપણે પરસ્પર બંધાયા છીએ સનાતન ગાંઠે.

એબ્લસ પુસ્તકમાંથી બહાર આવે છે. તે ફરીથી પોતાના મૂળ સ્વરૂપમાં છે.

સ્કૉર્પિયસ/હૅરી

એલ્બસ...

તે એલ્બસને પકડવાનો પ્રયાસ કરે છે, પણ પુસ્તકના કબાટનું બળ ઘણું વધારે છે.

એલ્બસ

ના. છોડી દે– તું બસ વિચાર...

પુસ્તકનું કબાટ એલ્બસને જોરથી ખેંચે છે.

સ્કૉર્પિયસ/હૅરી

હા, પણ કશું જ સૂઝતું નથી યાર. અદશ્ય પડઘો, એ શું હોઈ શકે? મને આ દુનિયામાં બસ વિચારવાનું એક જ કામ બરાબર ફાવે છે, પણ અત્યારે જ્યારે મને વિચારવાની જરૂર છે– તો એ પણ મને બરાબર નથી ફાવતું યાર.

અભેરાઈ પરના પુસ્તકો તેને પોતાની અંદર ખેંચી લે છે. તેનામાં તાકાત રહી નથી. આ બધું બહુ જ ભયાનક છે.

શાંતિ છવાઈ જાય છે. ત્રણેય જણ ફસાયેલા છે. કશું થઈ રહ્યું નથી.

જોરથી કશુંક પછડાવાનો અવાજ આવે છે – પુસ્તકોના કબાટમાંથી પુસ્તકોનો વરસાદ થાય છે– અને સ્કૉર્પિયસ પાછો પ્રગટ થાય છે. પુસ્તકોના ઢગલાને એક તરફ ધકેલતા તે બહાર આવે છે.

સ્કૉર્પિયસ

ના! નહીં! સિબિલ ટ્રેલૉની નહીં!!!

તે આસપાસ જુએ છે, તે પુસ્તકો વચ્ચે ડૂબેલો છે, પણ જોશ અને જુસ્સાથી થનગની રહ્યો છે.

કંઈક ખોટું થઈ રહ્યું છે. એલ્બસ? હું શું બોલું છું, તને સંભાળાય છે ને? આ બધું પેલા ટાઇમ–ટર્નર માટે. વિચાર સ્કૉર્પિયસ. વિચાર.

પુસ્તકો ફરીથી તેને ખેંચવાનો પ્રયાસ કરે છે, પણ તે પોતાનો છૂટકારો કરી લે છે.

મારો હંમેશનો સાથી. ક્યારેક પાછળ. ક્યારેક આગળ. એક મિનિટ. મને લાગે છે મારાથી કંઈક છૂટી રહ્યું છે. જવાબ છે પડછાયો. શૅડો ઍન્ડ સ્પિરિટ્સ. આ જ પુસ્તક હોવું જોઈએ...

તે પુસ્તકના કબાટ પર ચડી જાય છે, તો કબાટ તેના પર પડવાનો પ્રયાસ કરે છે. તેના દરેક પગલે કબાટ તેને ખેંચવાનો–પકડવાનો પ્રયાસ કરે છે. તે ઉપરથી પુસ્તક ખેંચી કાઢે છે. પુસ્તક બહાર આવે છે અને ગરબડ અને કોલાહલ એકાએક બંધ થઈ જાય છે.

આ જ છે –

ફરીથી મોટો અવાજ થાય છે અને એલ્બસ અને ડેલ્ફી પુસ્તકના કબાટમાંથી બહાર આવે છે અને જમીન પર પટકાય છે.

આપણે જીતી ગયા! આપણે આ લાયબ્રેરીને હરાવી દીધી!

તે વિજયી મુદ્રામાં હાથ ઊંચા કરે છે. એલ્બસ બેચેનીપૂર્વક ડેલ્ફી તરફ જુએ છે.

એલ્બસ

ડેલ્ફી, તું બરાબર તો છે ને...?

ડેલ્ફી

ક્યા બાત હૈ. મજા આવી ગઈ યાર.

સ્કૉર્પિયસે પોતાની છાતીસરસા ચાંપી રાખેલા પુસ્તક પર એલ્બસનું ધ્યાન જાય છે.

એલ્બસ

આ જ એ પુસ્તક છે? સ્કૉર્પિયસ? શું છે આ પુસ્તકમાં?

ડેલ્ફી

આપણે ખોલીને જોવું જોઈએ, તને શું લાગે છે ?

સ્કૉર્પિયસ પુસ્તક ખોલે છે. પુસ્તકની વચ્ચોવચ ગોળ ફરી રહેલું ટાઇમ–ટર્નર દેખાય છે.

ગજબ!

સ્કૉર્પિયસ

આપણને ટાઇમ–ટર્નર મળી ગયું છે – મને લાગ્યું નહોતું કે આપણે અહીં સુધી પહોંચી શકીશું.

એલ્બસ

દોસ્ત, આ તો પહેલું પગથિયું છે. આપણે હજી તો સેડ્રિકને બચાવવાનો છે. હજી તો આપણો પ્રવાસ શરૂ જ થયો છે.

સ્કૉર્પિયસ

હજી તો શરૂઆત થઈ છે અને આપણે મરતાં–મરતાં બચ્યાં છીએ. આગે આગે દેખીયે હોતા હૈ ક્યા…

ઘુસપસનું રુપાંતર કિકિયારીઓમાં થાય છે. અને મંચ પર અંધારું છવાઈ જાય છે.

મધ્યાંતર

ભાગ એક

અંક બીજો

અંક બીજો દૃશ્ય પહેલું

સપનું, પ્રાયવેટ ડ્રાઈવ, દાદરા નીચેનો કબાટ

દાદરા નીચેના કબાટમાં સૂતેલો નાનો હૅરી ભયાનક સપનું જોઈ રહ્યો છે. તેને પોતાની આસપાસ કાળી દુષ્ટશક્તિના અસ્તિત્વની અનુભૂતિ થાય છે. આના કારણે અસ્વસ્થ થઈને તે ઊંઘમાં પડખાં ફેરવે છે.

આન્ટ પેટ્યુનિયા *(અવાજ રંગમંચની બહારથી આવી રહ્યો છે)*
હૅરી. હૅરી. આ વાસણ જો કેટલા ગંદા છે. આવા વાસણ જોઈને શરમ આવવી જોઈએ. હૅરી પૉટર. ચાલ ઊઠ હવે.

નાનો હૅરી આંખો ઉઘાડે છે અને તેને આન્ટ પેટ્યુનિયા પોતાની તરફ ગુસ્સાથી જોતી દેખાય છે.

નાનો હૅરી
આન્ટ પેટ્યુનિયા, કેટલા વાગ્યા છે?

આન્ટ પેટ્યુનિયા
કેટલા વાગ્યા? અરે, બહુ મોડું થઈ ગયું છે. અમે તને અમારા ઘરમાં રાખવાનું કબૂલ કર્યું, ત્યારે અમને આશા હતી કે તારામાં કંઈક સુધારો લાવી શકશું – તને ઘડી કાઢશું અને સારો માણસ બનાવશું. પણ અત્યારે તું જે કંઈ છે એ જોયા બાદ અમારે પોતાને જ દોષ આપવો રહ્યો. બહુ નિરાશ કર્યાં છે હૅરી તેં અમને.

નાનો હૅરી
પણ હું પ્રયત્ન તો કરી રહ્યો છું –

આન્ટ પેટ્યુનિયા

પ્રયત્નોના ઢગલા કરવાથી શું વળવાનું, મહત્ત્વ સફળતાનું છે. આ જો. આ તેં ધોયેલા ગ્લાસ છે, એના પરની ચીકાશ હજી જેમની તેમ જ છે. અને આ જો આ વાસણ પર આ ડાઘ જો. હમણા ને હમણા ઊભો થા અને સીધો રસોડામાં જા અને બધું ઘસી ઘસી ને ધોઈ નાખ.

હૅરી પથારીમાંથી ઊભો થાય છે. તેનું પૅન્ટ પાછળની બાજુથી ભીનું થયેલું દેખાય છે.

હે ભગવાન... છી છી છી... શું કરી નાખ્યું છે તે આ? પાછી પથારી ભીની કરી નાખી?

તે પલંગ પરની ચાદર ખેંચી કાઢે છે.

આવું બધું જરાય નહીં ચાલે, કહી દઉં છું.

નાનો હૅરી

મ... મને માફ કરો, મને લાગે છે રાત્રે મને ભયાનક સપનું આવ્યું હશે.

આન્ટ પેટ્યુનિયા

કેટલો બેશરમ છોકરો છે તું. આ રીતે તો પ્રાણીઓ જ ગમે ત્યાં મૂતરતા હોય છે. પ્રાણીઓ અને તારા જેવા બેશરમ નાના છોકરા.

નાનો હૅરી

સપનામાં મારા મૉમ અને ડૅડ દેખાયા હતા. મને લાગે છે મેં તેમને જોયા... મેં તેમને મૃત્યુ પામતા જોયા...

આન્ટ પેટ્યુનિયા

અને તારી આ બધી ધડ માથા વિનાની વાર્તાઓમાં મને જરાય રસ નથી, સમજ્યો ને?

નાનો હૅરી

એક માણસ કંઈક બરાડી રહ્યો હતો.. અડકાવા કે અક્રાબા અડ... એવું કંઈક... અને પછી સાપના ફૂંફાડાનો અવાજ સંભળાયો. મારી મૉમ ચીસ પાડી રહી હોવાનું મેં સાંભળ્યું.

આન્ટ પેટ્યુનિયા ક્ષણેક સ્તબ્ધ થઈ જાય છે પણ પછી તે તરત જ પોતાને સંભાળી લે છે.

આન્ટ પેટ્યુનિયા

તેમનું મોત તે જો ખરેખર સપનામાં જોયું હોત તો તને કચકચાવીને લગાડેલા બ્રેકનો કર્કશ અવાજ અને ધડાકાભેર કાર અથડાવાનો ડરામણો અવાજ એટલું જ સંભળાયું હોત. તારા મૉમ-ડૅડનું મોત કાર અકસ્માતમાં થયું હતું. તને આ વાત ખબર છે. મને નથી લાગતું તારી મૉમને તો ચીસ પાડવાનો મોકો પણ મળ્યો હોય. ભગવાન કરે આના કરતાં વધુ તને જાણવું ન પડે. હવે, પલંગ પરની આ ચાદર કાઢ અને સીધો રસોડામાં જઈ ને વાસણ ઘસવા લાગ. તને મારે ફરીથી આ બધું કહેવું પડે એવું ન કરતો.

ગુસ્સામાં હાથ-પગ પછાડતા તે ત્યાંથી નીકળી જાય છે.

અને નાનો હૅરી હાથમાં ભીની ચાદર પકડીને ઊભો છે.

અને મંચની ગોઠવણ તરત જ બદલાઈ જાય છે. ઘણા બધા વૃક્ષો દેખાવા લાગે છે અને હૅરીના સપનાનો દેખાવ સદંતર બદલાઈ જાય છે.

એકાએક જ, વૃક્ષોની વચ્ચેથી એલ્બસ ત્યાં આવે છે અને નાના હૅરી તરફ જોતો ઊભો રહી જાય છે.

અને પછી કોઈ તેને જોરથી ખેંચીને લઈ જાય છે. સર્પભાષામાં ઘુસપુસ સંભળાય છે. આખા થિયેટરમાં આ અવાજ ગૂંજે છે.

તે આવી રહ્યો છે. તે આવી રહ્યો છે.

શબ્દોના ઉચ્ચારથી અવાજ નિશ્ચિતપણે ઓળખી શકાય છે. વોલ્ડેમૉર્ટનો અવાજ...

હૅરરરરી પૉટરરરરર...

અંક બીજો દૃશ્ય બીજું

હૅરી અને જિની પૉટરનું ઘર, દાદરો

હૅરી અંધારામાં ઊંઘમાંથી ઝબકીને જાગે છે. તેનો શ્વાસોચ્છ્વાસ અત્યંત ઝડપથી ચાલી રહ્યો છે. તેને લાગેલો થાક સ્પષ્ટ જણાઈ આવે છે અને તે ડરી ગયો છે એ પણ દેખાઈ આવે છે.

હૅરી

 લ્યુમૉસ.

જિની પ્રવેશે છે અને ઝળહળતો પ્રકાશ જોઈને તેને આશ્ચર્ય થાય છે.

જિની

બધું બરાબર છે ને...?

હૅરી

મને ઊંઘ આવી ગઈ હતી.

જિની

હા, તું સૂતો હતો.

હૅરી

પણ તું સૂતી નહોતી. કોઈ – સમાચાર? ઘુવડ કોઈ સમાચાર લાવ્યું છે કે પછી...?

જિની તેની તરફ જુએ છે – થોડીક થાકેલી અને ગભરાયેલી.

જિની

ના, કશું જ નહીં.

હેરી

મને સપનું આવ્યું... હું દાદરા નીચે હતો અને પછી– પછી મને તેનો અવાજ આવ્યો – વોલ્ડેમોર્ટ – અવાજ બહુ સ્પષ્ટ હતો.

જિની

વોલ્ડેમોર્ટ?

હેરી

અને પછી મને – એલ્બસ દેખાયો. લાલ રંગનાં કપડાંમાં. ડર્મસ્ટ્રેન્ગના ઝભ્ભામાં.

જિની

ડર્મસ્ટ્રેન્ગના ઝભ્ભામાં?

હેરી વિચારમાં પડી જાય છે.

હેરી

જિની, મને લાગે છે કે, તે ક્યાં છે એની જાણ મને થઈ ગઈ છે...

અંક બીજો દૃશ્ય ત્રીજું

હૉગવટ્‌ર્સ, મુખ્યાધ્યાપિકાની ઑફિસ

હૅરી અને જિની પ્રૉફેસર મૅકગૉનેગૉલની ઑફિસમાં ઊભા છે.

પ્રૉફેસર મૅકગૉનેગૉલ

અને પ્રતિબંધિત જંગલમાં ચોક્કસ ક્યાં, એ આપણે જાણતા નથી, એમ જ ને?

હૅરી

અનેક વર્ષોથી મને આવું સપનું આવ્યું નથી. પણ એલ્બસ ત્યાં હતો. મને પાકી ખાતરી છે એ ત્યાં જ હતો.

જિની

શક્ય હોય એટલા જલ્દી આપણે શોધ ચલાવવી જોઈએ.

પ્રૉફેસર મૅકગૉનેગૉલ

પ્રૉફેસર લૉન્ગબૉટમને હું તમારી મદદ કરવા માટે કહી શકું છું – વનસ્પતિઓ અને છોડવાઓનું સારૂં એવું જ્ઞાન છે – તમને કદાચ ઉપયોગી થાય... અને...

અચાનક ફાયરપ્લેસમાંથી અવાજ આવે છે. પ્રૉફેસર મૅકગૉનેગૉલ ચિંતાપૂર્વક ત્યાં જુએ છે. એમાંથી હર્માયની પ્રગટ થાય છે.

હર્માયની

આ વાત સાચી છે? હું કંઈ મદદ કરી શકું છું?

પ્રૉફેસર મૅકગૉનેગૉલ

પ્રધાન જી – તમારૂં આગમન સાવ અણધાર્યું હતું...

જિની

એ કદાચ મારી જ ભૂલ છે. મેં જ તેમને *ડેઈલી પ્રૉફેટની* વધારાની આવૃત્તિ બહાર પાડવાની અને સ્વયંસેવકોની મદદ માગવાની સલાહ પણ મેં જ આપી હતી.

પ્રૉફેસર મૅકગૉનેગૉલ

બરાબર છે. તમે ખરેખર સમજદારીભર્યું કામ કર્યું. પણ મને લાગે છે કે... મોટી સંખ્યામાં સ્વયંસેવકો આગળ આવશે.

રૉન પણ ધસમસતો ત્યાં આવે છે. ધૂળ–રાખ અને ધુમાડાથી તે આખો ભરાયેલો છે. તેના ગળામાં ડીનર નૅપ્કિન રસાના ડાઘ સાથે જેમનો તેમ લટકી રહ્યો છે.

રૉન

મારા આવવા પહેલા કોઈ મહત્ત્વની ચર્ચા થઈ ગઈ કે? કયા ફ્લૂમાં પ્રવાસ કરવો એ નક્કી કરવામાં મને થોડો વધુ સમય લાગી ગયો. કોઈક રીતે છેલ્લે હું રસોડામાં પહોંચ્યો. *(હર્માયની તેના તરફ ગુસ્સાભરી નજરે તાકી રહી છે, તે પોતાના ગળાની આસપાસનો નૅપ્કિન કાઢી રહ્યો છે.)* શું?

અચાનક ચિમનીમાં ફરીથી ગગડાટ થાય છે અને ડ્રૅકો ધડાકાભેર નીચે પછડાય છે. તેની આસપાસ ધૂળ –રાખ અને ધુમાડાનું વાદળ છવાઈ ગયું છે.

બધા જ આશ્ચર્યચકિત થઈ તેની તરફ જોઈ રહ્યા છે. તે પોતાના શરીર પરની ધૂળ–રાખ ખંખેરી રહ્યો છે.

ડ્રૅકો

મિનર્વા, તારી ઑફિસની ફરસ ખરાબ કરવા બદ્દલ માફી માગું છું.

પ્રૉફેસર મૅકગૉનેગૉલ

અહીં ચિમની લગાડવી એ જ મારી મોટામાં મોટી ભૂલ હતી.

હૅરી

તને જોઈને આશ્ચર્ય થયું ડ્રૅકો. મને લાગતું હતું કે, તને મારાં સપનાં પર જરાય વિશ્વાસ નહોતો.

ડ્રેકો

તારાં સપનાં પર નહીં પણ તારા નસીબ પર મને વિશ્વાસ છે. જ્યાં કશુંક મહત્ત્વનું બની રહ્યું હોય હૅરી પૉટર ત્યાં હોવાનો જ. અને ખાસ તો મને મારો દીકરો સાજો–સમો પાછો જોઈએ છે.

જિની

તો ચાલો... પ્રતિબંધિત જંગલમાં જઈએ અને બંનેની શોધ ચલાવીએ.

અંક બીજો દૃશ્ય ચોથું

પ્રતિબંધિત જંગલની ધાર પર

એલ્બસ અને ડેલ્ફી હાથમાં જાદૂઈ લાકડી લઈને એકમેકની સામે ઊભા છે.

એલ્બસ

એક્સપેલિયાર્મસ!

ડેલ્ફીની જાદૂઈ લાકડી હવામાં ઊડે છે.

ડેલ્ફી

હવે તને ફાવવા લાગ્યું છે. તું તૈયાર થઈ ગયો છે.

તેના હાથમાંથી જાદૂઈ લાકડી પાછી લઈ લે છે.

અત્યંત મધઝરતાં અવાજમાં.

'મોહમાં પાડી દેનાર છોકરો છે તું.'

એલ્બસ

એક્સપેલિયાર્મસ!

તેની જાદૂઈ લાકડી પાછી ઉડે છે.

ડેલ્ફી

અને વિજેતા આપણી સામે છે.

બંને જણા હાઈ–ફાઈવ કરે છે.

એલ્બસ

મંત્રોની બાબતમાં હું ક્યારેય હોંશિયાર નહોતો.

સ્કોર્પિયસ મંચના પાછળના ભાગમાં દેખાય છે. પોતાનો મિત્ર એક છોકરી સાથે વાત કરી રહ્યો હોવાનું તેને દેખાય છે – અને તેના એક ભાગને આ વાત ગમે છે તો એકને અણગમો થાય છે.

ડેલ્ફી

અરે હું પણ અલેલટપ્પુ જેવી જ હતી – પણ પછી કશુંક થયું અને મને સફળતા મળી. તારી સાથે પણ એવું જ થશે. અત્યારે પણ હું કંઈ બહુ મહાન જાદૂગરણી છું એવું નથી. પણ એલ્બસ પૉટર, તું એક સફળ અને બહુ મોટો જાદૂગર બનવાના માર્ગ પર આગળી વધી રહ્યો છે.

એલ્બસ

તો પછી તારે મને વધુ સમય આપવો પડશે અને મને વધુ શીખવવું પડશે.

ડેલ્ફી

ચોક્કસ, હું તારી આસપાસ જ હોઈશ. અને આપણે મિત્રો તો છીએ જ ને?

એલ્બસ

હા. હા. આપણે મિત્રો જ છીએ. ચોક્કસપણે.

ડેલ્ફી

ગ્રેટ. વિઝ્ઝો!

સ્કૉર્પિયસ

વિઝ્ઝો એટલે શું?

સ્કૉર્પિયસ નક્કર પગલે આગળ વધે છે.

એલ્બસ

ફાવી ગયો આ મંત્ર મને, એટલે કે, ભલે સાવ સીધો-સરળ મંત્ર હતો, પણ મને – મને આખરે એ ફાવી ગયો.

સ્કૉર્પિયસ *(અતિ-ઉત્સાહિત થઈ, વાતચીતમાં જોડાવાનો પ્રયાસ કરે છે)*

સરસ... અને મને આપણી સ્કૂલ તરફ જતો રસ્તો મળી આવ્યો છે. પણ સાંભળ, આપણી યોજના સફળ તો થશે ને? શું લાગે છે?

ડેલ્ફી

હા!

એલ્બસ

એકદમ મસ્ત અને જબરદસ્ત પ્લાન છે. સેડ્રિકને મરતા બચાવવો હશે તો તેની પાછળનું રહસ્ય એ છે કે ટ્રાઈવિઝાર્ડ ટૂર્નામેન્ટ જીતતા

તેને રોકવો પડશે. જો તે જીતશે જ નહીં, તો તેની હત્યા પણ નહીં થાય.

સ્કૉર્પિયસ

મને બધું જ સમજાય છે, પણ...

એલ્બસ

આથી આપણી સામેનું સૌથી પહેલું કામ છે સેડ્રિકના જીતવાની શક્યતાને સાવ નહીંવત કરી નાખવાનું. સ્પર્ધામાંની પહેલી કામગીરી એટલે ડ્રૅગન પાસેથી સોનાનાં ઈંડાં મેળવવાં. સેડ્રિક ડ્રૅગનનું ધ્યાન કઈ રીતે બીજી તરફ દોરશે. –

ડેલ્ફી પોતાનો હાથ હવામાં ઊંચો કરે છે. એલ્બસ ચહેરા પર સ્મિત સાથે તેની તરફ આંગળી ચીંધે છે. આ બંને વચ્ચે હવે સારૂં બનવા લાગ્યું છે.

ડિગોરી.

ડેલ્ફી

એક પથ્થરનું રુપાંતર કૂતરામાં કરીને.

એલ્બસ

હા પણ, એક્સપેલિયાર્મસ મંત્રથી તો આ કામ નહીં થાય!

ડેલ્ફી અને એલ્બસની આ જુગલબંધી હવે સ્કૉર્પિયસને ખટકે છે.

સ્કૉર્પિયસ

ઓ કે, બે મુદ્દા છેઃ પહેલો મુદ્દો એ કે ડ્રૅગન તેને મારી નહીં નાખે એની આપણને ખાતરી છે?

ડેલ્ફી

આની પાસે હંમેશા જ બે મુદ્દા હોય છે, બરાબર ને? તારા પહેલા સવાલનો જવાબ એ છે કે, ડ્રૅગન તેને મારી નહીં નાખે. આ હૉગવર્ટ્સ છે. કોઈપણ ચૅમ્પિયન સાથે આટલો મોટો દગો-ફટકો થવા નહીં દે એ લોકો.

સ્કૉર્પિયસ

ઠીક છે, બીજો અને સૌથી મહત્ત્વનો મુદ્દો – આપણે ભૂતકાળમાં જઈ રહ્યા છીએ ખરા પણ પછીથી આપણે સમયમાં પાછા પ્રવાસ કરી શકીશું કે નહીં એની જાણકારી આપણી પાસે નથી. હવે અત્યારે

આ બાબત રોમાંચક લાગી શકે છે. મને લાગે છે કે, આપણે પહેલા એકાદ કલાક પાછળ જવાનો પ્રયાસ કરી જોઈએ અને પછી...

ડેલ્ફી

સૉરી સ્કૉર્પિયસ, પણ આપણી પાસે વેડફવા જેટલો સમય નથી. સ્કૂલની આટલા નજીક રાહ જોવી એ જ મૂળ તો બહુ જોખમી છે. મને પૂરેપૂરી ખાતરી છે કે, એ લોકો તમને બંનેને શોધવા માટે નીકળી પડ્યા હશે.

એલ્બસ

આની વાતમાં દમ છે.

ડેલ્ફી

હવે તમારે આ પહેરવાની જરૂર પડશે –

તે કાગળની બે મોટી થેલીઓ બહાર કાઢે છે. બંને છોકરાઓ તેમાંથી ઝભ્ભા બહાર કાઢે છે.

એલ્બસ

પણ આ તો ડર્મસ્ટ્રેન્ગના ઝભ્ભા છે.

ડેલ્ફી

આ મારા કાકાનો આઈડિયા છે. એમાં એવું છે ને કે, તમે હૉગવર્ટ્સના ગણવેશમાં હશો તો લોકો તમને તરત જ ઓળખી કાઢશે. પણ ટ્રાઈવિર્ઝાડ ટૂર્નામેન્ટમાં અન્ય બે શાળાઓ પણ ભાગ લે છે – અને એટલે તમે જો ડર્મસ્ટ્રેન્ગના ગણવેશમાં હશો તો તરત ઓળખાઈ આવવાને બદલે ભીડનો એક ભાગ બની જવાનું શક્ય બનશે.

એલ્બસ

ક્યા બાત હૈ! કયા સોચા હૈ... પણ તારો ઝભ્ભો ક્યાં છે?

ડેલ્ફી

એલ્બસ, સારૂં થયું તેં આ સવાલ પૂછ્યો. પણ તને લાગે છે ખરૂં કે હું વિદ્યાર્થી તરીકે ચાલી જાઉં એમ છું? મને નથી લાગતું. આથી હું ક્યાંક ભીડમાં સંતાઈ રહું એ જ સારૂં રહેશે. બહુ બહુ તો હું ડ્રેગનની પ્રશિક્ષક હોવાનો દેખાવ કરીશ. આમ પણ મંત્ર મારવાનું કામ તું જ કરવાનો છે.

સ્કૉર્પિયસ ડેલ્ફી તરફ જુએ છે અને પછી એલ્બસ તરફ.

સ્કૉર્પિયસ

તું નહીં આવે તો પણ ચાલશે.

ડેલ્ફી

શું?

સ્કૉર્પિયસ

તારી વાત સાચી છે. મંત્ર મારવા માટે તો અમને તારી જરૂર નથી. અને તું જો વિદ્યાર્થીનો ઝભ્ભો પહેરી શકવાની ન હોય તો તારૂં ત્યાં આવવું એ મોટું જોખમ તો ખરૂં જ. સૉરી ડેલ્ફી, પણ તું ન જ આવતી.

ડેલ્ફી

પણ મારે આવવું જ જોઈએ – એ મારા કાકાનો દીકરો છે. તને શું લાગે છે એલ્બસ?

એલ્બસ

મને લાગે છે કે સ્કૉર્પિયસની વાત બરાબર છે. સૉરી ડેલ્ફી.

ડેલ્ફી

શું?

એલ્બસ

અમે કોઈ ગરબડ નહીં કરીએ.

ડેલ્ફી

પણ મારા વિના તમે – ટાઈમ-ટર્નરનો ઉપયોગ કરી શકશો?

સ્કૉર્પિયસ

ટાઈમ-ટર્નરનો ઉપયોગ કરતા તેં અમને શીખવાડ્યું તો છે.

હવે ડેલ્ફી બરાબરની નારાજ થઈ જાય છે.

ડેલ્ફી

ના, હું તમને આવું કરવા નહીં દઉં...

એલ્બસ

જો, તેં જ તારા કાકાને અમારા પર વિશ્વાસ રાખવા કહ્યું હતું ને. હવે એમ કરવાનો તારો વારો છે. સ્કૂલ નજીક આવી રહી છે. તને અહીં છોડીને અમારે આગળ વધવું જોઈએ,

ડેલ્ફી આ બંને તરફ જુએ છે અને એક ઊંડો શ્વાસ લે છે. મનોમન કશુંક વિચારે છે અને સ્મિત કરતા માથું હલાવે છે.

ડેલ્ફી

ભલે, તો જાવ તમે બંને. પણ એક વાત ધ્યાનમાં રાખજો... બહુ ઓછા લોકોને ક્યારેક જ મળતી તક આજે તમને બંનેને મળી છે. આજે તમે ઈતિહાસ બદલી નાખવાના છો. તમે સમયને જ બદલી નાખવાના છો. પણ સૌથી મહત્ત્વની વાત એટલે, આજે તમે સમયને બદલી નાખવાના છો. અને એનાથી પણ મોટી વાત એ કે, એક વૃદ્ધ પિતાને આજે તમે તેનો દીકરો પાછો મેળવી આપવાના છો.

તે સ્મિત કરે છે અને એલ્બસ તરફ જુએ છે. તે નીચે વળે છે અને તેના બંને ગાલ પર હળવેકથી ચુંબન કરે છે.

ડેલ્ફી જંગલની દિશામાં આગળ વધે છે. એલ્બસ તેની તરફ જોતો રહે છે.

સ્કૉર્પિયસ

તેણે મને બચી ન આપી – તે જોયું ને? *(તે પોતાના મિત્ર તરફ જુએ છે.)* તું બરાબર તો છે ને એલ્બસ? તારા ચહેરાનો રંગ ઉતરેલો લાગે છે. અને લાલાશ પડતો પણ લાગી રહ્યો છે. એટલે તારા ચહેરાનો રંગ ઉતરી ગયો છે અને ગુલાબી પણ થઈ ગયો છે, બંને એક સાથે.

એલ્બસ

ચાલ, આપણે કામે લાગીએ.

અંક બીજો દૃશ્ય પાંચમું

પ્રતિબંધિત જંગલ

જંગલ હવે મોટું, ઘેરૂં થતું જાય છે. વૃક્ષોની વનરાજીમાં કેટલાક લોકો શોધખોળ કરી રહ્યા છે. ખોવાયેલા જાદૂગરોની શોધ ચલાવી રહ્યા છે. પણ ધીમે ધીમે લોકો ઓગળી જતા લાગે છે અને હૅરી એકલો જ રહી જાય છે.

તેને કશુંક સંભળાય છે. તે જમણી તરફ વળે છે.

હૅરી

એલ્બસ? સ્કૉર્પિયસ? એલ્બસ?

અને અચાનક જ ઘોડાનાં ટાપલાંનો ટપટપ અવાજ આવે છે. હૅરી ચમકી જાય છે. અવાજ ક્યાંથી આવે છે એ જાણવા માટે તે આસપાસ નજર ફેરવે છે. અચાનક જ પ્રકાશ ફેલાય છે અને બેન તેની સામે વચ્ચોવચ આવીને ઊભો રહી જાય છે. બેન એક ભવ્ય અને જાજરમાન સેન્ટૉર છે.

બેન

હૅરી પૉટર.

હૅરી

બેન, તું હજી પણ મને ઓળખે છે એ જાણીને સારૂં લાગ્યું.

બેન

તું હવે મોટો દેખાવા લાગ્યો છે.

હૅરી

ઉંમર વધી છે મારી દોસ્ત.

બેન

પણ તારા ડહાપણમાં વધારો થયો હોય એવુ લાગતું નથી. તું અમારા પ્રદેશમાં કેમ ઘૂસી આવ્યો છે?

હેરી

મેં હંમેશા જ સેન્ટૉર્સને માન આપ્યું છે. આપણી વચ્ચે શત્રુતા નથી. હૉગવર્ટ્સના યુદ્ધમાં તમે બહુ બહાદુરીથી લડ્યા હતા. અને હું પણ તમારી સાથે એ લડાઈનો હિસ્સો હતો.

બેન

મેં બસ મારી ફરજ નીભાવી હતી. અને તે પણ મારા ઝુંડ અને તેના સન્માન માટે. તારા માટે નહીં. અને એ યુદ્ધ પછી આ જંગલને સેન્ટૉર ભૂમિ જાહેર કરવામાં આવ્યું હતું. અને અત્યારે અમારી પરવાનગી વિના તું અમારી ભૂમિ પર છે, આથી તું અમારો શત્રુ જ છે.

હેરી

બેન, મારો દીકરો ખોવાઈ ગયો છે. તેને શોધવા માટે મને મદદની જરૂર છે.

બેન

તે અહીં આવ્યો છે? અમારા જંગલમાં?

હેરી

હા.

બેન

તો પછી એ પણ તારા જેટલો જ મૂરખ છે.

હેરી

મારી મદદ કરીશ, બેન?

ક્ષણભર શાંતિ. બેન હૅરી તરફ તુમાખીપૂર્વક જુએ છે.

બેન

મારી પાસે જેટલી માહિતી છે, એટલું જ હું તને કહી શકીશ... અને યાદ રહે, હું તને જે કંઈ કહું છું એ તારા ફાયદા માટે નહીં, પણ મારા ઝુંડના ભલા માટે છે. સેન્ટૉર્સને વધુ એક યુદ્ધ જોઈતું નથી.

હેરી

અમને પણ યુદ્ધ નથી જોઈતું. બોલ, તારી પાસે શું માહિતી છે?

બેન

મેં તારા દીકરાને જોયો છે. હૅરી પૉટર. સિતારાઓની ગતિમાં.

હૅરી

તેં તેને સિતારાઓમાં જોયો છે?

બેન

અત્યારે એ ક્યાં છે એ હું કહી શકું એમ નથી. પણ એ તને કઈ રીતે મળી શકે છે એ કહી શકું છું.

હૅરી

પણ તને કંઈક દેખાયું છે? કોઈ દૈવી યોજના કે એવું કંઈ?

બેન

તારા દીકરાની આસપાસ એક કાળું વાદળ દેખાય છે. એક ખતરનાક કાળું વાદળ.

હૅરી

એલ્બસની આસપાસ?

બેન

આ કાળું વાદળ આપણને બધાને જોખમમાં મૂકી શકે છે. તને તારો દીકરો પાછો મળી જશે, હૅરી પૉટર. પણ ક્યારેક તું એને હંમેશ માટે ખોઈ બેસીશ એવું લાગે છે.

બેન ઘોડાની હણહણાટી જેવો અવાજ કરે છે – અને પછી તીવ્ર ઝડપે દોડી જાય છે. હેબતાઈ ગયેલો હૅરી એકલો પાછળ રહી ગયો છે.

હૅરી ફરીથી શોધકાર્યમાં લાગી જાય છે – આ વખતે તેનું જોમ બમણું થઈ ગયું છે.

હૅરી

એલ્બસ! એલ્બસ!

અંક બીજો દૃશ્ય છઠ્ઠું

પ્રતિબંધિત જંગલની ધાર પર

સ્કૉર્પિયસ અને એલ્બસ એક વળાંક પર વળતા દેખાય છે.

ત્યાં ઝાડી વધુ ઘનઘોર થવાને કારણે તિરાડમાંથી અત્યંત તેજસ્વી પ્રકાશ દેખાય છે.

સ્કૉર્પિયસ

અને આ રહ્યું એ...

સામેનું દૃશ્ય જોઈ એલ્બસ થૂંક ગળા નીચે ઉતારે છે.

એલ્બસ

હૉગવટ્ર્સ. આ પહેલા ક્યારેય આવું દૃશ્ય જોયું નથી.

સ્કૉર્પિયસ

હજી પણ તારાં રૂવાડાં ઊભાં થઈ જાય છે? તેને જોઈને?

ઝાડીમાંની એ તિરાડમાંથી હૉગવટ્ર્સ સ્કૂલના ભવ્ય અને અદભુત દર્શન થાય છે. ગોળાકાર અને સુંદર ઈમારતો અને મિનારા દેખાય છે.

જે ક્ષણે મેં પહેલીવાર હૉગવટ્ર્સ વિશે સાંભળ્યું, ત્યારથી જ ત્યાં જવા માટેની તાલાવેલી મને થઈ આવી હતી. મારા ડૅડને સ્કૂલે બહુ ગમતું નહીં, એ મને ખબર છે. પણ જે રીતે તેઓ આ જગ્યાનું વર્ણન કરતા... દસ વર્ષની વયથી મેં નક્કી કર્યું, રોજ સવારે ડેઈલી પ્રૉફેટ વાંચવું. એ જાણવા માટે કે હૉગવટ્ર્સ પર કોઈક મોટું સંકટ તો તૂટી પડ્યું નથી ને? એવું સંકટ જેના કારણે ત્યાં જવાની તક મારા હાથમાંથી સરી ન જાય.

એલ્બસ

અને પછી તું ત્યાં પહોંચ્યો અને અંતે થયું એવું કે એ જગ્યા અત્યંત ભયંકર નીકળી, બરાબર ને?

સ્કૉર્પિયસ

ઓછામાં ઓછું, મારા માટે તો આવું કહી શકાય એમ નથી.

એલ્બસ પોતાના મિત્ર તરફ આઘાતભરી નજરે જુએ છે.

મારે બસ એક જ ચીજ કરવી હતી. હૉગવટ્ર્સમાં જવું અને એક જિગરજાન દોસ્ત સાથે બસ ધમાલ–મસ્તી કરવી હતી. હૅરી પૉટરે કરેલી એ રીતે અને મને મિત્ર તરીકે કોણ મળ્યું, હૅરી પૉટરનો જ દીકરો. આને કહેવાય નસીબ...

એલ્બસ

પણ હું તો મારા ડૅડ જેવો જરાય નથી.

સ્કૉર્પિયસ

તું એમના કરતાં ઘણો સારો છે. તું મારો ખાસમખાસ દોસ્ત છે, એલ્બસ. અને આપણે અત્યારે જે કરી રહ્યા છીએ એ ધમાલ–મસ્તી જેવી મજા બીજી કઈ હોઈ શકે. આવી કલ્પના તો મેં સપનામાં પણ કરી નહોતી... માન ગયે દોસ્ત... પણ એક વાત મારે કબૂલવી રહી કે, હું જરા જેટલો... સાવ થોડોક ડરી ગયો છું... પણ...

એલ્બસ સ્કૉર્પિયસ તરફ જુએ છે અને સ્મિત કરે છે.

એલ્બસ

અને તું પણ મારો ખાસમખાસ દોસ્ત છે. ચિંતા છોડી દે. જે કંઈ થઈ રહ્યું છે એ વિશે મને સારો સંકેત મળી રહ્યો છે.

દૂરથી રૉનનો અવાજ સંભળાય છે અને તે નજીક આવી રહ્યો છે એ પણ સ્પષ્ટ થાય છે.

રૉન

એલ્બસ? એલ્બસ!

એલ્બસ અવાજની દિશામાં વળે છે, તે ગભરાઈ ગયો છે.

એલ્બસ

પણ આપણે હવે નીકળવું જોઈએ.

એલ્બસ સ્કોર્પિયસ પાસેથી ટાઇમ–ટર્નર લઈ લે છે. તેના પરના બટન દબાવે છે. ટાઇમ–ટર્નર ધ્રૂજવા લાગે છે અને અચાનક ધડાકો થાય છે અને હલનચલન શરૂ થાય છે.

અને એ સાથે જ મંચ પર ફેરફાર થવાની શરૂઆત થાય છે. બંને છોકરા એ તરફ જુએ છે.

અને ત્યાં જ પ્રકાશની રાક્ષસી જ્યોત થાય છે. કાનમાં ધાક બેસી જાય એવો અવાજ થાય છે અને સમય થંભી જાય છે. અને એ પછી સમય જાણે કે પડખું ફેરવે છે, ક્ષણેક વિચાર કરે છે, અને પછી પાછળની તરફ સરકવા લાગે છે. શરૂઆતમાં તેની ગતિ ધીમી છે...

પણ પછી સમયની પાછળ જવાની ગતિ એકાએક વધી જાય છે.

અંક બીજો દશ્ય સાતમું

ટ્રાઈવિઝાર્ડ ટૂર્નામેન્ટ, પ્રતિબંધિત જંગલની ધાર પર, 1994

એકાએક બધું જ અનેકવિધ ઘોંઘાટના રમખાણ જેવું થઈ જાય છે. એલ્બસ અને સ્કોર્પિયસને ભીડ પોતાની અંદર સમાવી લે છે.

અને અચાનક જ પૃથ્વની પરનો શ્રેષ્ઠતમ 'શોમેન' (આ તેના શબ્દો છે અમારા નહીં) મંચ પર પ્રગટ થાય છે. પોતાનો અવાજ બધા સુધી પહોંચાડવા માટે તે સોનોરસ મંત્રનો ઉપયગો કરે છે. અને તે અત્યંત ખુશખુશાલ છે, એ તો જોઈ શકાય છે.

લ્યુડો બૅગમેન

મહેરબાનો અને કદરદાનો, ભાઈઓ અને બહેનો, છોકરાઓ અને છોકરીઓ, હું તમારા માટે લઈ આવ્યો છું – દુનિયાની સૌથી અદભુત અને એકમાત્ર, એક અને માત્ર એક જ એવી ટ્રાઈવિઝાર્ડ ટૂર્નામેન્ટ.

તાળીઓના ગડગડાટ અને ચિચિયારીઓનો અવાજ આવે છે.

તમે હૉગવટ્ર્સમાંથી છો? તો ચીયર કરો.

જવાબમાં જોરદાર અવાજ આવે છે.

તમે ડર્મસ્ટ્રૅન્ગમાંથી છો? તો ચીયર કરો.

ફરીથી મોટો અવાજ આવે છે.

અને તમે જો બૉબેટોન્સમાંથી હો તો કરો જોરદાર અવાજ...

આ અવાજ જરા મંદ છે.

આપણા ફ્રેન્ચ મિત્રોનો ઉત્સાહ થોડો ઓછો લાગે છે...

સ્કૉર્પિયસ *(સ્મિત કરતા)*

આપણું કામ થઈ ગયું. આ તો લ્યુડો બૅગમેન છે.

લ્યુડો બૅગમેન

અને આ કોણ છે, જરા જુઓ તો ખરા... ભાઈઓ અને બહેનો – છોકરાઓ અને છોકરીઓ. હવે હું તમારી સામે રજૂ કરૂં છું – એ કારણ જેના માટે આપણે બધા અહીં એકઠા થયા છીએ – ચૅમ્પિયન્સ. આ જુઓ ડર્મસ્ટ્રૅન્ગના પ્રતિનિધિ... શું તેમની ભ્રમરો છે, શું તેમની ચાલ છે, ક્યા બાત હૈ.. કેવો સરસ છોકરો છે! ઝાડૂ પરની એકેય એવી ટ્રિક નથી, જે તેને આવડતી ન હોય.. એ છે વિક્ટર ક્રૅઝી ક્રમ...

સ્કૉર્પિયસ અને એલ્બસ *(હવે આ બંને ડર્મસ્ટ્રૅન્ગના વિદ્યાર્થીઓની ભૂમિકામાં ખરેખર પ્રવેશવા લાગ્યા છે)*

ક્રૅઝી ક્રમ તારામાં છે દમ... ક્રૅઝી ક્રમ તારામાં છે દમ...

લ્યુડો બૅગમેન

હવે બૉબેટન ઍકેડેમીમાંથી આવે છે – ફ્લર ડેલાકોર!

વિવેકપૂર્ણ ઢબે તાળીઓનો ગડગડાટ થાય છે.

અને હૉગવર્ટ્સમાંથી એક નહીં પણ બે વિદ્યાર્થીઓ આવ્યા છે; પહેલાનું નામ લેતા જ આપણા સૌના પગ લથડવા લાગે છે... એ છે સેડ્રિક ડીલિશિયશ ડિગોરી.

ભીડ ગાંડીતૂર થઈ જાય છે.

અને હવે બીજો – તમે તેને વિશ્વમાં જીવી ગયેલા છોકરા તરીકે ઓળખો છે. હું તેને સતત બધાને આશ્ચર્યચકિત કરનારા છોકરા તરીકે ઓળખું છું...

એલ્બસ

મારા ડૅડ...

લ્યુડો બૅગમેન

હા, એ છે હૅરી પ્લક્કી પૉટર.

ફરીથી તાળીઓનો મોટો ગડગડાટ થાય છે. ભીડના એક છેવાડે ઊભેલી જરાક નર્વસ દેખાતી એક છોકરી જરાક જોરથી તાળીઓ પાડી રહી છે – આ નાની હર્માયની છે (રોઝની ભૂમિકા ભજવતી અભિનેત્રી જ આ ભૂમિકા ભજવે છે). તરત

ધ્યાનમાં આવે એવી વાત એ છે કે, સેડ્રિક કરતાં હેરીને મળેલો પ્રતિસાદ થોડો ઓછો છે.

અને હવે – બધા જ પહેલા તો શાંત થઈ જાવ. પહેલી કામગીરી. સોનાનું ઈંડું લઈ આવવાની છે... એ પણ કોના માળામાંથી? ભાઈઓ અને બહેનો, છોકરાઓ અને છોકરીઓ, ધ્યાનથી સાંભળજો... આ ઈંડું ઉપાડી લાવવાનું છે ડ્રેગનના માળામાંથી. અને ડ્રેગન્સના માર્ગદર્શક હશે ચાર્લી વિઝલી.

બહુ મોટા અવાજે ભીડ આ વાતને વધાવે છે.

નાની હર્માયની

તું મારી આટલી નજીક ઊભો રહેવાનો હોય તો, કમ સે કમ મારા પર આટલો બધો ઉચ્છવાસ તો ન છોડ.

સ્કોર્પિયસ

રોઝ? તું અહીં શું કરી રહી છે?

નાની હર્માયની

રોઝ? કોણ રોઝ? અને બોલવાની તારી ઢબને શું થયું?

એલ્બસ *(બોલચાલની ખરાબ લઢણ સાથે)*

સૉરી. હર્માયની. તને જોઈને આને કોઈ બીજું યાદ આવ્યું હોય એવું લાગે છે.

નાની હર્માયની

તને મારું નામ કેવી રીતે ખબર પડ્યું?

લ્યુડો બૅગમેન

અને હવે જરાય સમય ન વેડફતા. આવો આપણે આપણા પહેલા ચૅમ્પિયનને બોલાવીએ. તે સામનો કરશે સ્વીડિશ શૉર્ટ–સ્નાઉટ ડ્રેગનનો. આવી રહ્યો છે સેડ્રિક ડિગોરી!

એક ડ્રેગનની ગર્જનાને કારણે નાની હર્માયનીનું ધ્યાન વિચલિત થાય છે. એટલીવારમાં એલ્બસ પોતાની જાદૂઈ લાકડી તૈયાર કરી લે છે.

અને સેડ્રિક ડિગોરી રંગમંચ પર પ્રવેશી ચૂક્યો છે. અને તે તૈયાર હોય એવું લાગે છે. થોડો ગભરાયેલો પણ તૈયાર. તે ડ્રેગનને ક્યારેક અહીંથી થાપ આપે છે તો ક્યારેક ત્યાંથી થાપ આપે છે. વચ્ચે જ્યારે તે સંતાવા માટે કૂદે છે ત્યારે છોકરીઓના દિલ ઘાયલ થઈ

જાય છે. એ બધી એક જ સૂરમાં બરાડી ઊઠે છેઃ ડ્રૅગન મહાશય અમારા ડિગોરીને નુકસાન નહીં પહોંચાડતા...

સ્કૉર્પિયસ ચિંતિત દેખાય છે.

સ્કૉર્પિયસ

એલ્બસ, કંઈક ગરબડ છે. આ ટાઇમ–ટર્નર... આમાં ધ્રૂજારી થઈ રહી છે.

ટિક ટિક અવાજ શરૂ થાય છે... આ સતત અને ખતરનાક જણાતી ટિક ટિક છે. આ અવાજ ટાઇમ–ટર્નરમાંથી આવી રહ્યો છે.

લ્યુડો બૅગમેન

અને સેડ્રિક ક્યારેક ડાબી તરફ નમે છે તો ક્યારેક જમણી તરફ વળે છે. અને હવે તે પોતાની જાદૂઈ લાકડી તૈયાર કરી રહ્યો છે – આ યુવાન, બહાદુર અને દેખાવડા જાદૂગરના મનમાં શું ચાલી રહ્યું હશે...

એલ્બસ *(પોતાની જાદૂઈ લાકડી આગળ કરતા)*

ઍક્સપેલિયાર્મસ!

સેડ્રિકની જાદૂઈ લાકડી એલ્બસના હાથમાં આવી જાય છે.

લ્યુડો બૅગમેન

અરે... પણ આ શું થયું – લાગે છે કે આ કાળા જાદૂની કરામત છે, કે પછી બીજું કંઈક... સેડ્રિક ડિગોરી અચાનક નિઃશસ્ત્ર થઈ ગયો છે...

સ્કૉર્પિયસ

એલ્બસ, મને લાગે છે કે ટાઇમ–ટર્નરમાં કંઈક ગરબડ છે...

ટાઇમ–ટર્નરની ટિક ટિક હજી વધી જાય છે.

લ્યુડો બૅગમેન

ડિગોરીનાં પાસાં અવળાં પડી રહ્યાં હોય એવું લાગે છે. તેની કામગીરીનો આ અહીં જ અંત આવી ગયો હોય એવું લાગે છે. તેના માટે આ જ કદાચ સ્પર્ધાનો અંત છે.

સ્કૉર્પિયસ એલ્બસને પકડે છે.

ટિક ટિક અવાજ હવે સર્વોચ્ચ સ્તરે પહોંચ્યો છે અને ઝળહળતો પ્રકાશ જોવા મળે છે.

અને સમય ફરીથી બદલાય છે. ફરી વર્તમાન સમયમાં પ્રવેશ. એલ્બસ પીડાથી કણસે છે.

સ્કૉર્પિયસ

એલ્બસ! તને બહુ વાગ્યું તો નથી ને? એલ્બસ તું બરાબર તો છે ને?

એલ્બસ

પણ થયું શું?

સ્કૉર્પિયસ

મને લાગે છે કે, આમાં કંઈક સમય મર્યાદા નાખવામાં આવી હશે – એટલે કે ટાઇમ–ટર્નર માટે કંઈક સમય મર્યાદા રાખવામાં આવી હશે...

એલ્બસ

તને લાગે છે આપણે આપણું કામ બરાબર પાર પાડ્યું? આપણે કંઈક બદલી શક્યા હોઈશું એવું તને લાગે છે?

અચાનક જ મંચ પર બધી બાજુઓથી લોકો ઘૂસી આવે છે. હૅરી, રૉન (હવે તે એક બાજુએ વાળને ઓળે છે. હવે તેની કપડાની પસંદગી પણ થોડી સભ્ય–સૌમ્ય થઈ છે) જિની અને ડ્રૅકો પણ પ્રગટ થાય છે. સ્કૉર્પિયસ આ બધા તરફ જુએ છે અને હળવેકથી ટાઇમ–ટર્નર પોતાના ખિસ્સામાં સેરવી દે છે. એલ્બસ આ બધા તરફ સાવ શુષ્ક અને કળી ન શકાય એવા ભાવ સાથે જુએ છે. તેને અપાર વેદના થઈ રહી છે એ સ્પષ્ટ છે.

રૉન

મેં કહ્યું હતું ને. મેં પહેલા જ કહેલું કે મેં એમને જોયા છે...

સ્કૉર્પિયસ

મને લાગે છે કે આપણને કંઈક જાણવા મળશે.

એલ્બસ

હૅલો, ડૅડ. કંઈક ગરબડ છે?

હૅરી પોતાના દીકરા તરફ અવિશ્વાસભરી નજરે જુએ છે.

હૅરી

હા. તું એવું કહી શકે છે.

એલ્બસ મંચ પર ઢળી પડે છે. હૅરી અને જિની તેની મદદ માટે ધસે છે.

અંક બીજો દૃશ્ય આઠમું

હૉગવર્ટ્સ, હૉસ્પિટલ પાંખ

હૉસ્પિટલના એક પથારી પર એલ્બસ સૂતો છે. ચિંતાગ્રસ્ત હૅરી તેની બાજુમાં બેઠો છે. તેના માથાની ઉપરની તરફ એક દયાળુ માણસનું ચિત્ર ટીંગાઈ રહ્યું છે. આ માણસ ચહેરાથી અન્યની ચિંતા કરનારો દેખાય છે. ચિત્રમાંના માણસની નજર હૅરી અને એલ્બસ બંને પર છે. હૅરી આંખો ચોળે છે, ઊભો થાય છે અને ઓરડીમાં એક આંટો મારે છે. પોતાની પીઠ સીધી કરે છે.

અને પછી તેની આંખ ચિત્રમાંના માણસની આંખ સાથે મળે છે. ચિત્રમાંનો માણસ ચોંકી જાય છે. અને હૅરી પણ હેબતાઈ જાય છે.

હૅરી

પ્રૉફેસર ડમ્બલડોર.

ડમ્બલડોર

ગુડ ઈવનિંગ હૅરી.

હૅરી

મને તમારી યાદ આવી રહી હતી. હમણાં થોડા વખત પહેલા જ મુખ્યાધ્યાપિકાની ઑફિસમાં જવાનું થયું ત્યારે તમારા ચિત્રની ફ્રેમ ખાલી દેખાઈ.

ડમ્બલડોર

આહ, એમાં એવું છે ને કે, મારા અન્ય ચિત્રોમાં પણ અવારનવાર ડોકિયું કરી લેવાનું મને ગમે છે. *(એલ્બસ તરફ જોતા.)* આ બરાબર તો થઈ જશે ને?

હૅરી

છેલ્લા ચોવીસ કલાકથી તે ભાનમાં નથી. મોટા ભાગે બધું બરાબર થઈ જશે. મૅડમ પૉમ્ફ્રે તેનો હાથ બરાબર બેસાડી દેશે. તેમના મતે આ બહુ જ વિચિત્ર બાબત છે. જાણે કે તેનો હાથ વીસ વર્ષ પહેલા ભાંગ્યો હોય અને સાવ ખોટી દિશામાં તેને સેટ થવા દેવાયો હોય એવું લાગે છે. પણ મૅડમ પૉમ્ફ્રેએ કહ્યું છે કે, બરાબર થઈ જશે.

ડમ્બલડોર

પોતાના સંતાનને થતી પીડા પોતાની નજરે જોવી, બહુ તકલીફદાયક હશે ને?

હૅરી એકવાર ડમ્બલડોર અને પછી એલ્બસ તરફ જુએ છે.

હૅરી

મેં એલ્બસનું નામ તમારા નામ પરથી રાખ્યું, એ વિશે તમારી પ્રતિક્રિયા જાણવાનો પ્રયાસ મેં ક્યારેય કર્યો નથી, બરાબર ને?

ડમ્બલડોર

હૅરી, મોકળા મને કહું તો... આ નાના જીવ પર તેં બહુ મોટો બોજો નાખી દીધો હોય ને એવું થયું છે આ.

હૅરી

મને તમારી મદદની જરૂર છે. મને તમારી સલાહ જોઈએ છે. બેનનું કહેવું છે કે એલ્બસ જોખમમાં છે. મારા દીકરાના રક્ષણ માટે હું શું કરૂં, ડમ્બલડોર?

ડમ્બલડોર

બહુ મોટા જોખમમમાં સપડાયેલા તારા દીકરાનું રક્ષણ કઈ રીતે કરવું એ પૂછવા માટે તને બીજું કોઈ નહીં ને હું જ મળ્યો? નુકસાનથી નાના બાળકોનું રક્ષણ આપણે કરી શકીએ નહીં. પીડા અને તકલીફ તો જીવનનો અનિવાર્ય હિસ્સો છે અને આ બધું તો આવવાનું જ.

હૅરી

તો, શું મારે ઊભા–ઊભા બસ બધું જોયા કરવાનું?

ડમ્બલડોર

ના. જીવનનો સામનો કઈ રીતે કરવો, મુશ્કેલીઓ સામે ઝીંક કઈ રીતે ઝીલવી, એ શીખવવાનું કામ તારૂં છે.

હેરી

પણ કેવી રીતે? એને તો મારી કોઈ વાત સાંભળવી જ ગમતી નથી.

ડમ્બલડોર

કદાચ તું એને વધુ સારી રીતે સમજાવી શકે એની રાહ તે જોઈ રહ્યો હશે.

આ વાત પચાવવાનો પ્રયાસ કરી રહેલા હેરીના કપાળ પર સળો પડે છે.

(વધુ સહાનુભૂતિપૂર્વક) આમ ચિત્રમાં જીવંત થવાના કેટલાક વરદાન અને શાપ હોય છે. લોકો જે કંઈ બોલે છે, એ સાંભળવું પડે છે. શાળામાં, મંત્રાલયમાં લોકો જે કંઈ બોલે છે એ બધું હું સાંભળ્યા કરૂં છું.

હેરી

તો મારા અને મારા દીકરા વિશે લોકો કેવી કૂથલીઓ કર્યા કરે છે?

ડમ્બલડોર

કૂથલી તો નહીં, પણ ચિંતા અને સહાનુભૂતિ ખરી. લોકોનું કહેવું છે કે, તમે બંને સંઘર્ષ કરી રહ્યા છો. કહે છે કે, તેને સંભાળવો મુશ્કેલ છે. તારો દીકરો તારા પર ગુસ્સે ભરાયેલો છે. મારી ધારણા એવી બંધાઈ છે કે, કદાચ તેના માટેના તારા પ્રેમે તને આંધળો કરી નાખ્યો છે.

હેરી

આંધળો?

ડમ્બલડોર

હેરી, એ જેવો છે, એવો જ તારે તેને જોવો જોઈએ. કઈ બાબત તેને દુ:ખી કરી શકે છે એ તારે શોધી કાઢવું જોઈએ.

હેરી

પણ , તે જેવો છે એવો હું એને નથી જોઈ રહ્યો? મારા દીકરો કઈ વાતથી દુ:ખ થાય છે? *(તે વિચારે છે)* અથવા કોણ તેને દુ:ખી કરે છે?

એલ્બસ *(ઊંઘમાં બબડે છે)*

ડેડ...

હૅરી

અમારા બંને પર ઝળૂંબી રહેલું કાળું વાદળ, એ કોઈક છે ને? એ કોઈ નિર્જિવ ચીજ તો નથી જ ને?

ડમ્બલડોર

ઓહ ખરેખર, મારા મતનું હવે કોઈ મહત્ત્વ છે ખરૂં? હું હવે માત્ર ચિત્ર છું... રંગ અને સ્મૃતિ હૅરી, માત્ર રંગ અને સ્મૃતિ. અને મારો ક્યારેય કોઈ દીકરો ય ક્યાં હતો.

હૅરી

પણ મને તમારી સલાહની જરૂર છે.

એલ્બસ

ડૅડ?

હૅરી એલ્બસ તરફ જુએ છે અને પછી ફરીવાર ડમ્બલડોર તરફ નજર કરે છે. પણ ડમ્બલડોર ચિત્રમાંથી જતા રહ્યા છે.

હૅરી

અરે, હવે તમે ક્યાં જતા રહ્યા?

એલ્બસ

આપણે હૉસ્પિટલ પાંખમાં છીએ ને?

હૅરીનું ધ્યાન હવે એલ્બસ તરફ દોરાય છે.

હૅરી *(અસંતોષ સાથે)*

હા બેટા. અને તને... તું સાજો થઈ જઈશ. સાજો થવા માટે તને શું આપવું એ વિશે મૅડમ પૉમ્ફ્રેને ખાતરી નહોતી અને તેમણે કહ્યું છે કે, સાજા થવા માટે તારે ઘણી બધી ચૉકલેટ ખાવી જોઈએ. હું પણ ખાઉં થોડીક ચૉકલેટ? મારે તને કંઈક કહેવું છે અને મને લાગે છે કે તને મારી વાત કદાચ નહીં ગમે.

એલ્બસ પોતાના પિતા તરફ જુએ છે. આના પર શું પ્રતિક્રિયા આપવી? એવું વિચારી તે ચૂપ રહેવાનો નિર્ણય લે છે.

એલ્બસ

ભલે. મને કોઈ વાંધો નથી.

હૅરી થોડીક ચૉકલેટ લે છે. એક મોટો ટુકડો મોંમાં નાખે છે. એલ્બસ મૂંઝાયેલી નજરે પોતાના પિતા સામે જુએ છે.

સારૂં લાગ્યું?

હૅરી

બહુ જ.

તે ચૉકલેટ પોતાના દીકરા સામે ધરે છે. એલ્બસ એક ટુકડો લે છે. બાપ–દીકરો બંને ચૉકલેટ ચગળે છે.

તારો હાથ કેમ છે હવે?

એલ્બસ પોતાનો હાથ ફેરવી જુએ છે.

એલ્બસ

બરાબર લાગે છે.

હૅરી *(અત્યંત મૃદુતાથી)*

તું ક્યાં જતો રહ્યો હતો એલ્બસ? અમારી હાલત કેવી થઈ હતી, એ કહેવું પણ મારા માટે મુશ્કેલ થઈ પડ્યું છે. તારી મૉમ તો તારી ચિંતામાં બીમાર થઈ ગઈ હતી...

એલ્બસ નજર ઊંચી કરીને જુએ છે. એક નંબરનો જૂઠાડો.

એલ્બસ

અમે નક્કી કર્યું કે અમારે શાળાએ જવું નથી. અમને લાગ્યું કે, અમારે એક નવી શરૂઆત કરવી જોઈએ – મગલ્સની દુનિયામાં – પણ અમને સમજાયું કે અમારો નિર્ણય ખોટો હતો. અમે હૉગવટ્‌ર્સ તરફ પાછા ફરી રહ્યા હતા, ત્યારે તમે અમને મળી ગયા.

હૅરી

પણ ડર્મસ્ટ્રેન્ગના ગણવેશમાં?

એલ્બસ

ગણવેશનું એવું થયું ને કે... એ આખી વાત... સ્કૉર્પિયસ અને હું – અમે એના વિશે પૂરતો વિચાર કર્યો નહોતો.

હૅરી

અને અમારા બધાથી દૂર ભાગી જવાનું તે શા માટે નક્કી કર્યું? મારા કારણે? હું જે કંઈ બોલ્યો એના કારણે?

એલ્બસ

મને ખબર નથી. હૉગવટ્‌ર્સમાં તમે બંધબેસતા ન હો તો એ જગ્યા તમારા માટે બહુ જ વિચિત્ર બની જાય છે.

હેરી

અને સ્કૉર્પિયસ – ભાગી જવા માટે તેણે તો તને ઉશ્કેર્યો નહોતો ને?

એલ્બસ

સ્કૉર્પિયસ? ના.

હેરી એલ્બસ તરફ ધ્યાનથી જુએ છે – જાણે કે તેની આસપાસ કોઈ તેજોવલય શોધી રહ્યો હોય, તે ઊંડા વિચારમાં છે.

હેરી

મને લાગે છે કે તારે સ્કૉર્પિયસ મૅલફૉયથી દૂર જ રહેવું જોઈએ.

એલ્બસ

શું? સ્કૉર્પિયસ?

હેરી

મને તો સૌથી પહેલા એ જ સમજાતું નથી કે, તમારી વચ્ચે દોસ્તી કઈ રીતે થઈ. ઠીક છે દોસ્તી થઈ ગઈ– પણ હવે – મારૂં માનવું છે કે –

એલ્બસ

મારો ખાસ મિત્ર? મારો એકમાત્ર મિત્ર?

હેરી

એ જોખમી છે.

એલ્બસ

સ્કૉર્પિયસ? જોખમી? તમે મળ્યા છો એને? ડૅડ, તમને ખરેખર લાગે છે કે, એ વોલ્ડેમોર્ટનો દીકરો છે...

હેરી

એ કોણ છે એની મને ખબર નથી. પણ મને એટલી જરૂર ખબર છે કે તારે એનાથી દૂર રહેવું જોઈએ. બેને મને કહ્યું –

એલ્બસ

બેન કોણ છે?

હેરી

બેન એક સેન્ટૉર છે, જેની પાસે ભવિષ્યકથનની જબરદસ્ત શક્તિ છે. તેણે કહ્યું કે એક કાળું વાદળ ઝળૂંબી રહ્યું છે તારા અને –

એલ્બસ

કાળું વાદળ?

હેરી

અને કાળા જાદૂનો પુનરોદય થઈ રહ્યો છે, આ વાત પર વિશ્વાસ રાખવા માટે મારી પાસે પૂરતાં કારણો છે. એનાથી મારે તને બચાવવાનો છે. આ બધા કાળા જાદૂથી અને સ્કૉર્પિયસથી પણ.

એલ્બસ એક ક્ષણ માટે અચકાય છે, પણ પછી તેના ચહેરા પર દૃઢ નિશ્ચયના ભાવ આવે છે.

એલ્બસ

અને ધારો કે હું તેનાથી દૂર ન થાઉં તો?

હેરી પોતાના દીકરા તરફ જુએ છે અને ઝડપથી વિચારી રહ્યો છે.

હેરી

એક નકશો છે. પોતાના જીવનમાં જે લોકો ખાસ કંઈ કરી શકતા નથી, તેમના માટે આ નકશાનો ઉપયોગ કરવામાં આવતો હતો. હવે અમે તેનો ઉપયોગ તારા પર કાયમી ધોરણે નજર રાખવા માટે કરવાના છીએ. પ્રોફેસર મૅકગૉનેગૉલ તારી દરેક હિલચાલ પર નજર રાખશે. તમે બંને એક સાથે દેખાયા કે તેઓ ઉડતાં આવ્યાં જ સમજો. હૉગવર્ટ્સ છોડીને જવાનો પ્રયાસ તમે કર્યો કે તેઓ તરત જ ઊડતાં આવી પ્રગટ થઈ જશે. તું નિયમિતપણે તારા વર્ગોમાં હાજર રહીશ. સ્કૉર્પિયસ સાથે તું તારો અભ્યાસ શૅર નહીં કરી શકે. અને વચ્ચેના સમયગાળામાં તું ગ્રિફિનડૉરના કૉમન રૂમમાં રહીશ.

એલ્બસ

તમે મને ગ્રિફિનડૉરમાં જવાની ફરજ પાડી શકો નહીં. હું સ્લીદરિન છું!

હેરી

એલ્બસ, મારી સાથે રમત રમવાનો પ્રયાસ પણ નહીં કરતો. તું કયા હાઉસમાં છે એ તું બહુ સારી રીતે જાણે છે. પ્રોફેસર મૅકગૉનેગૉલે તને સ્કૉર્પિયસ સાથે પકડી પાડ્યો તો હું તારા પર એવો મંત્ર નાખીશ કે મારી આંખો અને કાન તારી દરેક હિલચાલ અને એક-એક વાતચીત પર ચાંપતી નજર રાખશે. આ દરમિયાન, તેની વંશાવલીની તપાસ કરવાનું કામ મારા ખાતા દ્વારા ચાલુ રહેશે.

એલ્બસ *(રડવા લાગે છે)*

પણ ડૅડ – તમે આવું ન કરી શકો... આ ખરેખર...

હૅરી

હું તને ગમતો નથી, એનો અર્થ હું પિતા તરીકે તારા માટે યોગ્ય નથી, એવું મને બહુ લાંબા સમય સુધી લાગતું હતું. પણ હવે મારા ધ્યાનમાં આવ્યું કે, હું તને ગમતો ન હોઉં, તો કંઈ વાંધો નહીં. મુદ્દો એ છે કે, તારે મારૂં કહેવું સાંભળવું જોઈએ, કેમ કે હું તારો પિતા છું અને મને તારા કરતાં વધુ સમજાય છે. આય એમ સૉરી એલ્બસ, પણ મારે આ કરવું જ પડશે.

અંક બીજો દૃશ્ય નવમું

હૉગ્વર્ટ્સ, દાદરા

એલ્બસ હૅરીની પાછળ મંચ પર ચાલતો આવી રહ્યો છે.

એલ્બસ
અને ધારો કે હું ભાગી જાઉં તો? હું ભાગી જઈશ.

હૅરી
એલ્બસ, પાછો પથારીમાં જા તો.

એલ્બસ
હું પાછો ભાગી જઈશ.

હૅરી
ના. તું ક્યાંય નહીં જાય.

એલ્બસ
હું જઈશ – અને આ વખતે રૉન મને શોધી ન શકે, એની તકેદારી રાખીશ.

રૉન
મારું નામ લીધું કોઈએ હમણાં?

રૉન દાદરા પર પ્રવેશે છે. તેના વાળનો સેંથો વધારે પડતો ડાબી તરફ છે. તેનો ઝભ્ભો પણ વધુ પડતો ટૂંકો થઈ ગયો છે અને તેનાં કપડાં પણ વધુ પડતાં સૌમ્ય લાગે છે.

એલ્બસ
રૉન મામા! ધન્યવાદ ડમ્બલડોર. તમારી રમૂજની અત્યારે અમને સૌથી વધુ જરૂર છે…

રૉન સાવ મૂંઝાઈ ગયો છે, તેના કપાળ પર કરચલીઓ પડે છે.

રૉન

રમૂજ? મને ક્યાં કોઈ રમૂજ–બમૂજ આવડે છે...

એલ્બસ

શું મામા? તમે રમૂજ અને ટૂચકાઓની આખેઆખી હરતીફરતી દુકાન છો.

રૉન *(હવે પૂરેપૂરો મૂંઝાઈ ગયો છે)*

રમૂજ અને ટૂચકાઓ? દુકાન? સમજાયું નહીં? પણ ઠીક છે, તમે બંને મને મળી ગયા એનો મને ઘણો આનંદ છે... ખરેખર તો હું કંઈક ગળ્યું લાવવાનો હતો. પણ... અં... એવું છે ને કે પદ્મા મારા કરતાં જરા વધારે ઊંડાણપૂર્વક વિચારે છે. અને તેનો મત છે કે, મારે તને કંઈક એવું આપવું જોઈએ જે તને શાળામાં ઉપયોગી થઈ પડે. આથી, અમે તારા માટે પીંછાંવાળી કલમનો આખો સેટ લઈ આવ્યા છીએ... જો. અરે જો તો ખરો. એકવાર. છે ને એકદમ મસ્ત મજાની...

એલ્બસ

આ પદ્મા કોણ છે?

હૅરી એલ્બસ તરફ ભવાં ચડાવીને જુએ છે.

હૅરી

તારી મામી.

એલ્બસ

પદ્મા નામની મારી કોઈ મામી પણ છે?

રૉન

(હૅરીને) કન્ફન્ડસ મંત્રએ આના મગજ પર અસર કરી હોય એવું લાગે છે? *(એલ્બસને)* મારી પત્ની પદ્મા. તને યાદ નથી? અરે બોલતી વખતે પોતાનો ચહેરો એકદમ તારી પાસે લઈ આવવાની ટેવ છે એને. તેના શરીરમાંથી મિન્ટ જેવી થોડી ગંધ આવે છે. *(આગળ ઝૂકીને)* પદ્મા એટલે પંજુની મા. *(હૅરીને)* આ કારણે જ હું અહીં આવ્યો છું. પંજુ ફરી મુશ્કેલીમાં સપડાયો છે. હું તો તેને સજ્જડ ધમકી આપતો પત્ર લખવાનો હતો, પણ પદ્માનો આગ્રહ હતો કે હું જાતે જઈ ને તેની સાથે વાત કરૂં. ખબર નહીં કેમ, પણ એ મારી સામે જોઈને બસ હસ્યા જ કરે છે...

એલ્બસ

પણ તમારા લગ્ન તો... હર્માયની સાથે થયા છે ને...

રૉનને આમાંનું જાણે કે કશું જ સમજાતું નથી.

રૉન

હર્માયની? ના. અરે ના... જરાય નહીં. આવું તે કંઈ હોતું હશે?

હૅરી

અરે, એલ્બસ તો એ પણ ભૂલી ગયો છે કે, તેની પસંદગી ગ્રિફિનડૉરમાં કરવામાં આવી છે. બહુ સરળતાથી તેણે આ વાત વિસારે પાડી દીધી છે.

રૉન

હા, ભાઈ... સૉરી પણ તું ગ્રિફિનડૉરમાં છે.

એલ્બસ

પણ મારી પસંદગી ગ્રિફિનડૉરમાં કઈ રીતે થઈ? એ કઈ રીતે શક્ય છે?

રૉન

ભૂલી ગયો? અરે, તેં જ તો સૉર્ટિંગ હૅટને વિનંતી કરી હતી. પંજુએ તો તારી સાથે શરત પણ લગાડી હતી કે, જીવન-મરણનો પ્રશ્ન હોય તો પણ તારી પસંદગી ગ્રિફિનડૉરમાં નહીં જ થાય અને એટલે જ તેને ખીજવવા માટે તેં ગ્રિફિનડૉરની પસંદગી કરી હતી. અને આમાં મને તારો કોઈ વાંક દેખાતો નથી, *(સાવ શુષ્કપણે)* પંજુના ચહેરા પરનું સ્મિત ભૂંસી નાખવાની ઈચ્છા આપણામાંના દરેકને ક્યારેક ને ક્યારેક તો થાય જ છે ને? *(અત્યંત ગભરાઈને)* પંજુ વિશે હું આવું બોલ્યો છું, એ પ્લીઝ કોઈ પદ્માને કહેતા નહીં.

એલ્બસ

આ પંજુ કોણ છે?

રૉન અને હૅરી એલ્બસને તાકીને જુએ છે.

રૉન

તારી ડાગળી તો ચસકી નથી ગઈ ને? તારું ભેજું ઠેકાણે તો છે ને? ચાલ છોડ, મને લાગે છે કે મારે હવે ચાલતી પકડવી જોઈએ. નહીંતર મારે મને પોતાને જ ધમકીભર્યો સણસણતો પત્ર લખવો પડશે.

રૉન જતી વખતે થોડો લથડે છે. ગઈકાલ સુધી રૉન જેવો હતો, એના કરતાં આજે તે સાવ બદલાઈ ગયો હોય એવો લાગે છે.

એલ્બસ

પણ આ બધી વાતોનું કોઈ ધડ–માથું જ નથી.

હૅરી

એલ્બસ, તું જે આ બધો ઢોંગ કરી રહ્યો છે ને, એનો કોઈ ફાયદો થવાનો નથી. હું મારો નિર્ણય બદલવાનો નથી.

એલ્બસ

ડૅડ, તમારી સામે બે વિકલ્પો છે. કાં તો મને મને લઈ જાવ –

હૅરી

એલ્બસ, મારી સામે નહીં, પણ તારી સામે બે વિકલ્પો છે. કાં તો હું કહું છું એમ કર, નહીં તો ગંભીર– અત્યંત ગંભીર પરિણામ ભોગવવા તૈયાર રહેજે. સમજાય છે ને તને હું શું કહું છું એ?

સ્કૉર્પિયસ દાદરાના બાકીના અડધા ભાગ પર આવીને ઊભો રહે છે. એલ્બલને જોઈને તેને આનંદ થાય છે.

સ્કૉર્પિયસ

એલ્બસ? તું બરાબર છે. મસ્ત!

હૅરી મક્કમપણે, નિર્ણાયક પગલે ચાલતાં સ્કૉર્પિયસને ઓળંગીને આગળ નીકળી જાય છે.

હૅરી

એ એકદમ સાજો થઈ ગયો છે. અને હવે અમે જઈ રહ્યા છીએ.

એલ્બસ સ્કૉર્પિયસ તરફ નજર નાખે છે. તેનું દિલ ભાંગી રહ્યું છે. સ્કૉર્પિયસની વ્યાકુળ નજર તરફ ધ્યાન ન આપતા તે પોતાના પિતાની પાછળ–પાછળ ચાલતો રહે છે.

સ્કૉર્પિયસ

બહુ ગુસ્સો આવ્યો છે તને મારા પર? પણ થયું છે શું, એ તો બોલ?

એલ્બસ થોભે છે અને સ્કૉર્પિયસ તરફ વળે છે.

એલ્બસ

આપણું કામ થયું ખરૂં? આપણી યોજના મુજબ એકેય કામ થયું?

સ્કોર્પિયસ

ના... પણ, એલ્બસ –?

હેરી

એલ્બસ, આ જે કંઈ લવારો તમે બંને કરી રહ્યા છો ને, તે અત્યારે ને અત્યારે બંધ કરો. આ તને મારી છેલ્લી ચેતવણી છે.

એલ્બસ પોતાના ડેડ અને મિત્ર વચ્ચે બરાબરનો ભીંસાયો છે.

એલ્બસ

મારાથી આ નહીં થઈ શકે, ઠીક છે?

સ્કોર્પિયસ

તારાથી શું નહીં થઈ શકે?

એલ્બસ

એટલું જ કે – આપણે એકબીજાથી દૂર રહીએ એમાં જ આપણું ભલું છે, સમજ્યો?

દૂર જઈ રહેલા એલ્બસ તરફ સ્કોર્પિયસ દુઃખભરી નજરે જોઈ રહે છે. બંનેના દિલ ભાંગી ગયાં છે.

અંક બીજો દૃશ્ય દસમું

હૉગવટ્ર્સ, મુખ્યાધ્યપિકાની ઑફિસ

પ્રોફેસર મૅકગૉનેગૉલ અત્યંત નારાજ જણાય છે, હૅરીના ચહેરા પર અને મનમાં કોઈક મક્કમ નિર્ધાર હોય એવું વર્તાય છે, જિની અવઢવમાં છે કે, આ બધાથી ખરેખર તેને કેવી લાગણી થવી જોઈએ.

પ્રોફેસર મૅકગૉનેગૉલ

મરૉડર્સ મૅપનો ચોક્કસ ઉદ્દેશ્ય આ હતો કે કેમ એ વિશે મને પૂરી ખાતરી નથી.

હૅરી

આ બંને તમને ક્યારેય સાથે દેખાય કે શક્ય એટલી ઝડપે તેમને છૂટા પાડી દેજો અને તેઓ એકમેકથી દૂર જ રહે એ જો જો.

પ્રોફેસર મૅકગૉનેગૉલ

હૅરી, તને ખાતરી છે ને કે તારો આ નિર્ણય યોગ્ય છે? સેન્ટૉર્સના જ્ઞાન અને ડહાપણ પર શંકા કરવાનું કોઈ કારણ મારી પાસે પણ નથી. પણ બેન જરા વધારે પડતો ક્રોધી સેન્ટૉર છે અને... પોતાના ઉદ્દેશ્યને સાધવા માટે તે નક્ષત્રોના સંદેશમાં પોતાને ગમતા ફેરફાર નહીં જ કરે, એવું ખાતરીપૂર્વક કહી શકાય નહીં.

હૅરી

મને બેન પર વિશ્વાસ છે. એલ્બસને સ્કૉર્પિસથી દૂર રહેવું જોઈએ બસ. એમાં જ તેનું અને બીજાઓનું હિત છે.

જિની

મને લાગે છે કે, હૅરીના કહેવાનો અર્થ છે કે...

હૅરી *(અત્યંત મક્કમપણે)*
મારે શું કહેવું છે એ પ્રોફેસર બરાબર સમજ્યાં છે.

જિની હૅરી તરફ જુએ છે. હૅરી પોતાની સાથે આ રીતે વાત કરી રહ્યો છે એ વાતનું તેને આશ્ચર્ય થાય છે.

પ્રોફેસર મૅકગૉનેગૉલ
દેશના શ્રેષ્ઠમાં શ્રેષ્ઠ જાદૂગર અને જાદૂગરણીઓએ એલ્બસને ચકાસ્યો છે અને કોઈનેય તેના પર કોઈ કામણ–કૂટણ કે શાપનો અણસાર સુદ્ધાં આવ્યો નથી.

હૅરી
અને ડમ્બલડોર – ડમ્બલડૉરે કહ્યું કે –

પ્રોફેસર મૅકગૉનેગૉલ
શું?

હૅરી
તેમનું ચિત્ર. અમારી વાત થઈ. તેમણે કરેલી કેટલીક વાતમાં વજૂદ હતું–

પ્રોફેસર મૅકગૉનેગૉલ
ડમ્બલડોર હવે હયાત નથી, હૅરી. અને મેં તને આ પહેલા પણ કહ્યું છે કે ચિત્રમાં મૂળ વ્યક્તિનો અડધા કરતાં પણ ઓછો અંશ હોય છે.

હૅરી
તેમણે કહ્યું કે, પ્રેમે મને આંધળો બનાવી દીધો છે.

પ્રોફેસર મૅકગૉનેગૉલ
ભૂતપૂર્વ મુખ્યાધ્યાપકોનાં તૈલચિત્ર યાદગીરી માત્ર હોય છે. મારે જે નિર્ણય લેવાના હોય છે એમાં આધાર તરીકે તેમનો ઉપયોગ કરવાનો હોય છે. પણ મેં આ પદની જવાબદારી સંભાળી ત્યારે મને કહેવામાં આવ્યું હતું કે, તૈલચિત્ર એટલે મૂળ વ્યક્તિ એવી ગેરસમજ મારે ન રાખવી. અને તારા માટે પણ આ સલાહ એટલી જ સાચી છે.

હૅરી
પણ તેમની વાત સાચી હતી. હવે મને સમજાય છે.

પ્રોફેસર મેકગોનેગોલ

હેરી, તારા પર આવેલી તાણ સમજી શકાય એવી છે, એલ્બસનું ખોવાઈ જવું, એ પછીની શોધખોળ અને એમાં તારા જખમમાં ફરીથી દુખાવો થવો અને તેનો સંભવિત અર્થ આ બધાનો ભાર... હું સમજી શકું છું. પણ મારા પર વિશ્વાસ રાખ, અને મારૂં કહેવું માન કે તારાથી ક્યાંક કંઈક ભૂલ થઈ રહી છે –

હેરી

એલ્બસને હું પહેલા પણ ગમતો નહોતો, કદાચ હવે પછી પણ તે ક્યારેય મને પ્રેમ નહીં કરે. પણ તે સુરક્ષિત તો રહેશે. મિનર્વા – તમારા માટે મને ઘણું માન છે, પણ એ પણ એટલી જ સાચી વાત છે કે, તમને સંતાનો નથી –

જિની

આ શું માંડ્યું છે હેરી!

હેરી

—તમને નહીં સમજાય આ બધું.

પ્રોફેસર મેકગોનેગોલ *(અત્યંત ઊંડાણપૂર્વક ઘવાયાં છે)*

મને લાગે છે કે શિક્ષણ વ્યવસાયમાં આખું જીવન વીતાવવાનો અર્થ થાય છે કે–

હેરી

મારો દીકરો કયા સમયે ક્યાં છે એ તમને આ નકશા પર દેખાઈ આવશે. હું આશા રાખું છું કે, તમે આનો ઉપયોગ કરશો. અને મને ખબર પડી છે કે તમે તેનો ઉપયોગ નથી કરી રહ્યાં તો હું શાળા પર કડકમાં કડક કાર્યવાહી હાથ ધરીશ– અને એના માટે મંત્રાલયની પૂરેપૂરી તાકાતનો ઉપયોગ કરતા પણ નહીં અચકાઉં – સમજાય છે તમને?

પ્રોફેસર મેકગોનેગોલ *(આ જલદ હુમલાથી ગૂંચવાઈ ગયાં છે)*

એકદમ બરાબર સમજાય છે.

જિની હેરી તરફ જુએ છે. હેરીને શું થયું છે એ તેને સમજાઈ રહ્યું નથી. હેરી તેની સામે જોઈ રહ્યો નથી.

અંક બીજો દૃશ્ય અગિયારમું

હૉગવટ્‌ર્સ, કાળા જાદૂથી બચવાની કળાનો વર્ગ

એલ્બસ વર્ગમાં પ્રવેશે છે, તેના હાવભાવ થોડા અનિશ્ચિત જણાય છે.

હર્માયની

લો, ટ્રેનમાંથી ગાયબ થઈ ગયેલા મહાશય આખરે વર્ગમાં આપણી વચ્ચે આવી પહોંચ્યા છે.

એલ્બસ

હર્માયની?

તે બરાબરનો આશ્ચર્યચકિત થઈ ગયો છે. વર્ગમાં શિક્ષિકાની જગ્યાએ હર્માયની ઊભી છે.

હર્માયની

પૉટર, મારૂં નામ પ્રોફેસર ગ્રેન્જર છે, એ યાદ રાખજે.

એલ્બસ

પણ તમે અહીં શું કરી રહ્યાં છો?

હર્માયની

શીખવી રહી છું. ભોગ મારા. તું અહીં શું કરી રહ્યો છે? શીખવા માટે આવ્યો છે, એવી આશા રાખું છું...

એલ્બસ

પણ તું... તમે.. તો જાદૂ પ્રધાન છો.

હર્માયની

પૉટર, તને ફરીથી એ જ સપનાં આવવાં લાગ્યાં છે? આપણે પેટ્રોનસ મંત્રોનો અભ્યાસ કરવાના છીએ.

એલ્બસ *(આશ્ચર્યચકિત થઈને)*

તમે કાળા જાદૂથી સંરક્ષણની કળાના અમારા શિક્ષિકા છો?

વર્ગમાં હાસ્યનું મોજું ફરી વળે છે.

હર્માયની

હવે મારી ધીરજનો બંધ તૂટી રહ્યો છે, સમજ્યોને. આ મૂર્ખાઈ માટે ગ્રિફિન્ડૉરને દસ પૉઈન્ટ્સનો દંડ ફટકારૂં છું.

પૉલી ચૅપમૅન *(ઊભી થઈને, અત્યંત આક્રમકપણે)*

આવું ન કરતા મૅમ, આ... આ જાણી જોઈને આવું કરી રહ્યો છે. બધા જાણે છે કે તેને ગ્રિફિન્ડૉર સામે કેટલું ખુન્નસ છે.

હર્માયની

પૉલી ચૅપમૅન, આ મામલો વધારો બગડે એ પહેલા નીચે બેસી જા. *(નિસાસો નાખતા પૉલી નીચે બેસે છે.)* અને એલ્બસ, જા જઈને પૉલીની બાજુમાં બેસ અને આ માથાકૂટનો અંત લાવ.

એલ્બસ

પણ તમે આટલા ખડૂસ ક્યારથી થઈ ગયાં?

હર્માયની

ઠીક છે, હું કેટલી ખડૂસ છું એ વાતની એલ્બસ પૉટરને ખાતરી થાય એ માટે હું ગ્રિફિન્ડૉરને વીસ પૉઈન્ટનો દંડ ફટકારૂં છું.

યાન ફ્રેડ્રિક્સ

એલ્બસ તું જો હવે અત્યારે ને અત્યારે નીચે નથી બેઠો ને તો...

એલ્બસ નીચે બેસી જાય છે.

એલ્બસ

હું એટલું તો કહી શકું ને કે–

હર્માયની

એક શબ્દ પણ નહીં. બસ ચૂપચાપ બેસી જા પૉટર, નહીં તો તારી જે થોડીઘણી લોકપ્રિયતા છે ને એ પણ તું ગુમાવી બેસીશ. તો, પેટ્રોનસ એટલે શું, એ મને કોણ કહેશે? કોઈ નહીં? એક પણ જણ નહીં? તમારો આ આખો વર્ગ જ સાવ નક્કામો છે...

હર્માયની મંદ સ્મિત કરે છે. તે ખરેખર દુષ્ટ અને ખડૂસ છે, એ તેના આ હાસ્યથી જણાઈ આવે છે.

એલ્બસ

ના. આ બધું ગાંડપણ ચાલી રહ્યું છે. રોઝ ક્યાં છે? તમે કેટલું હાસ્યાસ્પદ વર્તન કરી રહ્યાં છે, એ તમને રોઝ જ કહેશે.

હર્માયની

કોણ રોઝ? તારી અદશ્ય બહેનપણી?

એલ્બસ

રોઝ ગ્રેન્જર–વીઝલી! તમારી દીકરી! *(તેને સમજાય છે.)* એટલે કે, તમે અને રૉન મામા પરણ્યા નથી એટલે રોઝ –

વર્ગમાં ખીખી કરતા બધા હસી પડે છે.

હર્માયની

તારી હિંમત કઈ રીતે થઈ? ગ્રિફિન્ડૉરને પચાસ પૉઈન્ટનો દંડ. અને યાદ રાખજો, હવે પછી જો કોઈએ મને અધવચ્ચે રોકી છે, તો સીધા જ સો પૉઈન્ટ કાપી લેતા મને વાર નહી લાગે.

તે કરડાકીપૂર્વક આખા વર્ગમાં નજર ફેરવે છે. કોઈનાય ચહેરા પરનો એકેય સ્નાયુ હલતો નથી.

સરસ. પેટ્રોનસ એક જાદૂઈ મંત્ર છે. તમારા મનમાંની તમામ અત્યંત સકારાત્મક લાગણીઓનું એ પ્રક્ષેપણ છે. તેનું દશ્ય સ્વરૂપ એકાદ પ્રાણીનું હોય છે અને તેના માટે તમને તમારા મનથી નિકટતા અનુભવાય છે. પેટ્રોનસનું આવાહન કરી તેને જગાડવામાં તમે સફળ થયા તો આખી દુનિયાથી તમે તમારૂં રક્ષણ કરી શકશો. મને લાગે છે કે, આપણને કેટલીક બાબતોમાં આ મંત્રની તાતી જરૂર છે. સમજોને કે, આજે નહીં તો કાલે આપણને તેની જરૂર પડવાની જ છે.

અંક બીજો દૃશ્ય બારમું

હૉગવટ્‌ર્સ, દાદર

એલ્બસ એક દાદરા પર ચાલી રહ્યો છે. ચાલતાં–ચાલતાં તે આસપાસ નજર ફેરવી રહ્યો છે.

તેને કશું જ દેખાતું નથી. તે બહાર નીકળી જાય છે. દાદરા નૃત્ય જેવી હિલચાલ કરતા દેખાય છે.

સ્કૉર્પિયસ તેની પાછળ પ્રવેશ કરે છે. તેને લાગે છે કે તેણે એલ્બસને જોયો છે, પણ તેને તરત જ સમજાય છે કે એલ્બસ ત્યાં નથી.

દાદરાનાં પગથિયાં હલબલી ઊઠે છે અને સ્કૉર્પિયસ તરત જમીન પર ફસડાઈ પડે છે.

મૅડમ હૂચ ત્યાં પ્રવેશે છે અને પગથિયાં ચડે છે. ટોચ પર પહોંચી તેઓ સ્કૉર્પિયસને ઊઠવા માટે ઈશારો કરે છે.

તે ઊભો થાય છે. પણ ફરીથી ફસડાઈ પડે છે – તે સાવ એકલો પડી ગયો છે એ સ્પષ્ટ દેખાઈ આવે છે.

એલ્બસ પ્રવેશે છે અને એક પગથિયું ચડે છે.

સ્કૉર્પિયસ પ્રવેશે છે અને વધુ એક પગથિયું ચડે છે.

ને પગથિયાં મળે છે. બંને છોકરા એકમેક સામે જુએ છે.

બંને હતાશ છે અને તેમના ચહેરા પર આશા પણ છે, આ બંને લાગણીઓ એકસાથે છે.

પછી એલ્બસ પોતાની નજર બીજે ફેરવી લે છે. અને એ ક્ષણ તૂટી જાય છે – અને તેની સાથે જ કદાચ મિત્રતા પણ.

અને – હવે પગથિયાં પણ એકમેકથી દૂર જઈ રહ્યાં છે – બંને એકબીજા તરફ જોઈ રહ્યા છે. એકની આંખમાં અપરાધબોધ છે, તો બીજાની આંખમાં અપાર પીડા છે – બંને દુઃખથી છલકાઈ રહ્યા છે.

અંક બીજો દૃશ્ય તેરમું

હૅરી અને જિની પૉટરનું ઘર, રસોડું

જિની અને હૅરી એકબીજા તરફ ગંભીરતા અને ચિંતાપૂર્વક જોઈ રહ્યાં છે. તેમની વચ્ચે દલીલબાજી થવાની શક્યતા છે, એ વાતથી બંને વાકેફ છે.

હૅરી

આ જ યોગ્ય નિર્ણય છે.

જિની

તારા અવાજના સૂર પરથી તો લાગે છે કે તું પોતે જ આ વિશે હજી પણ અનિશ્ચિત છે.

હૅરી

તેં જ મને કહેલું ને કે, તેની સાથે પૂરેપૂરી નિખાસલતાથી વર્તજે, પણ મને લાગે છે કે, મારે મારી પોતાની સાથે જ પૂરેપૂરી નિખાસતાથી, પ્રમાણિકતાથી વર્તવાની જરૂર છે. મારૂં દિલ જે કહે છે, તેના પર મારે વધુ વિશ્વાસ રાખવો જોઈએ...

જિની

હૅરી, આજ સુધી થઈ ગયેલા તમામ જાદૂગરોમાં તારૂં દિલ સૌથી મોટું છે, એની મને પાકી ખાતરી છે. પણ તારા દિલે તને આ રીતે વર્તવા કહ્યું છે, એ વાત પર મને વિશ્વાસ બેસતો નથી.

દરવાજા પર ટકોરો સંભળાય છે.

દરવાજાએ બચાવી લીધો.

જિની બહાર જાય છે.

એકાદ ક્ષણ બાદ, ડ્રેકો પ્રવેશે છે, તે ગુસ્સાથી રાતોપીળો થઈ રહ્યો છે, પણ તે પોતાના ગુસ્સાને સંતાડવામાં સફળ જણાય છે.

ડ્રેકો

હું વધુ વખત રોકાઈ શકીશ નહીં. અને મારે વધુ સમય રોકાવું પણ નથી.

હેરી

બોલ, હું તારી શું મદદ કરી શકું?

ડ્રેકો

હું અહીં તારી સાથે વેર વાળવા નથી આવ્યો. પણ મારો દીકરો રડી રહ્યો છે. એક પિતા તરીકે તને હું એ પૂછવા આવ્યો છું કે, બે ખાસ મિત્રોને તું આમ એકબીજાથી દૂર શા માટે કરી રહ્યો છે?

હેરી

મેં તેમને અલગ કર્યા નથી.

ડ્રેકો

તેં શાળાનું સમયપત્રક પણ બદલાવી નાખ્યું છે. શિક્ષકો અને એલ્બસને પણ ધમકાવ્યાં છે. શા માટે?

હેરી ડ્રેકોને સાવચેતીપૂર્વક જુએ છે અને પછી પીઠ ફેરવી લે છે.

હેરી

મારે મારા દીકરાનું રક્ષણ કરવું જોઈએ.

ડ્રેકો

સ્કોર્પિયસથી?

હેરી

બેને મને કહ્યું કે, મારા દીકરાની આસપાસ અંધકારનું આચ્છાદન હોવાનું તેણે અનુભવ્યું છે.

ડ્રેકો

તું કહેવા શું માગે છે પોટર?

હેરી ચહેરો ફેરવે છે અને સીધો જ ડ્રેકોની આંખમાં આંખ મેળવે છે.

હેરી

એ તારો જ દીકરો છે... તને પૂરી ખાતરી છે, એ વાતની, ડ્રેકો?

સ્મશાનવત્ શાંતિ છવાઈ જાય છે.

ડ્રેકો

તારા શબ્દો હમણાંને હમણાં પાછા લે...

પણ હેરી પોતાના શબ્દો પાછા લેતો નથી. આથી, ડ્રેકો પોતાની જાદૂઈ લાકડી બહાર કાઢે છે.

હેરી

મને નથી લાગતું કે તું આવું કંઈ ખરેખર કરવા માગે છે.

ડ્રેકો

મારે કરવું જ છે.

હેરી

હું તને ઈજા પહોંચાડવા નથી માગતો ડ્રેકો.

ડ્રેકો

અરે વાહ, પણ મારે તને ઈજા પહોંચાડવી છે.

બંને જણ સામસામે આવી જાય છે અને પોતપોતાની જાદૂઈ લાકડી બહાર કાઢે છે.

ડ્રેકો અને હેરી

એક્સપેલિયાર્મસ!

બંનેની જાદૂઈ લાકડી હાથમાંથી સરી જાય છે અને પાછી હાથમાં આવી જાય છે.

ડ્રેકો

ઈનાકાર્સિરસ!

ડ્રેકોની જાદૂઈ લાકડીમાંથી ધડાકો થાય છે, પણ હેરી તેમાંથી છટકી જાય છે.

હેરી

ટૅરોન્ટલેગ્રા!

ડ્રેકો કૂદકો મારીને દૂર ખસી જઈ પોતાને બચાવી લે છે.

હેરી

ડ્રેકો, તું પ્રેક્ટિસ કરીને આવ્યો લાગે છે!

ડ્રેકો

પણ તું પ્રેક્ટિસમાં કાચો પડ્યો લાગે છે, પૉટર. ડેન્સોજીઓ!

હૅરી ખસી જઈ જરાક માટે બચી જાય છે.

હૅરી

રિક્ટુઝેમ્પ્રા!

ડ્રૅકો એક ખુરશી ફેંકી ધડાકાને અટકાવે છે.

ડ્રૅકો

ફ્લિપેન્ડો!

હૅરી હવામાં ગુલાંટીઓ ખાય છે. ડ્રૅકો હસે છે.

ઘરડો થઈ ગયો છે તું, ઘરડો.

હૅરી

આપણે સરખી ઉંમરના જ છીએ ડ્રૅકો.

ડ્રૅકો

પણ હું મારી વયનો વધુ લાગું છું.

હૅરી

બ્રૅકિયાબિન્ડો!

ડ્રૅકો સજ્જડપણે બંધાઈ જાય છે.

ડ્રૅકો

બસ, આટલી જ છે તારી આવડત અને કરામત? ઈમૅન્સિપેર!

ડ્રૅકો પોતાનો છૂટકારો કરી લે છે.

લેવીકૉર્પસ!

ચપળતાથી કૂદકો મારી હૅરીને પોતાનો બચાવ કરવો પડે છે.

મોબિલિકૉર્પસ! વાહ, આમાં તો બહુ મજા આવી રહી છે...

ડ્રૅકો હૅરીને ટેબલ પર ઉપર– નીચે ઉછાળે છે. અને પછી હૅરી સરી પડે છે, ડ્રૅકો કૂદકો મારી ટેબલ પર ચડી જાય છે અને પોતાની જાદૂઈ લાકડી તૈયાર કરે છે. પણ એટલીવારમાં હૅરી તેના પર મંત્ર નાખે છે...

હૅરી

ઑબ્સ્ક્યુરો!

ડ્રૅકો આંધળો થઈ જાય છે, પણ માત્ર ક્ષણભર માટે. તરત જ તેની દૃષ્ટિ પાછી આવી જાય છે.

બંને જણ ફરીથી સામસામા આવી જાય છે – હૅરી ડ્રૅકો પર ખુરશી ફેંકે છે.

ડ્રૅકો નીચે ઝૂકી જઈ પ્રહાર ચૂકાવી જાય છે અને પોતાની જાદૂઈ લાકડી ઉગામી ખુરશીની ગતિ ઓછી કરી નાખે છે.

જિની

આ ઓરડામાંથી બહાર ગયાને મને માંડ ત્રણ મિનિટ થઈ હશે!

રસોડામાં થયેલી તારાજીને તરફ તે ધ્યાનથી જોઈ રહી છે. હવામાં અદ્ધર લટકતી ખુરશીઓ તરફ તે જુએ છે. પોતાની જાદૂઈ લાકડી દ્વારા તે ખુરશીઓને જમીન પર આવવા માટેનો ઈશારો કરે છે.

(શક્ય એટલા શુષ્ક અવાજમાં) અહીં થોડી વાર પહેલા શું થયું હતું?

અંક બીજો દૃશ્ય ચૌદમું

હૉગવર્ટ્સ, દાદરા

દુઃખી સ્કૉર્પિયસ એક દાદરા પરથી ભારે પગલે ઉતરી રહ્યો છે. બીજી બાજુથી ડેલ્ફી હળવેકથી પ્રવેશે છે.

ડેલ્ફી

તો– નિયમ મુજબ – મારે અહીં ન હોવું જોઈએ.

સ્કૉર્પિયસ

ડેલ્ફી?

ડેલ્ફી

વાસ્તવમાં તો હું આપણી આખી યોજનાને જોખમમમાં મૂકી રહી છું... નિયમ મુજબ કહીએ તો... પણ એ સાચું નથી... તને તો ખબર જ છે કે જોખમ ઉપાડવું એ મારો મૂળભૂત સ્વભાવ નથી. હૉગવર્ટ્સમાં હું આ પહેલા ક્યારેય આવી નથી. અહીંની સુરક્ષા વ્યવસ્થા બહુ ઢીલી છે, બરાબર ને? અને કેટલા બધા તૈલચિત્રો છે. અને આવવા–જવાના રસ્તા. અને ભૂતો પણ! ધડ પર અડધું માથું ધરાવતા એક વિચિત્ર ભૂતે મને એ પણ કહી દીધું કે, તમે ક્યાં મળશો, બોલ... વિશ્વાસ બેસે છે આ વાત પર?

સ્કૉર્પિયસ

તું આ પહેલા હૉગવર્ટ્સમાં ક્યારેય આવી નથી?

ડેલ્ફી

અરે નાનપણમાં હું ઘણા વર્ષ બીમાર હતી. બીજા બાળકોને શાળામાં જવા મળ્યું – પણ મને જવા જ ન મળ્યું બોલ...

સ્કૉર્પિયસ

એટલી બીમાર હતી તું? આય એમ સૉરી, મને આ વાતની જાણકારી નહોતી.

ડેલ્ફી

આવી બધી વાતોની હું જાહેરાત નથી કરતી. શોકાંતિકાની નાયિકા તરીકે કોઈ મને ઓળખે એ મને જરાય ગમતું નથી.

સ્કૉર્પિયસના મગજમાં આ વાત નોંધાઈ જાય છે. કંઈક બોલવા માટે તે માથું ઊંચકે છે પણ એટલીવારમાં ડેલ્ફી ચપળતાથી આડશમાં લપાઈ જાય છે કેમ કે એક વિદ્યાર્થી ચાલતો આવી રહ્યો છે. આ વિદ્યાર્થી નજરથી ઓઝલ થાય ત્યાં સુધી સ્કૉર્પિયસ એ રીતે વર્તે છે કે જાણે કશું જ બન્યું નથી.

ગયો કે નહીં?

સ્કૉર્પિયસ

ડેલ્ફી, તારૂં અહીં રહેવું કદાચ વધારે પડતું જોખમી સાબિત થઈ શકે છે–

ડેલ્ફી

એમાં એવું છે ને કે, કોઈએ આ વિશે કંઈક કરવું જોઈએ...

સ્કૉર્પિયસ

ડેલ્ફી, અમારો એકેય પ્રયાસ સફળ થયો નહીં... ટાઈમ-ટર્નરનો ઉપયોગ કરવામાં પણ આપણે નિષ્ફળ રહ્યાં.

ડેલ્ફી

મને ખબર છે. એલ્બસે ઘૂવડ સાથે મને પત્ર મોકલ્યો હતો. ઈતિહાસ બદલાયો, પણ એટલું પૂરતું નહોતું – સેડ્રિક હજી પણ મૃત્યુ પામેલો જ છે. ખરૂં કહું તો, પહેલી કામગીરીમાં મળેલી નિષ્ફળતાએ બીજી કામગીરીમાં જીતવા માટે સેડ્રિકને વધુ દઢનિશ્ચયી બનાવી દીધો હતો.

સ્કૉર્પિયસ

અહીં રૉન અને હર્માયની સાવ ઉલ્ટાપુલ્ટા થઈ ગયા છે – આવું કઈ રીતે થયું મને તો એ જ સમજાતું નથી.

ડેલ્ફી

આ કારણસર જ સેડ્રિકને રાહ જોવી પડશે. બધું હદની બહાર ગૂંચવાઈ ગયું છે. તેં ટાઈમટર્નર તારી પાસે રાખ્યું, એ બહુ સારૂં કર્યું સ્કૉર્પિયસ. પણ મારો કહેવાનો અર્થ એ છે કે, કોઈએ તમારા બંનેમાં કંઈક દુરસ્તી કરવી જોઈએ.

સ્કૉર્પિયસ

ઓહ...

ડેલ્ફી

તમે બંને ખાસમખાસ મિત્ર છો. ઘૂવડ સાથે એલ્બસ જે પણ પત્ર મોકલે છે, તેમાં તારી ગેરહાજરી મને સ્પષ્ટ વર્તાઈ આવતી હતી. તારા વિના એ સૂનો પડી ગયો છે એમાં મને શંકા નથી.

સ્કૉર્પિયસ

લાગે છે, રડવા માટે તેને ખભો મળી ગયો છે. અત્યાર સુધી કેટલા ઘૂવડ મોકલ્યા એણે તને?

ડેલ્ફી મંદ સ્મિત કરે છે.

સૉરી. પણ મારો કહેવાનો અર્થ એ નહોતો – હું તો એટલું જ કહેવા માગું છું કે, શું ચાલી રહ્યું છે, એ જ મને તો સમજાઈ રહ્યું નથી. મેં તેને મળવાનો, તેની સાથે વાત કરવાનો પ્રયાસ કરી જોયો, પણ દર વખતે એ ત્યાંથી ભાગી છૂટે છે.

ડેલ્ફી

તને ખબર છે, હું તારી ઉંમરની હતી ત્યારે મારો કોઈ ખાસ મિત્ર કે બહેનપણી નહોતી. મને એવા મિત્રની જરૂર હતી. બહુ જરૂર હતી. હું તમારા કરતાંય નાની હતી ત્યારે મેં એક કાલ્પનિક મિત્ર શોધી કાઢ્યો હતો. પણ –

સ્કૉર્પિયસ

મારી પણ એક એવી મિત્ર હતી. ફ્લરી નામની. ગૉબસ્ટોનના યોગ્ય નિયમોને વિશે અમારી વચ્ચે ઝઘડો થયા અને અમે છૂટા પડી ગયા.

ડેલ્ફી

એલ્બસને તારી જરૂર છે, સ્કૉર્પિયસ. અને આ ખરેખર અદભુત બાબત છે.

સ્કૉર્પિયસ

શેના માટે જરૂર છે એને મારી?

ડેલ્ફી

આ જ તો મજા છે દોસ્તીની, બરાબર ને? તેને શું જોઈએ છે એની જાણ તમને નથી હોતી. તમને બસ એટલી જ જાણ હોય છે કે તેને તમારી જરૂર છે. તેને શોધી કાઢ સ્કૉપિયસ. તમે બંને – એકમેક માટે બન્યા છો.

અંક બીજો દૃશ્ય પંદરમું

હૅરી અને જિની પૉટરનું ઘર, રસોડું

હૅરી અને ડ્રૅકો એકબીજાથી દૂર–દૂર બેઠા છે. જિની તેમની વચ્ચે ઊભી છે.

ડ્રૅકો

તારા રસોડાને નુકસાન પહોંચાડવા બદ્દલ હું દિલગીર છું, જિની

જિની

અરે, આ મારૂં રસોડું નથી, મોટાભાગની રસોઈ તો હૅરી જ બનાવે છે.

શાંતિ છવાઈ જાય છે.

ડ્રૅકો *(તેના માટે આ બાબત થોડી મુશ્કેલ જાણાય છે)*

હું તેની સાથે પણ કોઈ જ વાત કરી શકતો નથી. સ્કૉર્પિયસ સાથે. ખાસ તો, એસ્ટોરિયા જતી રહી એ પછી. તેના મૃત્યુથી સ્કૉર્પિયસ પર કેવી અસર થઈ છે એ વિશે પણ હું તેની સાથે વાત કરી શકતો નથી. મારા અનેક પ્રયત્નો છતાં હું તેના સુધી પહોંચી શકતો નથી. તમે એલ્બસ સાથે વાત કરી શકતા નથી અને હું સ્કૉર્પિયસ સાથે ચર્ચા કરી શકું એમ નથી. અને એનું પરિણામ આપણે બધા ભોગવી રહ્યા છીએ. મારો દીકરો દુષ્ટ નથી. ઉગ્ર મિજાજના એક સેન્ટૉરના શબ્દો તારા માટે મહત્ત્વના હોય, તો ભલે રહયા. પણ દોસ્તીની તાકાત વિશે તો તું પણ જાણે જ છે ને.

હૅરી

ડ્રૅકો, તને જે કંઈ લાગતું હોય, છતાંય–

ડ્રેકો

વિઝલી અને ગ્રેન્જર સાથેની તારી દોસ્તી માટે મને હંમેશા ઈર્ષા થતી. મિત્રો તો મારા પણ હતા –

જિની

ક્રેબી અને ગોયલ.

ડ્રેકો

એવા બે મૂરખાઓ, જેમને ઝાડુની બે બાજુઓ વચ્ચેના ફરકની પણ ગતાગમ પડતી નહોતી. તમે – તમે ત્રણેય ત્યાં બહુ ઝળકતા હતા. તમે ત્રણેય એકબીજાને ગમતા હતા. ધમાલ–મસ્તી અને મોજ–મજા કરતા હતા. તમારી આ દોસ્તી માટે મને સૌથી વધુ ઈર્ષા થતી.

જિની

ઈર્ષા તો મને પણ થતી.

હૅરી આશ્ચર્ય સાથે જિની તરફ જુએ છે.

હૅરી

મારે તેનું રક્ષણ કરવું જોઈએ –

ડ્રેકો

મારા પિતા એવું જ માનતા કે તેઓ હંમેશા મારું રક્ષણ કરી રહ્યા છે. મોટા ભાગે લોકો એવું કહેતા હોય છે કે, માતા–પિતાની ભૂમિકા ભજવવી એ દુનિયાની સૌથી મુશ્કેલ બાબત હોય છે. પણ તેઓ અહીં જ ભૂલ કરે છે. નાનામાંથી મોટા થવું એ આ જગતની સૌથી મુશ્કેલ બાબત હોય છે. મોટા થયા બાદ આપણે ભૂલી જઈએ છીએ કે આ પ્રક્રિયા કેટલી મુશ્કેલી ભરી હતી.

આ શબ્દોની અસર પોતાના પર ન થવા દેવાનો હૅરી ભરપૂર પ્રયાસ કરે છે. આમ છતાં, આ શબ્દોના ભણકારા તેની આસપાસ વાગ્યા કરે છે.

ડ્રેકો

મને લાગે છે કે, કોઈક ને કોઈક તબક્કે આપણે પસંદગી કરવી પડે છે. આ પસંદગી હોય છે – આપણે કેવા પ્રકારના માણસ બનવા માગીએ છીએ એની. અને હું તને કહું છું કે, આવા સમયે તમને જરૂર હોય છે માતા–પિતાની અથવા મિત્રની. અને ત્યાં સુધીમાં જો તમે તમારા માતા–પિતાને નફરત કરવાનું શીખી લીધું હોય અને

તમારો કોઈ મિત્ર ન હોય... તો તમે એકલા પડી જાવ છો. અને એકલા પડી જવું એ બહુ ભયંકર બાબત હોય છે. હું આવો જ એકાકી હતો. અને આ એકાકીપણાએ મને ખરેખર અંધકારભર્યા વિશ્વમાં મોકલી દીધો હતો. બહુ લાંબા સમય સુધી. ટૉમ રિડલ પણ સાવ એકાકી બાળક હતો. તને કદાચ આ બધું નહીં સમજાય, હેરી, પણ મને બધું સમજાય છે, મારા પર આ બધું વીત્યું છે. અને મને લાગે છે કે, જિની પણ આ બધું સમજે છે.

જિની

આની વાત સાચી છે.

હેરી જિની તરફ નજર કરે છે.

ડ્રેકો

ટૉમ રિડલ કોઈ અંધકારભર્યા જગતમાંથી બહાર આવ્યો નહોતો. અને આ કારણસર જ ટૉમ રિડલ લૉર્ડ વોલ્ડેમૉર્ટ બની ગયો. બેનને જે કાળું વાદળ દેખાયું એ કદાચ એલ્બસની એકલતા હોઈ શકે છે. તેની પીડા–વ્યથા. તેની નફરત પણ હોઈ શકે છે. છોકરાને ખોઈ ન બેસતો, પૉટર. તને પછીથી પસ્તાવો થશે, અને તારા દીકરાને પણ. કેમ કે, એને તારી જરૂર છે, અને સ્કૉર્પિયસની પણ...

હેરી ડ્રેકો તરફ જુએ છે, તે વિચારી રહ્યો છે.

તે બોલવા માટે મોઢું ખોલે છે પણ પાછો વિચારમાં પડી જાય છે.

જિની

હેરી, ફ્લૂ પાવડર તું લઈ આવીશ કે હું લઈ આવું?

અંક બીજો દશ્ય સોળમું

હૉગવર્ટ્સ, પુસ્તકાલય

સ્કૉર્પિયસ પુસ્તકાલયમાં આવે છે. તે ડાબે અને જમણે જુએ છે. અને ત્યાં જ તેની નજર એલ્બસ પર પડે છે. અને એલ્બસ પણ તેને જુએ છે.

સ્કૉર્પિયસ

હાય...

એલ્બસ

સ્કૉર્પિયસ. હું નહીં...

સ્કૉર્પિયસ

મને ખબર છે. તું હવે ગ્રિફિનડૉરમાં છે. તું હવે મને જોવા કે મળવા પણ નથી માગતો. પણ તોય હું અહીં આવ્યો છું. અને તારી સાથે વાત પણ કરી રહ્યો છું.

એલ્બસ

વેલ, પણ હું વાત કરી શકું એમ નથી, એટલે...

સ્કૉર્પિયસ

બોલવું પડશે તારે. જે કંઈ થયું છે એ બધા પર ધ્યાન નહીં આપે એટલે એ પતી ગયું એવું તને લાગે છે? આખી દુનિયા જાણે કે બદલાઈ ગઈ છે બધું અસ્તવ્યસ્ત થઈ ગયું છે. તને ભાન છે કંઈ એનું?

એલ્બસ

મને બધી જ ખબર છે, સમજ્યો. રૉન વિચિત્ર રીતે વર્તી રહ્યો છે. હર્માયની પ્રોફેસર બની ગઈ છે, બધે જ ગરબડ મચી છે પણ–

સ્કૉર્પિસ

અને રોઝનું તો અસ્તિત્વ જ નથી –

એલ્બસ

એ પણ ખબર છે, મને. જો, મને બધું જ સમજાઈ રહ્યું છે એવું નથી. પણ તું અહીં ન હોવો જોઈએ, એટલું ચોક્કસ સમજાય છે.

સ્કૉર્પિયસ

—કેમકે આપણે જે કંઈ કર્યું એના કારણે રોઝ જન્મી જ નથી. ટ્રાઈવિઝાર્ડ ટૂર્નામેન્ટના યૂલ બૉલ વિશે કહ્યું હતું એ તને યાદ છે? સ્પર્ધાના ચારેય ચૅમ્પિયનોએ નૃત્ય માટે પોતપોતાના જોડીદારની પસંદગી કરી. તારા ડૅડે પાર્વતી પાટીલની પસંદગી કરી, તો વિક્ટર ક્રમે –

એલ્બસ

હર્માયની. અને પછી રૉનને ઈર્ષા થઈ આવી અને તેણે ગાંડાઘેલા જેવું વર્તન કર્યું...

સ્કૉર્પિયસ

માત્ર રૉને જ નહીં. તેમના વિશેનું રિટા સ્કીટરે લખેલું પુસ્તક મને મળ્યું. અને તેમાંનું લખાણ, સાવ અલગ છે. રૉન હર્માયની સાથે બૉલ માટે ગયો.

એલ્બસ

શું વાત કરે છે?

પૉલી ચૅપમેન

શ્શ્શ્શ...!

સ્કૉર્પિયસ પૉલી તરફ જુએ છે અને અવાજ ધીમો કરે છે.

સ્કૉર્પિયસ

તેઓ મિત્રો તરીકે ગયા હતા અને મિત્રો તરીકે જ એકબીજા સાથે નાચ્યા. અને બધું જ બહુ સરસ હતું. પણ પછી તેણે પદ્મા પાટીલ સાથે ડાન્સ કર્યો, અને પછી માહોલ ઓર સરસ થયો. પછી એ બંને ડેટિંગ પર ગયા. રૉન જરા-જરા બદલાવા લાગ્યો અને પછી એ બંને પરણી ગયા. દરમિયાન હર્માયની...

એલ્બસ

... માનસિક રોગી થઈ ગઈ?

સ્કોર્પિયસ

હર્માયની બૉલમાં વિક્ટર ક્રમ સાથે જવાની હતી. પણ તે ગઈ નહીં. તને ખબર છે તે કેમ ન ગઈ? કેમ કે, તેને એવી શંકા હતી કે, ડર્મસ્ટ્રેન્ગના જે બે વિદ્યાર્થી તેને સેડ્રિકની પહેલી કામગીરી પહેલા મળ્યા હતા, તેમનો જ હાથ સેડ્રિકની જાદૂઈ લાકડી ગાયબ થવા પાછળ હતો. તેનું માનવું છે કે, આપણે, વિક્ટરના કહેવાથી – આપણે સેડ્રિકની લાકડી છીનવી લઈ તેની પહેલી કામગીરી નિષ્ફળ બનાવી...

એલ્બસ

કમાલ છે.

સ્કોર્પિયસ

અને ક્રમ આ બધાને કારણે ત્યાં આવ્યો નહીં એટલે રૉનને તેની ઈર્ષા થવાનો પ્રશ્ન જ ઊભો થયો નહીં. આ ઈર્ષા મહત્ત્વનું પરિબળ હતું. ક્રમના ન હોવાને કારણે રૉન અને હર્માયની બસ સારા મિત્રો જ રહ્યા, એકમેકના પ્રેમમાં તેઓ પડ્યા જ નહીં – તેમના લગ્ન પણ થયા નહીં – એટલે રોઝનો જન્મ પણ થયો નહીં.

એલ્બસ મનોમન ફટાફટ ગણતરી કરે છે.

એલ્બસ

એટલે આના કારણે મારા ડૅડ આવા છે – તેઓ પણ બદલાયા કે નહીં?

સ્કોર્પિયસ

મને પૂરેપૂરી ખાતરી છે કે, તારા ડૅડ જરાય બદલાયા નથી. તેઓ પહેલા પણ જાદૂઈ કાયદાની અમલ બજાવણી વિભાગના પ્રમુખ હતા અને હજી પણ છે. તેઓ જિનીને પરણ્યા. તેમને ત્રણ સંતાનો છે.

એલ્બસ

તો પછી તેઓ આટલા–

ઓરડાના પાછળના ભાગમાં એક લાયબ્રેરિયન પ્રવેશે છે.

સ્કોર્પિયસ

એલ્બસ, મેં જે કંઈ કહ્યું એ તે બરાબર સાભળ્યું ને? આ મામલો તારા અને તારા ડૅડ વચ્ચેના સંબંધ કરતાં ઘણો મોટો છે. પ્રોફેસર ક્રોકરનો કાયદો શું કહે છે? કોઈને સમયમાં પાછળ જવું હોય તો

તેમાં કેટલીક મર્યાદાઓ છે. ટાઇમ ટ્રાવેલર અને અને તે જ્યાં જઈ રહ્યો છે એ સમય આ બંનેને ગંભીર નુકસાન ન પહોંચાડતા માત્ર પાંચ કલાક પાછળ જઈ શકાય છે. અને આપણે તો અનેક વર્ષ પાછળ ગયા હતા. આવા સમયે, નાના ફેરફારનો પડઘો પણ બહુ મોટો પડે છે. અને આપણે – આપણે જે વમળો સર્જ્યા એનાથી અનિષ્ટ જ થયું છે. આપણે જે કંઈ કર્યું એના કારણે રોઝનો જન્મ જ થયો નહીં. રોઝ.

લાયબ્રેરિયન

૨૨૨૨૨૨...

એલ્બસ ઝડપથી વિચારે છે.

એલ્બસ

ઠીક છે. તો આપણે ફરીવાર પાછળ જઈશું અને જે ગરબડ થઈ છે તેને સુધારી લઈશું. સેડ્રિક અને રોઝ બંનેને પાછા લાવશું.

સ્કૉર્પિયસ

...ગલત જવાબ.

એલ્બસ

તારી પાસે હજી પણ ટાઇમ-ટર્નર છે, બરાબર ને? કોઈનેય તે મળ્યું નથી?

સ્કૉર્પિયસ પોતાના ખિસ્સામાંથી ટાઇમ-ટર્નર બહાર કાઢે છે.

સ્કૉર્પિયસ

હા છે પણ...

એલ્બસ એ તેના હાથમાંથી ઝૂંટવી લે છે.

ના. કશું જ ન કરતો એલ્બસ... પરિસ્થિતિ કેટલી હદે બગડી શકે છે, એનો તને અંદાજો છે?

સ્કૉર્પિયસ ટાઇમ-ટર્નર તેના હાથમાંથી ખૂંચવી લેવાનો પ્રયાસ કરે છે, એલ્બસ તેને પાછળની તરફ ધક્કો મારે છે. તેમની વચ્ચે ખેંચતાણ શરૂ થાય છે.

એલ્બસ

જે ખોટું થયું છે એ સુધારવાની જરૂર છે, સ્કૉર્પિયસ. સેડ્રિકને બચાવવો અને રોઝને પાછી લાવવાની જરૂર છે. આપણે વધુ સાવચેતીથી કામ કરશું. પ્રોફેસર ક્રોકર જે કહ્યું હોય એ ભૂલી જા

અને મારા પર વિશ્વાસ રાખ., આપણા પર વિશ્વાસ રાખ. આ વખતે આપણે બધું જ બરાબર પાર પાડશું.

સ્કૉર્પિયસ

ના. મને નથી લાગતું કે આપણે એવું કરી શકશું. એલ્બસ, મને એ પાછું આપી દે! પાછું આપે છે કે નહીં?

એલ્બસ

નહીં આપું. મારા માટે આ બહુ મહત્ત્વનું છે.

સ્કૉર્પિયસ

હા મહત્ત્વનું છે – આપણા માટે. પણ આ કામમાં આપણે કાચા છીએ. આપણાથી પાછી કોઈક ગરબડ થઈ જશે.

એલ્બસ

કોણે કહ્યું કે આપણે કંઈ ખોટું કરી રહ્યા છીએ? કે કોઈક ગરબડ થઈ જશે?

સ્કૉર્પિયસ

હું કહું છું. કેમ કે આપણે ગરબડ કરતા આવ્યા છીએ. બધું સાવ બગાડી નાખીએ છીએ આપણે. આપણે હારી જઈએ છીએ. આપણે નબળા છીએ અને અધૂરા પણ. આટલું બધું થયા પછી પણ તને આ વાત સમજાતી કેમ નથી?

બંને વચ્ચે ચાલી રહેલી ખેંચતાણમાં એલ્બસનો હાથ ઉપર રહે છે અને તે સ્કૉર્પિયસને ભોંયસરસો ચાંપી દે છે.

એલ્બસ

તને મળ્યો એ પહેલા હું નબળો નહોતો કે અધૂરો પણ નહોતો.

સ્કૉર્પિયસ

એલ્બસ, તું તારા ડૅડ સામે જે પણ પુરવાર કરવા માગે છે – એ કરવાનો આ માર્ગ નથી.

એલ્બસ

પણ મારે મારા ડૅડને મારે કશું જ પુરવાર કરી દેખાડવાનું નથી. મારે રોઝને બચાવવી છે અને તેના માટે સેડ્રિકને બચાવવો પડશે. અને તું મારા પગ ખેંચવાનું બંધ કરીશ તો કદાચ હું બધું બરાબર પાર પાડી શકીશ.

સ્કોર્પિયસ

મારા વિના? અરે બિચ્ચારો એલ્બસ પૉટર. અરેરેરે... આખી દુનિયાનો ભાર આ બચાડાના ખભા પર આવી પડ્યો છે. બિચ્ચારો એલ્બસ પૉટર. કેટલી દુઃખદ વાત છે.

એલ્બસ

શું બોલી રહ્યો છે તું?

સ્કોર્પિયસ *(લાગણીઓના વિસ્ફોટ સાથે)*

તને મારા સમ, મારી વાત સાંભળ. લોકો તારી સામે ધ્યાનથી જુએ છે કેમ કે તારા ડૅડ હૅરી પૉટર છે – જાદૂઈ વિશ્વના તારણહાર. લોકો મારી તરફ જુએ છે કેમ કે તેમનું માનવું છે કે વોલ્ડેમૉર્ટ મારા ડૅડ છે. વોલ્ડેમૉર્ટ.

એલ્બસ

એક શબ્દ પણ –

સ્કોર્પિયસ

ઉતરે છે કંઈ આમાંનું તારા ભેજામાં? આ બધું સમજવાનો તેં ક્યારેય પ્રયાસ પણ કર્યો છે? ના. કેમ કે, તને તારા નાકની દાંડીથી આગળનું કશું જ દેખાતું નથી. તારા ડૅડ અને તારી વચ્ચે જે કંઈ મૂર્ખાઈ ચાલી રહી છે, એ સિવાયનું કશું જ તને દેખાતું નથી. તેઓ હંમેશા હૅરી પૉટર જ રહેશે એ તને સમજાતું કેમ નથી? અને તું હંમેશા તેમનો દીકરો રહીશ. અને આ પચાવવામાં તને મુશ્કેલી થતી હશે અને શાળામાંના છોકરાઓ માથાભારે પણ છે, પણ આ બધાનો સ્વીકાર કરવાનું તારે શીખવું જ જોઈએ. કેમ કે જીવનમાં આપણી આસપાસ આના કરતાં પણ વધુ ખરાબ બાબતો છે, સમજાય છે તને?

એક ધબકારો વાગે છે.

આ બધા વચ્ચે એક ક્ષણ એવી પણ આવી જ્યારે હું ઉત્સાહિત થઈ ગયો હતો. એ એક ક્ષણ માટે મને લાગ્યું કે કદાચ મારી મૉમ બીમાર નહીં પડી હોય. કદાચ તે મૃત્યુ પણ નહીં પામી હોય. પણ ના, આવું કશું જ થયું નહોતું. તેનું મૃત્યુ સત્ય છે અને લોકો માટે હું હજી પણ વોલ્ડેમૉર્ટનો દીકરો છું – મા વિનાનો. અને હું એક એવા છોકરા તરફ સહાનુભૂતિ દેખાડી રહ્યો છું, જેને એ પણ ભાન નથી કે, આપણે પણ બદલામાં કંઈક આપવું જોઈએ. આથી, મેં તો તારૂં જીવન બરબાદ કરી નાખ્યું હોય તો મને માફ કરજે. પણ મારૂં જીવન

ધૂળધાણી કરવાનો મોકો તને નહીં જ મળે – કેમ કે તે પહેલેથી જ બરબાદ થઈ ગયું છે. અને એમાં તું કોઈ સુધારો કરી શક્યો નથી. કેમ કે, મિત્ર તરીકે તું સાવ નક્કામો રહ્યો છે. તદ્દન નક્કામો.

એલ્બસ આ શબ્દો પચાવે છે. તેણે પોતાના મિત્ર સાથે શું કરી નાખ્યું છે, એ તેને દેખાય છે.

પ્રોફેસર મૅકગૉનેગૉલ *(બહુ દૂરથી)*

એલ્બસ? એલ્બસ પૉટર, સ્કૉર્પિયસ મૅલફૉય. તમે ત્યાં છો – એક સાથે? આ બધું હું ચલાવી નહીં લઉં.

એલ્બસ સ્કૉર્પિયસ તરફ જુએ છે અને પોતાની બૅગમાંથી એક ઝભ્ભો બહાર કાઢે છે.

એલ્બસ

ઉતાવળ કર. આપણે સંતાઈ જવું જોઈએ.

સ્કૉર્પિયસ

શું?

એલ્બસ

સ્કૉર્પિયસ, મારી સામે જો.

સ્કૉર્પિયસ

આ તો અદશ્ય કરનારો ઝભ્ભો છે? આ જેમ્સનો છે ને?

એલ્બસ

પ્રોફેસરે આપણને શોધી કાઢ્યા તો તેઓ આપણને બંનેને હંમેશ માટે છૂટા પાડી દેશે. પ્લીઝ. કેટલીક વાતો મને સમજાઈ નહોતી, પણ હમણાં પ્લીઝ તું મારી વાત માન.

પ્રોફેસર મૅકગૉનેગૉલ *(દૂરથી જ, આ બંનેને શક્ય એટલી તક આપવાનો પ્રયાસ કરતા)*

હું હમણાં જ ત્યાં આવી પહોંચીશ. ઓરડામાં આવી જ સમજો.

પ્રોફેસર મૅકગૉનેગૉલ ઓરડામાં આવે છે. તેમના હાથમાં મરોડર્સ મૅપ છે. બંને છોકરા અદૃશ્ય કરનારા ઝભ્ભા નીચે સંતાઈ ને અદશ્ય થઈ જાય છે. પ્રોફેસર આસપાસ નજર દોડાવે છે, નિરાશ થઈ જાય છે.

ક્યાં જતા રહ્યા આ બંને? એક તો મને આ આખી વાતમાં રસ નથી અને હવે હું જ આમાં વધુ ને વધુ ફસાઈ રહી છું.

તેઓ વિચાર કરે છે. ફરીથી નકશા તરફ જુએ છે. બંને છોકરાઓ ક્યાં હશે એ સ્થાન તેઓ શોધે છે. આખા ઓરડામાં ચાંપતી નજરે જુએ છે. છોકરાઓ ઝભ્ભામાં અદશ્ય થઈ અહીંયા–ત્યાં ફરી રહ્યા હોવાથી કેટલીક ચીજો હલતી દેખાય છે. તેઓ કઈ દિશામાં આગળ વધી રહ્યા છે એનો અંદાજ લગાડી તેઓ તેમનો રસ્તો રોકવાનો પ્રયાસ કરે છે. પણ છોકરાઓ તેમને થાપ આપતા રહે છે.

એક પુસ્તક નીચે પડે છે, તેના પરથી છોકરાઓ શું કરી રહ્યા છે અને શેની આડશ લઈ રહ્યા છે, એ પ્રોફએસરને સમજાય છે.

અચ્છા, તારા પિતાનો અદશ્ય કરનારો ઝભ્ભો...

તેઓ ફરીથી નકશા તરફ જુએ છે અને છોકરાઓની હિલચાલની દિશામાં જુએ છે. વિચાર કરે છે. પ્રોફેસર મનોમન હસે છે અને મંદ સ્મિત કરે છે.

ઠીક છે, તમે મને દેખાતા જ નથી, તો હું શું કરી શકવાની?

તેઓ જતા રહે છે. બંને છોકરા ઝભ્ભો દૂર કરે છે. ક્ષણભર સાવ શાંત બેસી રહે છે.

એલ્બસ

હા, આ ઝભ્ભો મેં જેમ્સ પાસેથી ચોર્યો હતો. તેની વસ્તુ સેરવી લેવાનું બહુ જ સરળ છે. તેની ટ્રન્ક ખોલવા માટેનો કૉમ્બિનેશન આંકડો, તેને પહેલું ઝાડુ મળ્યું એ દિવસની તારીખ છે. દાદાગીરી કરનારાઓને હાથતાળી આપવામાં આ ઝભ્ભો ઉપયોગી થઈ પડે છે એવો મારો અનુભવ છે.

સ્કૉર્પિયસ ડોક હલાવે છે.

તારી મૉમ વિશે મને ખરેખર બહુ ખરાબ લાગે છે. આપણી વચ્ચે તેમના વિશે ક્યારેય ખાસ લાંબી વાત થઈ નથી. પણ તેમની અને તારી બાબતમાં જે કંઈ વિચિત્ર જેવું બન્યું, એ વિશે મને દિલથી ખરાબ લાગ્યું છે, એ મારે તને કહેવું જ જોઈએ.

સ્કૉર્પિયસ

થેન્ક્સ.

એલ્બસ

મારી આસપાસ જે કાળું વાદળ દેખાય છે, એ તું જ છે – એવું મારા ડેડનું કહેવું છે. તેમનું કહેવું એમ છે કે – અને મને હમણાં જ

સમજાયું – કે મારે તારાથી દૂર રહેવું જોઈએ. અને જો હું દૂર નહીં રહું તો, ડૅડનું કહેવું છે કે, તેઓ કંઈક–

સ્કૉર્પિયસ

હું વોલ્ડેમૉર્ટનો દીકરો છું એ અફવા સાચી છે એવું તારા ડૅડને લાગે છે, એમ જ ને?

એલ્બસ *(હકારમાં માથું ધુણાવે છે)*

તેમનું ખાતું અત્યારે આ બાબતમાં તપાસ કરી રહ્યું છે.

સ્કૉર્પિયસ

સારૂં. ભલે કરતા તપાસ. ક્યારેક –ક્યારેક મને પણ એવો વિચાર આવે છે – કદાચ બધા જે કહે છે એ સાચું જ હશે.

એલ્બસ

ના. લોકોની વાતમાં કોઈ દમ નથી. અને હું તને કહું છું કે મને આવું શા માટે લાગે છે. કેમ કે, એક તો ઉદાર અને દયાળુ દીકરાનો બાપ બનવાની વોલ્ડેમૉર્ટની લાયકાત જ નથી. તું ઉદાર અને દયાળુ છે સ્કૉર્પિયસ. તારા દિલના ઊંડાણથી અને તારા માથાના વાળથી પગની આંગળીના નખ સુધી ઉદાર. મને પાકી ખાતરી છે, ખાતરી શું વિશ્વાસ છે કે વોલ્ડેમૉર્ટ –વૉલ્ડેમૉર્ટનો તારા જેવો દીકરો હોઈ જ ન શકે.

ધબકારો વાગે છે. આ શબ્દો સાંભળીને સ્કૉર્પિયસ લાગણીશીલ થઈ ગયો છે.

સ્કૉર્પિયસ

સારૂં લાગ્યું – તું શું વિચારે છે એ જાણીને સારૂં લાગ્યું.

એલ્બસ

અને ખરૂં કહું તો, આ મારે બહુ પહેલા જ તને કહેવાની જરૂર હતી. મારે એ પણ કહેવું જોઈએ કે તું મારા પગ ખેંચતો નથી – કેમ કે એવું કરવું તારા સ્વભાવમાં જ નથી – ઉલ્ટાનું તું મને વધુ મજબૂત બનાવે છે – અને આ કારણસર જ જ્યારે ડૅડે આપણને બેઉને એકમેકથી દૂર કર્યા ત્યારે તારા વિના...

સ્કૉર્પિયસ

મારા જીવનમાં પણ તારા વિના મને મજા આવતી નથી.

એલ્બસ

અને જો, હું એ પણ જાણું છું કે, હું હંમેશા હૅરી પૉટરનો દીકરો જ રહીશ. અને એના કારણે હું મારા મગજને ચકરાવે નહીં ચડવા દઉં

– મને એ પણ સમજાય છે કે, તારી સરખામણીએ મારૂં જીવન ઘણું સારૂં છે અને મારા ડૅડ અને હું અન્યોની સરખામણીએ બહુ જ નસીબદાર છીએ અને –

સ્કૉર્પિયસ *(તેનું બોલવાનું અધવચ્ચે અટકાવતા)*

એલ્બસ, તું માફી માગી રહ્યો છે એ બધું બહુ સારી વાત છે, પણ વધુ એકવાર તું મારા વિશે બોલવાને બદલે પોતાના વિશે બોલવા લાગ્યો છે. એટલે, મને લાગે છે કે, આ બધું આપણે અહીં જ છોડી દઈએ એ જ સારૂં રહેશે.

એલ્બસ સ્મિત કરે છે અને પોતાનો હાથ આગળ લંબાવે છે.

એલ્બસ

તો આપણે મિત્રો છીએ ને?

સ્કૉર્પિયસ

કાયમ માટે.

સ્કૉર્પિયસ પણ પોતાનો હાથ લંબાવે છે, એલ્બસ તેને ખેંચીને ભેટી પડે છે.

આ બીજી વાર તે આવું કર્યું.

બંને છોકરાઓ અળગા થાય છે અને હસી પડે છે.

એલ્બસ

પણ આજે આપણી વચ્ચે જે બોલાચાલી અને દલીલબાજી થઈ, એ સારૂં થયું. આમાંથી મને એક સરસ વિચાર સૂઝ્યો છે.

સ્કૉર્પિયસ

શેના વિશે?

એલ્બસ

સ્પર્ધામાંની બીજી કામગીરી. અને માનહાનિનો.

સ્કૉર્પિયસ

તું હજી પણ સમયમાં પાછળ જવાની વાત કરી રહ્યો છે? આપણે ફરી ફરીને ત્યાંના ત્યાં જ આવી જઈએ છીએ એવું તને નથી લાગતું?

એલ્બસ

તારી વાત સાચી છે – આપણે નબળા છીએ અને અધૂરા પણ. તને કહું આપણે અવ્વલ દરજ્જાના નબળા અને અધૂરા છીએ, હારવામાં

કોઈ આપણો હાથ ઝાલી શકે એમ નથી અને આપણે આપણી આ કળાનો ભરપૂર ઉપયોગ કરવો જોઈએ. આપણી પોતાની આ શક્તિ અને જ્ઞાનનો. આપણા જેવાઓને હારવાનું જ શીખવવામાં આવે છે. અને હારેલાને પાઠ ભણાવવાનો એક જ રસ્તો છે – અને આપણા કરતાં આ વાત કોણ સારી રીતે જાણે છે – માનહાનિ–અપમાન. આપણે તેને અપમાનિત કરવો પડશે. આથી આપણે સ્પર્ધાની બીજી કામગીરીમાં બસ આ જ કરવાનું છે.

સ્કૉર્પિયસ વિચાર કરે છે – લાંબા સમય સુધી – અને પછી હસી પડે છે.

સ્કૉર્પિયસ

મને લાગે છે, તારી વાતમાં દમ છે.

એલ્બસ

મને ખબર છે.

સ્કૉર્પિયસ

મસ્ત લાગશે ને આ બધું? સેડ્રિકને બચાવવા માટે સેડ્રિકનું અપમાન કરો. ક્યા બાત હૈ. અને રોઝ?

એલ્બસ

એના વિશે હું અત્યારે તને નહીં કહું, એ તારા માટે સરપ્રાઈઝ હશે. હું આ તારા વિના કરી શકું છું – પણ તું મારી સાથે હોય એવું હું ઈચ્છું છું. કેમ કે, આ આપણે સાથે કરીએ એવું હું ઈચ્છું છું. જે કંઈ ગરબડ થઈ છે એ સાથે મળીને સુધારવી જોઈએ, એવું મને લાગે છે. તો... આવીશને તું મારી સાથે?

સ્કૉર્પિયસ

પણ એક મિનિટ, જરા વિચાર કર. અરે બીજી કામગીરી તો તળાવમાં થાય છે ને અને તને તો શાળાની ઈમારત છોડીને બહાર જવાની પણ મનાઈ છે.

એલ્બસ હસે છે.

એલ્બસ

હા બરાબર છે... આથી હવે આપણે પહેલા માળે છોકરીઓનો બાથરૂમ શોધવો પડશે.

અંક બીજો દૃશ્ય સતરમું

હૉગવર્ટ્સ, દાદરા

રૉન દાદરા ઉતરીને નીચે આવી રહ્યો છે, તે થાકેલો દેખાય છે, અને ત્યાં જ તેને હર્માયની દેખાય છે અને તેના ચહેરા પરના હાવભાવ એકદમ બદલાઈ જાય છે.

રૉન

પ્રોફેસર ગ્રેન્જર.

હર્માયની આસપાસ જુએ છે, તેનું દિલ પણ એક ધબકારો ચૂકી જાય છે (જો કે તે આ વાત કબૂલ નહીં કરે).

હર્માયની

રૉન. તું અહીં શું કરી રહ્યો છે?

રૉન

જાદૂઈ કાઢાના વર્ગમાં પંજુ જરા મુશ્કેલીમાં મૂકાઈ ગયો હતો. થયું એવું કે, પોતાની બડાઈ મારવાના ઉત્સાહમાં તેણે બે ભળતીસળતી ચીજોનું મિશ્રણ કરી નાખ્યું. પરિણામ એ આવ્યું કે, તેની ભ્રમરો ગાયબ થઈ ગઈ છે અને મસ્ત મજાની ભરાવદાર મૂછો ફૂટી નીકળી છે. હવે આ કંઈ તેને શોભવાની હતી? મારે તો અહીં આવવું નહોતું પણ પદ્માનું કહેવું છે કે, છોકરાઓને જ્યારે દાઢી–મૂછ ફૂટે છે ત્યારે તેમને પોતાના બાપની જરૂર હોય છે. તેં તારા વાળ સાથે કંઈ ખાસ કર્યું છે?

હર્માયની

મને લાગે છે કે, મેં તો બસ વાળ ઓળ્યા છે.

રૉન

હં... ઓળેલા વાળમાં તું સારી લાગે છે, શોભે છે.

હર્માયની રૉન તરફ જરાક વિચિત્ર રીતે જુએ છે.

હર્માયની

રૉન, તું મારી તરફ આ રીતે જોવાનું બંધ કરીશ?

રૉન *(આત્મવિશ્વાસ એકઠો કરીને)*

તને ખબર છે, હૅરીના દીકરા એલ્બસે મને કાલે કહ્યું, તેને લાગે છે કે તું અને હું – આપણે – એકમેકને પરણ્યા છીએ. *(ખડખડાટ હસી પડે છે)* હા હા. હા. હા. કેવી મૂર્ખાઈભરી વાત છે ને?

હર્માયની

તદ્દન વાહિયાત.

રૉન

આપણી એક દીકરી છે, એવું પણ તેને લાગે છે, બોલ. આ તો એનાથી પણ વધુ વિચિત્ર વાત છે ને?

બંનેની આંખો મળે છે. હર્માયની સૌથી પહેલા નજર ફેરવી લે છે.

હર્માયની

વિચિત્રથી પણ વિચિત્ર

રૉન

હું પણ એ જ કહેવા માગું છું. આપણે બસ સારા મિત્રો છીએ, બસ...

હર્માયની

એમાં કોઈ શંકા જ નથી. માત્ર મિત્રો જ છીએ.

રૉન

માત્ર મિત્રો. મિત્રો – કેવો રમૂજી શબ્દ છે ને? જો કે, એટલો રમૂજી પણ નથી. આમ તો આ એક શબ્દ જ કહેવાય. મિત્ર. મિત્ર. રમૂજી મિત્ર. તું છે મારી રમૂજી મિત્ર, મારી હર્માયની. ના જો કે, એ પણ નહીં – મારી હર્માયની નહીં, તને સમજાય છે ને – માઆઆરરીરી... હર્માયની નહીં – મારી નહીં – તને ખબર છે, પણ...

હર્માયની

મને ખબર છે.

ત્યાં સ્તબ્ધતા છવાઈ જાય છે. બંનેમાંથી કોઈ એક ઇંચ જેટલું પણ હલતું નથી. હલનચલન કરતાં ઘણું બધું મહત્ત્વનું છે વાતાવરણમાં. પછી રૉન ખોંખારો ખાય છે.

રૉન

ઠીક છે. મારે હવે જવું જોઈએ. પંજુને મુશ્કેલીમાંથી ઉગારવા. મૂછની સાર–સંભાળ વિશે મારે તેને કેટલીક યુક્તિ–પ્રયુક્તિઓ શીખવવાની છે.

તે ચાલવા માંડે છે, પછી પાછળ વળે છે, હર્માયની તરફ જુએ છે. તે પણ તેની તરફ જુએ છે. રૉન પાછો ઉતાવળે ચાલવા માંડે છે.

તારા વાળ તને ખરેખર શોભે છે.

અંક બીજો દશ્ય અઢારમું

હૉગવટ્ર્સ, મુખ્યાધ્યાપિકાની ઑફિસ

પ્રોફેસર મૅકગૉનૅગૉલ મંચ પર એકલાં જ છે. તેઓ નકશા તરફ જોઈ રહ્યાં છે. તેમના કપાળ પર કરચલીઓ પડે છે. તેઓ પોતાની જાદૂઈ લાકડીથી નકશા પર ટકોરો મારે છે. પોતે લીધેલા સારા નિર્ણય માટે તેમના ચહેરા પર સંતોષનું સ્મિત ફરકે છે.

પ્રોફેસર મૅકગૉનૅગૉલ
મિસચિફ મૅનેજ્ડ.

જોરદાર ખખડાટનો અવાજ સંભળાય છે.

આખો મંચ જાણે કે હલબલી ગયો હોય એવું લાગે છે.

ફાયરપ્લેસમાંથી જિની પ્રવેશ કરે છે અને પછી હૅરી.

જિની
પ્રોફેસર, આના કરતાં વધુ પ્રતિષ્ઠિત કંઈ હોઈ શકે એવું હું કહેવાની નથી.

પ્રોફેસર મૅકગૉનૅગૉલ
પૉટર. તમે પાછાં આવી ગયાં? અને લાગે છે કે, તમે મારા ગાલીચાનું આખરે સત્યાનાશ કરી જ નાખ્યું.

હૅરી
મારે મારા દીકરાને શોધવાનો છે. ખરેખર તો આપણે શોધવાનો છે તેને.

પ્રોફેસર મૅકગૉનૅગૉલ
હૅરી, મેં આના પર પૂરતો વિચાર કર્યો છે અને નિર્ણય લીધો છે કે, મારે આમાં સહભાગી થવું નથી. તારે જે કંઈ ધમકીઓ આપવી હોય એ તું આપી શકે છે, પણ હું –

હેરી

મિનર્વા, હું અહીં શાંતિથી વાતચીત કરવા આવ્યો છું, ઝઘડો કરવા નહીં, મેં તમારી સાથે જે રીતે વાત કરી એ રીતે મારે વાત કરવી જોઈતી નહોતી.

પ્રોફેસર મૅકગૉનેગૉલ

હું એટલું જ કહીશ કે, દોસ્તીમાં હું હસ્તક્ષેપ કરી શકું એમ નથી અને મને લાગે છે કે –

હેરી

મારે તમારી માફી માગવી જોઈએ અને એલ્બસને પણ મારે સૉરી કહેવું જોઈએ. તમે મને આ તક આપશો?

આ બંનેની પાછળ ડ્રેકો પણ રાખથી ભરેલો પ્રગટ થાય છે.

પ્રોફેસર મૅકગૉનેગૉલ

ડ્રેકો?

ડ્રેકો

આ પોતાના દીકરાને મળવા–જોવા માગે છે, તો હું મારા દીકરાને જોવા માગું છું.

હેરી

મેં કહ્યું તેમ – મને શાંતિ જોઈએ છે – ઝઘડો નહીં.

પ્રોફેસર મૅકગૉનેગૉલ તેના ચહેરાનું બરાબર નિરીક્ષણ કરે છે. તેઓ જે પ્રામાણિકતા જોવા માગે છે, એ તેમને તેના ચહેરા પર દેખાય છે. તેઓ પોતાના ખિસ્સામાંથી નકશો બહાર કાઢે છે અને ખોલે છે.

પ્રોફેસર મૅકગૉનેગૉલ

ઠીક છે, શાંતિના પ્રયાસોનો ભાગ બનવાનું મને ગમશે.

તેઓ પોતાની જાદૂઈ લાકડીથી નકશા પર ટકોરો મારે છે. નિસાસા સાથે.

આઈ સૉલેમ્લી સ્વૅર ધૅટ આઈ એમ અપ ટૂ નો ગૂડ.

નકશા પર હિલચાલ દેખાવા લાગે છે.

હં. તો બને એકસાથે જ છે.

ડ્રેકો

અને એ પણ પહેલા માળ પર છોકરીઓના બાથરૂમમાં. હવે ત્યાં જઈને આ બંને કરવા શું માગે છે?

અંક બીજો દૃશ્ય ઓગણીસમું

હૉગવર્ટ્સ, છોકરીઓનો બાથરૂમ

સ્કૉર્પિયસ અને એલ્બસ એક બાથરૂમમાં પ્રવેશે છે. તેના મધ્યમાં એક ખાસ્સી મોટી સિંક છે. અદ્દલ વિક્ટોરિયન કાળની હોય એવી

સ્કૉર્પિયસ

તો, મને આ બરાબર સમજી લેવા દે. આપણી યોજના છે એન્ગોર્જમેન્ટ.

એલ્બસ

હા. સ્કૉર્પિયસ, પેલો સાબુ જો તું લઈ શકે તો…

સ્કૉર્પિયસ સિંકમાંથી એક સાબુ બહાર કાઢે છે.

એન્ગોર્જિયો!

તે પોતાની જાદૂઈ લાકડી હવામાં ફેરવે છે અને બાથરૂમમાં વીજળીનો ચમકારો થાય છે. સાબુ તેના મૂળ આકાર કરતાં ચાર ગણો મોટો થઈ જાય છે.

સ્કૉર્પિયસ

બહુ સરસ. સાબુની આ વૃદ્ધિથી હું બહુ પ્રભાવિત થયો છું, એમ સમજ.

એલ્બસ

બીજી કામગીરી તળાવમાંની કામગીરી હતી. તેમની પાસેથી કંઈક ચોરાયું હતું એ તેણે પાછું મેળવવાનું હતું. અને એ ચીજ એટલે –

સ્કૉર્પિયસ

એવા લોકો જેમને તેઓ પ્રેમ કરતા હતા.

એલ્બસ

તળાવ તરીને સામા કાંઠે જવા સેડ્રિકે બબલ–હેડ ચાર્મનો ઉપયોગ કર્યો હતો. હવે આપણે બસ એટલું જ કરવાનું છે કે તેની પાછળ જઈ તેના પર એન્ગોર્જમેન્ટ મંત્ર નાખવાનો છે. આ મંત્રથી તેનો આકાર અસાધારણપણે વધી જશે. ટાઇમ–ટર્નર આપણને વધુ સમય નહીં આપે, એટલે આપણે આ કામ ઝપાટાભેર કરવું પડશે. તેના માથાનો આકાર બહુ વધી જશે એટલે તે તળાવની બહાર દેખાવા માંડશે. આના કારણે તે આ કામગીરીમાંથી અને સ્પર્ધામાંથી બહાર ફેંકાઈ જશે...

સ્કૉર્પિયસ

પણ – આપણે તળાવમાં પહોંચીશું કઈ રીતે, એ તો તેં હજી સુધી મને કહ્યું નથી...

અને એકાએક સિંકમાંથી પાણીનો એક બહુ મોટો પ્રવાહ ઉછળીને બહાર આવે છે અને તેની પાછળ તરબોળ ભીંજાયેલી મોનિંગ મર્ટલ પણ.

મોનિંગ મર્ટલ

વૉવ. મજા આવી ગઈ. આ પહેલા મને આમાં આટલી મજા આવતી નહીં. પણ તમે મારી ઉંમરના થશો ને ત્યારે જે કંઈ મળે એ લેવા માંડશો...

સ્કૉર્પિયસ

સાચી વાત છે – તું ગજબની બુદ્ધિશાળી છે મોનિંગ મર્ટલ...

મોનિંગ મર્ટલ સ્કૉર્પિયસ પર તરાપ મારતા ધસી જાય છે.

મોનિંગ મર્ટલ

શું બોલ્યો તું હમણાં? નિસાસો નાખનારી? હું નિસાસા નાખું છું? અત્યારે હું નિસાસા નાખી રહી છું? કેમ રે? હું નિસાસો નાખું છું? હું?

સ્કૉર્પિયસ

ના.

મોનિંગ મર્ટલ

મારું નામ શું છે?

સ્કૉર્પિયસ

મર્ટલ.

મોનિંગ મર્ટલ

બરાબર – મર્ટલ. મર્ટલ એલિઝાબેથ વૉરેન – કેટલું સરસ નામ છે – મારૂં નામ. નિસાસો નાખનારી કહેવાની જરાય જરૂર નથી. *(ખડખડાટ હસતાં)* મારા બાથરૂમમાં છોકરાઓ આવ્યાને ઘણો સમય થઈ ગયો. છોકરીઓ માટેના મારા આ બાથરૂમમાં. છોકરાઓ, આ બરાબર નથી... પણ તોય પૉટર પરિવાર માટે મારા દિલમાં હંમેશા એક ખાસ જગ્યા રહી છે. અને એક મૅલફૉયની તો મેં થોડીઘણી તરફેણ પણ કરી હતી. તો બોલો, તમારી આ જોડીની હું શું મદદ કરી શકું છું?

એલ્બસ

મર્ટલ, તું ત્યાં હતી – પેલા તળાવમાં. તારા વિશે એવું લખ્યું છે એ લોકોએ. બધા પાઈપ્સમાંથી કોઈક રસ્તો નીકળતો હોવો જોઈએ.

મોનિંગ મર્ટલ

હું તો બધે ફરી આવી છું. પણ તમારા મનમાં કઈ જગ્યાનો વિચાર ચાલી રહ્યો છે?

એલ્બસ

બીજી કામગીરી. તળાવમાંની કામગીરી. ટ્રાઈવિઝાર્ડ ટૂર્નામેન્ટ. પચીસ વર્ષ પહેલા. હૅરી અને સેડ્રિક.

મોનિંગ મર્ટલ

કેટલો દેખાવડો હતો એ છોકરો, પણ એ બિચારાએ મરી જવું પડ્યું, એ બહુ ખોટું થયું. તારા પિતા દેખાવમાં આકર્ષક નહોતા એવું નથી – પણ સેડ્રિક ડિગોરી – તેની તો વાત જ જુદી હતી. તેના વિશેના પ્રેમાલાપની લવારી કરતી કેટલીય છોકરીઓને મેં આ બાથરૂમમાં જ જોઈ છે... અને તેના ગયા પછી આંસુ સારતી પણ જોઈ છે...

એલ્બસ

અમારે એ જ તળાવમાં જવું છે. અમારી મદદ કર.

મોનિંગ મર્ટલ

સમયમાં પાછળની તરફ પ્રવાસ કરવામાં હું તમારી મદદ કરી શકીશ એવું તો નથી લાગતું ને તમને?

એલ્બસ

તને એક ગુપ્ત વાત કહીએ, તો તું એ માત્ર તારા સુધી રાખીશ?

મોનિંગ મર્ટલ

મને આવી ગુપ્ત વાતો બહુ જ ગમે છે. હું કોઈનેય નહીં કહું કંઈ. મારા દિલના સમ. કસમ તોડી તો મર જાએંગે હમ. એટલે કે, ભૂતોની બાબતમાં જે થતું હોય એ. સમજ્યો ને...

એલ્બસ સ્કૉર્પિયસ તરફ જોઈને માથું ધુણાવે છે, સ્કૉર્પિયસ ટાઈમ–ટર્નર બહાર કાઢે છે.

એલ્બસ

સમયમાં પ્રવાસ કરી અમે પાછળ તો અમારી મેળે પહોંચી જઈશું. તું બસ પાઈપ્સમાંથી પ્રવાસ કરવામાં અમારી મદદ કર. અમે સેડ્રિક ડિગોરીને બચાવવાના છીએ.

મોનિંગ મર્ટલ *(દાંત દેખાડીને હસે છે)*

અરે વાહ, સાંભળવામાં તો રસપ્રદ લાગે છે.

એલ્બસ

અને અમારી પાસે વેડફવા માટે જરાય સમય નથી.

મોનિંગ મર્ટલ

આ જ એ સિંક છે. આ સિંક સીધી જ તળાવમાં ખાલી થાય છે. હવે આવું કરવામાં અનેક નાના–મોટા નિયમોનો ભંગ થાય છે, એ વાત સાચી, પણ આ શાળા હંમેશાં જૂનવાણી જ રહી છે, સમયથી હંમેશા પાછળ રહી છે. ચાલો ચા હોમ કરી કૂદી પડો અને પાઈપમાંથી થઈને સીધા જ પહોંચી જશો તમે.

એલ્બસ સિંકમાં ઉતરે છે અને પોતાનો ઝભ્ભો ઉતારીને બહાર ફેંકે છે, સ્કૉર્પિયસ પણ એવું જ કરે છે.

એલ્બસ સ્કૉર્પિયસના હાથમાં લીલા પાંદડાં ભરેલી એક થેલી આપે છે.

એલ્બસ

થોડાક તારા માટે અને થોડાક મારા માટે.

સ્કૉર્પિયસ

ગિલીવીડ? આપણે ગિલીવીડનો ઉપયોગ કરવાના છીએ? પાણીની નીચે શ્વાસ લઈ શકાય એ માટે?

એલ્બસ

જેમ મારા ડેડે કર્યું હતું,એ રીતે જ. તો, તું તૈયાર છે?

સ્કૉર્પિયસ

આ વખતે, એક વાત યાદ રાખજે, એક નજર ઘડિયાળ પર પણ રાખજે.

એલ્બસ

બસ પાંચ મિનિટ. એટલો જ સમય મળવાનો છે આપણને અને એ પછી આપણે પાછા વર્તમાનમાં ખેંચાઈ આવશું.

સ્કૉર્પિયસ

આ વખતે બધું બરાબર પાર પડશે એવી ખાતરી છે ને તને?

એલ્બસ *(દાંત દેખાડીને હસે છે)*

બધું એકદમ બરાબર પાર પડશે. તું તૈયાર છે ને?

એલ્બસ ગિલીવીડ લે છે અને પાણીમાં ગરકાવ થઈ જાય છે.

સ્કૉર્પિયસ

ના, એલ્બસ – એલ્બસ –

તે ઉપર જુએ છે, હવે તે અને મોનિંગ મર્ટલ બે જ ત્યાં છે.

મોનિંગ મર્ટલ

મને બહાદુર છોકરા ગમે છે.

સ્કૉર્પિયસ *(થોડોક ગભરાયેલો અને સાવ જરાતરા બહાદુરી સાથે)*

એવું જ હોય તો હું પૂરેપૂરો તૈયાર છું. થઈ જવા દો જે થવું હોય એ.

તે ગિલીવીડ લે છે અને સિંકમાં ગરકાવ થઈ જાય છે.

મંચ પર હવે મોનિંગ મર્ટલ એકલી છે.

અને ત્યાંજ પ્રકાશની રાક્ષસી જ્યોત થાય છે. કાનમાં ધાક બેસી જાય એવો અવાજ થાય છે અને સમય થંભી જાય છે. અને એ પછી સમય જાણે કે પડખું ફેરવે છે, ક્ષણેક વિચાર કરે છે, અને પછી પાછળની તરફ સરકવા લાગે છે. શરૂઆતમાં તેની ગતિધીમી છે...

પણપછી સમયની પાછળ જવાની ગતિએકાએક વધી જાય છે.

બંને છોકરા ગાયબ થઈ ગયા છે.

હૅરી દોડતો ત્યાં આવી પહોંચે છે, તેના ચહેરા પર ઊંડી કરચલીઓ દેખાય છે. તેની પાછળ ડ્રૅકો, જિની અને પ્રોફેસર મૅકગૉનેગોલ પણ આવે છે.

હેરી

એલ્બસ...એલ્બસ,...

જિની

જતો રહ્યો છે તે.

જમીન પર તેમને છોકરાઓના ઝભ્ભા દેખાય છે.

પ્રોફેસર મૅકગોનેગોલ (*નકશાની મદદ લે છે*)

અદૃશ્ય થઈ ગયો છે એ. ના, તે હોગવર્ટ્સના મેદાનની નીચે પ્રવાસ કરી રહ્યો છે. ના, તે પાછો ગાયબ થઈ ગયો છે –

ડ્રેકો

પણ તે આવું કરે છે કઈ રીતે?

મોનિંગ મર્ટલ

તે એક મસ્ત મજાની નાનકડી વસ્તુનો ઉપયોગ કરી રહ્યો છે.

હેરી

મર્ટલ!

મોનિંગ મર્ટલ

ઓ ત્તારી, તમે મને પકડી પાડી. અને હું સંતાવાની કેટલી મથામણ કરી રહી હતી. હેલો હેરી, હેલો ડ્રેકો. ફરી પાછા તમે ઝઘડાખોર છોકરા થઈ ગયા છો?

હેરી

કઈ વસ્તુ વાપરી રહ્યો છે એ?

મોનિંગ મર્ટલ

મને લાગેછે કે એ તો અમારી વચ્ચેની ગુપ્ત વાત છે. પણ તારાથી હું ક્યાં ક્યારે કંઈ છૂપાવી શકી છું હેરી. તારી ઉંમર વધી છે, પણ વધતી વય સાથે તું વધુ ને વધુ સોહામણો થતો ગયો છે, કમાલ છે?

હેરી

મારો દીકરો મુશ્કેલીમાં છે. મને તારી મદદની જરૂર છે. શું કરી રહ્યા છે એ બંને, મર્ટલ?

મોનિંગ મર્ટલ

એક દેખાવડા છોકરાને બચાવવાનો પ્રયાસ કરી રહ્યો છે એ. કોઈક સેડ્રિક ડિગોરી નામનો છોકરો છે.

શું થયું છે એકાએક હેરીને સમજાય છે, અને તે ભયથી હચમચી જાય છે.

પ્રોફેસર મૅકગૉનેગૉલ

પણ સેડ્રિક ડિગોરી તો વર્ષો પહેલા મૃત્યુ પામ્યો ...

મોનિંગ મર્ટલ

પણ આ વાસ્તવિકતાને પોતે બદલી શકશે એવી પાકી ખાતરી તેને હતી. એનામાં પણ તારા જેવો જ આત્મવિશ્વાસ છે, હેરી.

હેરી

ઍમોસ ડિગોરી સાથેની મારી વાતચીત એલ્બસે સાંભળી હતી... હવે પ્રશ્ન એ છે કે, શું જાદૂ મંત્રાલયનું ટાઇમ-ટર્નર તેની પાસે હોઈ શકે છે? ના, એ તો અશક્ય છે.

પ્રોફેસર મૅકગૉનેગૉલ

મંત્રાલય પાસે ટાઇમ-ટર્નર છે? મને તો લાગતું હતું કે, બધા જ ટાઇમ-ટર્નરનો નાશ કરવામાં આવ્યો છે ?

મોનિંગ મર્ટલ

બધા જ કેટલા મસ્તીખોર થઈ ગયા છે, નહીં?

ડ્રૅકો

કોઈ મને સમજાવશે કે અહીં શું ચાલી રહ્યું છે?

હેરી

એલ્બસ અને સ્કૉર્પિયસ ગાયબ અને પ્રગટ થઈ રહ્યા નથી – તેઓ પ્રવાસ કરી રહ્યા છે – સમયમાં – તેઓ કાળમાં પાછળ જવા નીકળ્યા છે.

અંક બીજો દશ્ય વીસમું

ટ્રાઈવિઝાર્ડ ટૂર્નામેન્ટ તળાવ, 1995

લ્યુડો બૅગમેન

મહેરબાનો અને કદરદાનો, ભાઈઓ અને બહેનો, છોકરાઓ અને છોકરીઓ, હું તમારા માટે લઈ આવ્યો છું – દુનિયાની સૌથી અદ્દભુત અને એકમાત્ર, એક અને માત્ર એક જ એવી ટ્રાઈવિઝાર્ડ ટૂર્નામેન્ટ.

તાળીઓના ગડગડાટ અને ચિચિયારીઓનો મોટો અવાજ આવે છે.

અને હવે એલ્બસઅને સ્કૉર્પિયસ તળાવમાંથી તરતા આવી રહ્યા છે. અત્યંત પ્રભાવશાળીપણે પાણીના પ્રવાહમાંથી તેઓ નીચે ઉતરી રહ્યા છે.

તમે ડર્મસ્ટ્રેન્ગમાંથી છો? તો ચીયર કરો.

મોટો અવાજ આવે છે.

અને તમે જો બૉબેટોન્સમાંથી હો તો કરો જોરદાર અવાજ...

આ અવાજ જરા મંદ છે, પણ પહેલા કરતાં વધુ છે.

આપણા ફ્રેન્ચ મિત્રો હવે ઉત્સાહમાં આવી રહ્યા છે.

અને હવે સ્પર્ધકો સડસડાટ નીકળી પડ્યા છે... વિક્ટર તો શાર્ક જેવો લાગે છે. ફ્લૉર પણ ધ્યાનાકર્ષક લાગે છે. પ્લ્કી હૅરી ગિલીવીડનો ઉપયોગ કરી રહ્યો છે, હોંશિયાર હૅરી, ચતુર હૅરી – અને સેડ્રિક – મિત્રો, તેને જોઈએ એટલે બસ જોતાં જ રહીએ એવું થાય છે. તળાવ ઓળંગવા માટે સેડ્રિક બબલ ચાર્મનો ઉપયોગ કરી રહ્યો છે.

સેડ્રિક ડિગોરી તરતો નજીક આવી રહેલો દેખાય છે, તેના માથા પર એક પરપોટો છે. એલ્બસ અને સ્કૉર્પિયસ પોતાની જાદૂઈ લાકડીઓ ઉગામે છે અને પાણીમાં એન્ગૉર્જમેન્ટ મંત્ર મારે છે.

તે વળે છે અને મૂંઝાઈને તેમની તરફ જુએ છે, પણ આ મંત્ર તેને લાગે છે. અને તેની આસપાસનું પાણી સોનેરી રંગનું થઈ ચળકવા લાગે છે.

અને સેડ્રિક કદમાં મોટો થવા લાગે છે – હજી વધે છે – અને તે હજી થોડો વધુ મોટો થાય છે.

તે પોતાની આસપાસ જુએ છે – હવે તેની મતિ મૂંઝાઈ ગઈ છે, સદંતરપણે. અને પછી બંને છોકરાઓ સેડ્રિકને પાણીની ઉપર અસહાયપણે ઉપર આવતા જુએ છે.

હે ભગવાન... પણ આ શું છે... સેડ્રિક ડિગોરી પણીમાંથી બહાર આવી રહ્યો છે અને એવું લાગે છે કે તે સ્પર્ધામાંથી બહાર થઈ જશે. અરેરે, ભાઈઓ અને બહેનો આપણને સ્પર્ધાનો વિજેતા મળ્યો નથી, પણ હારનાર જરૂર આપણી સામે છે. સેડ્રિક ડિગોરીનું રુપાંતર હવે ફુગ્ગામાં થઈ રહ્યું છે, અને આ ફુગ્ગો તો ઉડવા માગે છે. ઉડવા માગે છે, બહેનો અને ભાઈઓ, ઉડી જવા માગે છે. આ કામગીરીમાંથી ઉડી જવા માગે છે અને સ્પર્ધામાંથી પણ – અને, હે... ભ..ગ..વા..ન... આ તો વધારે પડતું ભયંકર થઈ રહ્યું છે... સેડ્રિકની આસપાસ આતશબાજી થઈ રહી છે, અને તેમાં અક્ષરો દેખાઈ રહ્યા છે – 'રૉન હર્માયનીને પ્રેમ કરે છે' – અને દર્શકોને તો આ બધું ગમી રહ્યું છે – ભાઈઓ અને બહેનો, સેડ્રિકના ચહેરા પરના ભાવ તો જુઓ. ખરેખર જોવા જેવું આ દશ્ય છે, ખરેખર દુઃખદ અને શોકાંતિકા જેવો આ દેખાવ છે. આ તો માનહાનિ છે, અને આના માટે કોઈ બીજો શબ્દ જ નથી.

એલ્બસ મોટું સ્મિત કરે છે અને પાણીમાં સ્કૉર્પિયસને હાઈ–ફાઈવ આપે છે.

અને એલ્બસ કંઈક ચીંધી દેખાડે છે અને સ્કૉર્પિયસ ડોકું ધુણાવે છે, અને તેઓ કાંઠા તરફ પહોંચવા માટે તરવા લાગે છે. સેડ્રિક ઊંચે ને ઊંચે જઈ રહ્યો છે અને લોકો ખડખડાટ હસવા માંડે છે. અને બધું જ બદલાઈ જાય છે.

આખું વિશ્વ અંધકારમય થઈ જાય છે. ખરેખર તો વિશ્વ કાળુંધાકોર થઈ જાય છે.

અને પછી પાણીની એક રાક્ષસી છાલક થાય છે. પછી એક ધડાકો. અને ટાઇમ-ટર્નરની ટિક ટિક બંધ થઈ જાય છે. અને આપણે ફરીથી વર્તમાનમાં પાછા ફરીએ છીએ.

સ્કૉર્પિયસ એકાએક પાણીમાંથી ઉપરની તરફ આવે છે. તેના ચહેરા પર વિજયી આનંદ છે.

સ્કૉર્પિયસ

વઆઆઆઆ...!

તે આસપાસ જુએ છે. આશ્ચર્યચકિત થઈ જાય છે. એલ્બસ ક્યાં છે? તે પોતાના હાથ હવામાં ઊંચા કરે છે.

આપણે કરી દેખાડ્યું!

તે એકાદ ક્ષણ રાહ જુએ છે.

એલ્બસ?

એલ્બસ હજી સુધી પાણીમાંથી બહાર આવ્યો નથી. સ્કૉર્પિયસ પાણીમાં શોધવાનો પ્રયાસ કરે છે. તે વિચારે છે અને પછી પાછો પાણીમાં ડૂબકી મારે છે.

ફરી બહાર આવે છે. પણ હવે તે પૂર્ણપણે હચમચી ગયો છે. તે આસપાસ નજર દોડાવે છે.

એલ્બસ... એલ્બસ... એલ્બસ.

અને સર્પભાષામાં ગુસપુસ સંભળાય છે. આ અવાજ પ્રેક્ષકોમાં પણ ફરી વળે છે. તે આવી રહ્યો છે. તે આવી રહ્યો છે. તે આવી રહ્યો છે.

ડોલોરસ અમ્બ્રિજ

સ્કૉર્પિયસ મૅલફૉય. તળાવમાંથી બહાર નીકળ. સૌથી પહેલા તળાવમાંથી બહાર આવ. હમણાં ને હમણાં.

તેઓ તેને પાણીની બહાર ખેંચી કાઢે છે.

સ્કૉર્પિયસ

મિસ. મને તમારી મદદની જરૂર છે. પ્લીઝ, મિસ.

ડોલોરસ અમ્બ્રિજ

મિસ? હું પ્રોફેસર અમ્બ્રિજ છું, તારી શાળાની મુખ્યાધ્યાપિકા, હું મિસ નથી.

સ્કોર્પિયસ

તમે મુખ્યાધ્યાપિકા છો? પણ હું...

ડોલોરસ અમ્બ્રિજ

હું મુખ્યાધ્યાપિકા છું અને તારો પરિવાર ગમે એટલો મહત્ત્વનો કેમ ન હોય – આ તળાવમાં પડવા માટે આ વાત કારણ કે બહાના તરીકે ચલાવી નહીં લેવાય.

સ્કોર્પિયસ

આ તળાવમાં એક છોકરો છે. તેના માટે તમારે કોઈકને મદદ માટે બોલાવવા જોઈએ. હું મારા મિત્રને શોધી રહ્યો છું, મિસ. પ્રોફેસર. હેડમાસ્ટર. હૉગવટ્‌ર્સનો એક વિદ્યાર્થી, મિસ. હું એલ્બસ પૉટરને શોધી રહ્યો છું.

ડોલોરસ અમ્બ્રિજ

પૉટર? એલ્બસ પૉટર? એવો કોઈ વિદ્યાર્થી જ નથી. ખરૂં કહું તો, છેલ્લા અનેક વર્ષોમાં હૉગવટ્‌ર્સમા પૉટર અટકનો કોઈ વિદ્યાર્થી ભણવા જ આવ્યો નથી. અને એક છોકરો હતો, હૅરી પૉટર, એ પણ કંઈ બહુ સારો નહોતો. ભગવાન હૅરી પૉટરના આત્માને શાંતિ આપે, એવું પણ હું કહેવાની નથી. તેનો આત્મા નિરંતર અને ચિરંતન નિરાશામાં ભટક્યા કરે એવું જ હું ઇચ્છું છું. એક નંબરનો ઉપદ્રવી અને નક્કામો.

સ્કોર્પિયસ

હૅરી પૉટર મરી ગયો?

અચાનક પ્રેક્ષાગારમાં પવનના શ્વાસોચ્છવાસની અનુભૂતિ થાય છે. લોકોની આસપાસ કાળા ઝભ્ભા દેખાવા લાગે છે. પછી એ કાળા ઝભ્ભા કાળી આકૃતિઓ બની જાય છે, તેઓ ડિમેન્ટર્સ બની જાય છે.

પ્રેક્ષાગારમાં ડિમેન્ટર્સ ઊડવા લાગે છે. આ ભયાનક કાળી આકૃતિઓ. જાણે કે મોતની શક્તિના કાળા ઓછાયા જેવી લાગે છે. તેમનાથી ડરી જવાય એવું છે. અને તેઓ ઓરડામાંના આત્માઓને પોતાની અંદર શોષી લે છે.

પવન ફૂંકાવાનું ચાલુ જ છે. ચોક્કસપણે આ નરક છે. અને પછી ઓરડાના પાછળના ભાગમાંથી અને પછી દરેકની આસપાસ ઘુસપુસનો સ્વર સંભળાય છે. જાણીતા અવાજમાં શબ્દો બોલાઈ રહ્યા છે. વૉલ્ડેમૉર્ટનો અવાજ...

હેરરરરરી... પૉટરરરર...

હેરીનું સપનું જીવંત થયું છે.

ડોલોરસ અમ્બ્રિજ

તેં કંઈ ભળતુંસળતું ગળી તો નથી લીધું ને? અમારૂં ધ્યાન નહોતું ત્યારે મડબ્લડ બની ગયો કે શું? હૅરી પૉટર વીસ વર્ષ પહેલા જ મરી ગયો હતો. હૉગવટ્‌ર્સ શાળામાં બળવો થયો હતો, એ નિષ્ફળ રહ્યો અને તેમાં તે મરી ગયો. ડમ્બલડોરના આતંકવાદી સૈનિકોમાંનો પૉટર એક હતો. હૉગવટ્‌ર્સના યુદ્ધમાં અમે બહાદુરીપૂર્વક લડ્યા અને સત્તા ઉથલાવી નાખી. ચાલ હવે. તું શું રમત રમી રહ્યો છે, એ મને ખબર નથી. પણ તું ડિમેન્ટર્સને નારાજ કરી રહ્યો છે અને વોલ્ડેમૉર્ટ દિનની ઉજવણીઓના રંગમાં ભંગ પાડી રહ્યો છે.

સર્પભાષામાંની ઘુસપુસનો અવાજ વધુ ને વધુ બુલંદ બનતો જાય છે. કાનમાં ધાક બેસી જાય એ હદે આ અવાજ વધે છે. અને મંચ પર એક અતિવિશાળ પાટિયું ઉતરે છે. તેના પર સર્પની મોટી આકૃતિ છે.

આ બધું જોઈને સ્કૉર્પિયસની છાતીના પાટિયા બેસી જાય છે, તે બરાબરનો હેબતાઈ ગયો છે.

સ્કૉર્પિયસ

વોલ્ડેમૉર્ટ દિન?

પૂર્ણ અંધકાર છવાઈ જાય છે.

ભાગ પહેલો સમાપ્ત

ભાગ બીજો

ભાગ બીજો

અંક ત્રીજો

અંક ત્રીજો દૃશ્ય પહેલું

હૉગવટ્ર્સ, મુખ્યાધ્યાપિકાની ઑફિસ

હવે આપણે બદલાઈ ગયેલા વિશ્વમાં છીએ. આ વિશ્વ અંધકારમય ભાસે છે. ઓરડામાંની જમીન પર રાખનો થર પથરાયેલો છે – તેના કારણે અનિશ્ચિતતા અને દહેશતનો ઓછાયો હોવાનું અનુભવાય છે.

મંચ પરના દેખાવ – પાર્શ્વસંગીત અને તેના કરતાં પણ મંચ પરની સાજસજ્જાને કારણે વાતાવરણ નિર્માણ થાય છે. હૅરી મૃત્યુ પામ્યો છે. વૉલ્ડેમૉર્ટ જીવતો થાય છે અને તેની સત્તા આવે છે. બધું જ અયોગ્ય થઈ રહ્યું છે.

સ્કૉર્પિયસ ડોલોરસ અમ્બ્રિજની ઑફિસમાં પ્રવેશે છે. તેનો ઝભ્ભો જરાક વધુ પડતો જ ઘેરો અને કાળો છે. તેના ચહેરા પર વિષાદ અને ગમગીની છવાઈ ગઈ છે. આસપાસની ભયાનક પરિસ્થિતિથી તે પૂર્ણપણે સભાન છે અને સતત પોતાને સંભાળી–સાચવીને સાવચેતીથી એક એક પગલું ભરી રહ્યો છે.

ડોલોરસ અમ્બ્રિજ

સ્કૉર્પિયસ. મને મળવા આવવા બદ્દલ તારો ખૂબ ખૂબ આભાર.

સ્કૉર્પિયસ

હા હેડમિસ્ટ્રેસ.

ડોલોરસ અમ્બ્રિજ

સ્કૉર્પિયસ. ઘણા દિવસથી મારા મનમાં એક વિચાર ઘુમરાયા કરે છે. તારામાં હેડ બૉય બનવાની ક્ષમતા છે, એ વિશે તો તું જાણે જ છે. તું શુદ્ધ–રક્તનો છે, સ્વભાવગત નેતૃત્વના ગુણ છે તારામાં, કમાલની ચપળતા...

સ્કૉર્પિયસ

ચપળતા?

ડોલોરસ અમ્બ્રિજ

વિભ્રમપણું બહુ થયું, સ્કૉર્પિયસ. મેં તને ક્વિડિચના મેદાનમાં જોયો છે. એવી કોઈ સ્નિચ નથી જે તું પકડી શક્યો ન હોય. તું અત્યંત અમૂલ્ય વિદ્યાર્થી છે. અમે શિક્ષકો તને અમૂલ્ય ગણીએ છીએ. ખાસ તો મારી દષ્ટિએ. ઑગુરીને મોકલવાના અહેવાલમાં હું હંમેશાં તારી કામગીરીની પ્રશંસા કરતી આવી છું. આપણે સાથે મળીને જે કામ કરી રહ્યા છીએ, અભદ્ર અને અપવિત્ર વિદ્યાર્થીઓને હાંકી કાઢવાનું, શાળાને સુરક્ષિત અને પવિત્ર વાસ્તુ બનાવવાનું કામ.

સ્કૉર્પિયસ

એવું છે?

દૂરથી ચીસનો અવાજ આવે છે. સ્કૉર્પિયસ અવાજની દિશા તરફ વળે છે. મનમાં ઊભરાઈ આવતા વિચારોને તે દૂર ફગાવી દે છે. તેણે પોતાને અંકુશમાં લેવો જોઈએ અને તે પોતાને સંભાળે છે.

ડોલોરસ અમ્બ્રિજ

પણ છેલ્લા ત્રણ દિવસમાં, વોલ્ડેમૉર્ટ દિને તું મને પેલા તળાવ પાસે મળ્યો ત્યારથી, તારું વર્તન... વિચિત્ર અને વધુ વિચિત્ર થવા લાગ્યું છે – ખાસ કરીને હૅરી પૉટર માટેનું એકાએક લાગેલું વળગણ.

સ્કૉર્પિયસ

એવું ક..કશું જ નથી...

ડોલોરસ અમ્બ્રિજ

હૉગવર્ટ્સના યુદ્ધ વિશે બધાને પ્રશ્નો પૂછીને તું મૂંઝવી રહ્યો છે. પૉટર કેવી રીતે મર્યો. અને પેલા સેડ્રિક ડિગોરી વિશેનું તારું આકર્ષણ અને કુતુહલ તો હાસ્યાસ્પદ છે. સ્કૉર્પિયસ, તારા પર કોઈ મંત્ર કે શાપનો પ્રભાવ તો નથી ને એ પણ અમે ચકાસી લીધું – પણ કશું જ નીકળતું નથી, આથી થયું કે ચાલો તને જ પૂછી લઈએ – એટલે જ હું પૂછી રહી છું – હું તારી કંઈ મદદ કરી શકું છું? તને પહેલા જેવો કરવા માટે...

સ્કૉર્પિયસ

ના. ના. સમજોને કે હું પહેલા જેવો થઈ ગયો છું. જરાક ભટકી ગયો હતો. બસ એટલું જ.

ડોલોરસ અમ્બ્રિજ

તો આપણે આપણું કામ ફરીથી શરૂ કરી શકીએ છીએ?

સ્કૉર્પિયસ

હા. ચોક્કસ.

ડોલોરસ પોતાનો હાથ પોતાના દિલ પર મૂકે છે, અને બંને કાંડા એકબીજા પર ટેકવે છે.

ડોલોરસ અમ્બ્રિજ

વોલ્ડેમૉર્ટ અને બહાદુરી માટે.

સ્કૉર્પિયસ *(તેની નકલ કરવાનો પ્રયાસ કરી રહ્યો છે)*

અં – હં – હા, એમ જ.

અંક ત્રીજો દૃશ્ય બીજું

હૉગવર્ટ્સ, મેદાન

રંગમંચ ફરવા લાગે છે. સ્કૉર્પિયસ પણ. તે કશુંક શોધી રહ્યો છે – કંઈપણ – જેના કારણે પોતે જે ઉથલપાથલમાં સપડાયો છે, એનો જવાબ મળી શકે. કાર્લ અને યાન ઉત્સાહ અને જોશથી થનગની રહ્યા છે. આ બંને સ્કૉર્પિયસ તરફ આવે છે.

કાર્લ જેનકિન્સ
હેઈ સ્કૉર્પિયન કિંગ.

સ્કૉર્પિયસ હાઈ–ફાઈવ કરવા માટે હાથ ઊંચો કરે છે. હાથ ઊંચો કરવામાં પારાવાર પીડા થઈ રહી છે. પણ તે તાળી ઝીલે છે.

યાન ફ્રેડરિક્સ
આપણે તૈયાર છીએ ને, આવતીકાલની રાત માટે?

કાર્લ જેનકિન્સ
કેમ કે આપણે આવતીકાલે મડબ્લડનાં આંતરડાં બરાબર બહાર કાઢવાના છીએ.

બંને જતા રહે છે.

પોલી ચેપમેન
સ્કૉર્પિયસ.

પોલી ચેપમેન દાદરા પર ઊભી છે. સ્કૉર્પિયસ ગોળ ફરીને તેની તરફ જુએ છે.

સ્કોર્પિયસ
પૉલી ચૅપમેન?

પૉલી ચૅપમેન
આપણે સીધા મુદ્દા પર જ આવીએ તો? મને ખબર છે બધાને ઉત્સુકતા છે, તું કોને પૂછવાનો છે, એમાં એવું છે ને કે, તારે કોઈકને તો પૂછવું જ પડશે, મને તો આ પહેલા ત્રણ છોકરાઓએ પૂછ્યું છે અને એવું પણ નથી કે એમને ના પાડનારી હું એકલી છું. ધારો કે, તું મને પૂછવાનો હોય તો.. આ તો બસ તને કહી રાખ્યું છે.

સ્કોર્પિયસ
બરાબર.

પૉલી ચૅપમેન
તું જો મને પૂછીશ તો બહુ સારું જ થશે. એટલે તને રસ હોય તો. અને અફવા તો એવી છે કે – તને રસ છે. અને મારે બસ એટલી જ ચોખવટ કરવાની હતી કે – આ ક્ષણે – મને પણ તારી સાથે આવવામાં રસ છે. અને આ અફવા નથી. આ વા...સ્ત..વિ..ક..તા.. છે.

સ્કોર્પિયસ
આ – અં – અદભુત છે – પણ આપણે ચોક્કસ શેના વિશે વાત કરી રહ્યા છીએ?

પૉલી ચૅપમેન
લે, બ્લડ બૉલની જ વાત છે. તું – સ્કોર્પિયન કિંગ – કોને પોતાની સાથે લઈ જવા માગે છે બ્લડ બૉલમાં.

સ્કોર્પિયસ
તને– પૉલી ચૅપમેન – મારી સાથે આવવું છે –બૉલમાં?

તેને પાછળ ચીસનો અવાજ સંભળાય છે.

આ કોની ચીસો છે?

પૉલી ચૅપમેન
મડબ્લડની જ વળી. ભોંયરામાંના કેદખાનામાંથી. તારો જ તો આઈડિયા હતો? આવું કેમ કરે છે તું? અરે પૉટર, મારા શૂઝ પર પાછું લોહી લાગી ગયું...

તે સાવચેતીપૂર્વક નીચે નમે છે અને પોતાના શૂઝ પર લાગેલું લોહી લૂંછી ને સાફ કરે છે.

ઑગુરી વારંવાર આગ્રહથી કહે છે – ભવિષ્ય આપણે જ ઘડવાના છીએ – તો લો મૈં આ ગઈ – ભવિષ્ય ઘડવા માટે – તારી સાથે. વોલ્ડેમૉર્ટ અને બહાદુરી માટે.

સ્કૉર્પિયસ

વોલ્ડેમૉર્ટ માટે.

પોલી આગળ ચાલે છે, સ્કૉર્પિયસ તેની પાછળ ટળવળતો ચાલી રહ્યો છે. આ કેવી દુનિયા છે – અને કોણ ખરેખર કોણ છે ? તે ગોળ ફરતો રહે છે.

અંક ત્રીજો દૃશ્ય ત્રીજું

જાદૂ મંત્રાલય, જાદૂઈ કાયદો અમલ બજાવણી ખાતાના વડાની ઑફિસ

ડ્રેકો અનપેક્ષિતપણે પ્રભાવી જણાઈ રહ્યો છે. તેને પોતાની સત્તાનો મદ છે. તે પોતાની સત્તાનો દેખાડો સારી પેઠે કરી રહ્યો છે. ઓરડાની બંને તરફ ઑગુરી ધ્વજ ફરકી રહ્યા છે. – ઑગુરી પક્ષીનું ફાશીવાદી મિજાજ ધરાવતું ચિહ્ન તેના પર છે.

ડ્રેકો

તું મોડો છે.

સ્કૉર્પિયસ

આ તમારી ઑફિસ છે?

ડ્રેકો

એક તો તું મોડો છે અને એ વિશે માફી માગવાનું તને સૂઝતું જ નથી. મારી સમસ્યાઓ વધારવાનો પાક્કો નિર્ધાર તેં કરી લીધો લાગે છે?

સ્કૉર્પિયસ

તમે જાદૂઈ કાયદો અમલબજાવણી ખાતાના વડા છો?

ડ્રેકો

ખબરદાર! તારી હિંમત કઈ રીતે થઈ મારૂં અપમાન કરવાની? એક તો તેં મને વાટ જોવડાવી અને એ પછી માફી માગવાનું તો જાણે તને આવડતું જ નથી.

સ્કૉર્પિયસ

મારી ભૂલ થઈ, સૉરી.

ડ્રેકો

સર.

સ્કૉર્પિયસ ચમકીને ઉપર જુએ છે. પોતાના પિતાના મગજમાં ખરેખર શું ચાલી રહ્યું છે તેનો તાગ મેળવવાનો પ્રયાસ કરે છે.

સ્કૉર્પિયસ

સૉરી, સર.

ડ્રેકો

તું આમ સાવ બેદરકારીપૂર્વક વર્તે એ માટે મેં તને ઉછેર્યો નથી, સ્કૉર્પિયસ. હૉગવર્ટ્સમાં તું મારી માનહાનિ– બદનામી કરે એ માટેય નહીં.

સ્કૉર્પિયસ

તમારી માનહાનિ, સર?

ડ્રેકો

હૅરી પૉટર, સતત તેના વિશે સવાલો પૂછ્યા કરવા, એ બધું શરમજનક છે. મૅલફૉય ખાનદાનના નામને બટ્ટો લગાડવાની તારી હિંમત કઈ રીતે થઈ?

અચાનક એક ખરાબ વિચાર સ્કૉર્પિયસના મગજમાં ચમકે છે.

સ્કૉર્પિયસ

અરે ના. તમે જવાબદાર છો એના માટે? ના. ના. તમે નહીં જ હો એ.

ડ્રેકો

સ્કૉર્પિયસ...

સ્કૉર્પિયસ

આજના ડેઈલી પ્રૉફેટમાં વાંચ્યું – ત્રણ જાદૂગરોએ એક પુલ ઊડાડી મૂક્યો, એ જોવા માટે કે એક ધડાકામાં તેઓ કેટલા મગલ્સને મારી શકે છે – તમારો જ હાથ છે ને આમાં?

ડ્રેકો

મોઢું સંભાળીને બોલ.

સ્કૉર્પિયસ પોતાના ડૅડ તરફ મક્કમ પગલે આગળ વધે છે, દરેક પગલા સાથે તેમના પર દોષારોપણ કરે છે.

સ્કૉર્પિયસ

'મડબ્લડ' મોત છાવણીઓ, યાતનાઓ, શેતાની શહેનાશાહનો વિરોધ કરનારાઓને જીવતા બાળી મૂકવા. આમાંથી કેટલું તમારા નામની સામે બોલે છે? મૉમ મને હંમેશા કહેતી, તું માને છે એના કરતાં બહુ ભલા છે તારા ડૅડ. પણ આ જ છે ને તમારું અસલી રુપ? ખૂની, યાતનાઓ આપનાર, અને –

ડ્રૅકો પોતાની ખુરશીમાંથી ઊભો થાય છે અને સ્કૉર્પિયસને જોરથી ટેબલ પર ખેંચે છે. તેનો આ આવેશ આશ્ચર્યકારક અને કાતિલ છે.

ડ્રૅકો

એના નામનો ખોટેખોટો ઉપયોગ કરવાનો પ્રયાસ પણ કરતો નહીં, સ્કૉર્પિયસ. એનું નામ લઈ તારી બાજુ મજબૂત કરવાનો પ્રયત્ન છોડી દે. એની યોગ્યતા આના કરતાં વધુ છે.

સ્કૉર્પિયસ ચૂપ થઈ જાય છે. ભયભીત અને હચમચેલો. ડ્રૅકોને આ સમજાય છે. એ સ્કૉર્પિયસને છોડી દે છે. પોતાના દીકરાને ઈજા પહોંચાડવાનું તેને ગમતું નથી.

અને હા, મગલ્સને મારનારા મૂર્ખ જાદૂગરો, એ મારું કામ નથી. મગલ વડા પ્રધાનને સોનાની લાંચ આપવાનું કામ ઑગુરી મને સોંપી શકે છે... તારી માતાએ ખરેખર મારા વિશે આવું કહ્યું હતું?

સ્કૉર્પિયસ

તેણે કહ્યું હતું કે, દાદાજીને તે ખાસ ગમતી નહોતી – તમારા લગ્ન સામે તેમનો વિરોધ હતો – તેમને લાગતું કે, મારી માને મગલ્સ માટે પ્રેમ છે – વળી તે સાવ દૂબળી અને કમજોર હતી – આમ છતાં તમે તેના માટે દાદાજીના વિરોધની પરવા કરી નહોતી. તેનું કહેવું હતું કે, તમારા જીવનમાં તમે કરેલું સૌથી હિંમતભર્યું કામ આ હતું.

ડ્રૅકો

તારી મૉમે મને હિંમત આપી હતી.

સ્કૉર્પિયસ

પણ ત્યારે – તમે અલગ હતા.

તે પોતાના ડેડ તરફ જુએ છે, ડ્રૅકો તેની તરફ અણગમા સાથે જુએ છે.

મારાથી કેટલીક ભૂલો થઈ છે, પણ તમે તો મારા કરતાં ય મોટી ભૂલો કરી છે. આ બધું આપણે શું કરી બેઠા, ડેડ?

ડ્રૅકો

આપણે કશું જ ખોટું કર્યું નથી – આપણે જેવા હતા એવા જ છીએ.

સ્કૉર્પિયસ

મૅલફૉય. એ ખાનદાન જેના પર વિશ્વાસ રાખી શકાય છે, વિશ્વને વધુ અંધકારમય બનાવવા માટે.

આ શબ્દો ડ્રૅકોને ખટકે છે. તે ધ્યાનથી સ્કૉર્પિયસને જુએ છે.

ડ્રૅકો

શાળામાં તું જે ધંધા કરે છે – કોણે ભરાવ્યું છે આ બધું તારા મગજમાં?

સ્કૉર્પિયસ

હું જેવો છું એવો હું હોઉં એ મને નથી જોઈતું.

ડ્રૅકો

અને આવું શા કારણે લાગે છે તને?

પોતાની વાર્તા કઈ રીતે વર્ણવવી એનો રસ્તો શોધવાનો વિચાર સ્કૉર્પિયસ વ્યાકુળતાપૂર્વક કરી રહ્યો છે.

સ્કૉર્પિયસ

હું મને પોતાને જુદી નજરે જોઉં છું.

ડ્રૅકો

તને ખબર છે, મને તારી મૉમની સૌથી વધુ ગમતી બાબત કઈ હતી? તે હંમેશા જ મને અંધકારમાંથી પ્રકાશ દેખાડવામાં મદદ કરતી. તેણે મારૂં જીવન – તારા શબ્દોમાં કહેવું હોય તો – ઓછું 'અંધકારમય' બનાવ્યું હતું,

સ્કૉર્પિયસ

ખરેખર?

ડ્રૅકો પોતાના દીકરાને એકીટશે જુએ છે.

ડ્રેકો

મને લાગે છે એના કરતાં ઘણું વધુ છે તેના વિશે જાણવા જેવું.

ધબકારાનો અવાજ. તે સ્કૉર્પિયસને ચિંતાથી જુએ છે.

તું જે કંઈ કરી રહ્યો છે – ધ્યાનથી કરજે, સાચવજે. મારે તને પણ ગુમાવી બેસવું નથી.

સ્કૉર્પિયસ

હા. સર.

ડ્રેકો એક છેલ્લીવાર પોતાના દીકરા તરફ જુએ છે – તેના મગજમાં શું ચાલી રહ્યું છે સમજવાના ઈરાદા સાથે.

પોતાનો હાથ તે હવે પરિચિત એવી રીતે કાંડા પર રાખે છે.

ડ્રેકો

વૉલ્ડેમૉર્ટ અને બહાદુરી માટે.

સ્કૉર્પિયસ તેની તરફ જુએ છે અને ઓરડામાંથી બહાર નીકળી જાય છે.

સ્કૉર્પિયસ

વૉલ્ડેમૉર્ટ અને બહાદુરી માટે.

અંક ત્રીજો દૃશ્ય ચોથું

હૉગવર્ટ્સ, લાયબ્રેરી

સ્કૉર્પિયસ લાયબ્રેરીમાં પ્રવેશે છે અને વ્યાકુળ થઈ પુસ્તક તરફ જુએ છે, પુસ્તકોનાં પાનાં પલટીને જુએ છે. તેને ઈતિહાસનું એક પુસ્તક મળે છે.

સ્કૉર્પિયસ
સેડ્રિક ડિગોરી ડેથ ઈટર કઈ રીતે બન્યો? કોઈક બાબત મારા ધ્યાન બહાર રહી ગઈ છે? મને અંધકારમાં પ્રકાશનો માર્ગ ચીંધ.

ક્રેગ બાવકર જુનિયર
તું અહીં કેમ?

વ્યાકુળ અને અસ્વસ્થ જણાતા ક્રેગ તરફ સ્કૉર્પિયસ વળીને જુએ છે.

સ્કૉર્પિયસ
કેમ? હું અહીં આવી ન શકું?

ક્રેગ બાવકર જુનિયર
હજી તૈયાર નથી એ. મારાથી થઈ શકે એટલી ઝડપથી પૂરૂં કરવાનો પ્રયાસ કરી રહ્યો છું હું. પણ પ્રોફેસર સ્નેપ એટલું બધું ઘરકામ આપે છે, અને એક જ નિંબધ બે જુદી રીતે લખવો એટલે... હું ફરિયાદ નથી કરી રહ્યો... સૉરી.

સ્કૉર્પિયસ
ફરીથી શરૂ કર. શરુઆતથી. શું તૈયાર નથી?

ક્રેગ બાવકર જુનિયર

જાદૂઈ કાઢાના વિષયનું તારૂં ઘરકામ. અને મને એ કરવામાં આનંદ આવે છે. – સાચું કહું તો હું તારો આભારી છું. અને મને ખબર છે તને ઘરકામ અને પુસ્તકો અને ભણવું બહુ ગમતું નથી, અને મેં તને ક્યારેય નિરાશ કર્યો નથી. તને ખબર છે આ વાતની.

સ્કોર્પિયસ

મને ઘરકામ કે અભ્યાસ કરવાનું કેમ ગમતું નથી?

ક્રેગ બાવકર જુનિયર

તું સ્કોર્પિયન કિંગ છે. એટલે દેખીતું છે કે, તને ભણવું નથી ગમતું. *હિસ્ટ્રી ઑફ મૅજિક* પુસ્તક તારા હાથમાં? તારૂં આ કામ પણ હું કરી આપીશ, લાવ.

વિરામ. સ્કોર્પિયસ ક્ષણભર ક્રેગને જુએ છે અને પછી એ પુસ્તક તેની તરફ ફેંકે છે. ક્રેગ મજબૂતાઈથી પકડીને જતો રહે છે.

થોડીક ક્ષણો વિચાર કર્યા બાદ તેના ચહેરા પર કરચલીઓ પડે છે.

સ્કોર્પિયસ

તેણે સ્નેપનું નામ લીધું?

અંક ત્રીજો દૃશ્ય પાંચમું

હૉગવર્ટ્સ, જાદૂઈ કાઢાનો વર્ગ

સ્કૉર્પિયસ જાદૂઈ કાઢાના વર્ગમાં દોડતો આવે છે. દરવાજો ધડ દઈને બંધ કરતા તે પ્રવેશે છે. સેવેરસ સ્નેપ તેની તરફ જુએ છે.

સ્નેપ

પરવાનગી લઈને અંદર આવવાનું કોઈએ તને શીખવ્યું નથી, છોકરા?

સ્કૉર્પિયસ તેની સામે જુએ છે, તેને થોડી હાંફ ચડી છે. તે થોડીક અનિશ્ચિતતામાં છે. આમ છતાં થોડી આશા તેના દિલમાં છે.

સ્કૉર્પિયસ

સેવેરસ સ્નેપ. તમને મળવું એને હું મારૂં સન્માન ગણું છું.

સ્નેપ

મને પ્રોફેસર સ્નેપ કહીશ તો સારૂં રહેશે. તું આ શાળાનો રાજા હોઈશ મૅલફૉય, પણ એનાથી અમે બધા તારી પ્રજા બની જતા નથી.

સ્કૉર્પિયસ

પણ તમારી પાસે જવાબ છે...

સ્નેપના ચહેરા પર હંમેશ જેવા વેધક અને આકરા ભાવ છે.

સ્નેપ

તારી શંકાનું નિવારણ કરવું એ મારા માટે આનંદની બાબત છે. છોકરા, તારે કંઈ કહેવું હોય તો બોલવા માંડ... નહીં તો બહાર જતી વખતે દરવાજો બંધ કરતો જજે.

સ્કૉર્પિયસ

મને તમારી મદદની જરૂર છે.

સ્નેપ

સેવા માટે જ તો મારું અસ્તિત્વ છે.

સ્કૉર્પિયસ

મને એ જ સમજાતું નથી કે મને તમારી પાસેથી શું મદદ જોઈ છે. તમે હજી પણ છૂપી કાર્યવાહીઓ હાથ ધરો છો? તમે હજી પણ ગુપ્તપણે ડમ્બલડોર માટે કામ કરો છો?

સ્નેપ

ડમ્બલડોર? ડમ્બલડોર મૃત્યુ પામ્યા છે. અને તેમના માટે હું જે કામ કરતો આવ્યો છું એ જગજાહેર છે – હું તેમની શાળામાં શીખવું છું.

સ્કૉર્પિયસ

ના, તમે માત્ર આટલું જ કામ કર્યું નથી. તમે તેમના માટે ડેથ ઈટર્સ પર નજર રાખતા હતા. તમે તેમના સલાહકાર હતા. બધાને એમ જ લાગે છે કે, તમે જ તેમની હત્યા કરી હતી – પણ પછી સત્ય સામે આવ્યું કે, તમે તેમના સમર્થક હતા. તમે વિશ્વને બચાવ્યું હતું.

સ્નેપ ભયથી અને ગુસ્સામાં તેની તરફ ઘરકિયું કરે છે.

સ્નેપ

છોકરા, આ બધા બહુ ગંભીર અને ખતરનાક આક્ષેપો છે. અને તારા નામ પાછળ લાગેલી મૅલફૉય અટક તને સજા આપતા મને રોકી શકશે, એવું માનવાની ભૂલ કરતો નહીં.

સ્કૉર્પિયસ

ધારો કે, હું તમને એમ કહું કે, એક બીજું વિશ્વ પણ હતું – એક અન્ય વિશ્વ જ્યાં હૉગવટ્ર્સના યુદ્ધમાં વૉલ્ડેમૉર્ટનો પરાજય થયો હતો. એ યુદ્ધમાં હૅરી પૉટર અને ડમ્બલડૉરની સેનાનો વિજય થયો હતો. તો તમને કેવું લાગશે...?

સ્નેપ

હું કહીશ, હૉગવટ્ર્સના લાડકા સ્કૉર્પિયન કિંગનું મગજ ભમી ગયાની અફવા સદંતર સાચી છે.

સ્કૉર્પિયસ

એની શરૂઆત એક ટાઇમ–ટર્નરની ચોરીથી થઈ હતી. મેં એ ટાઇમ–ટર્નરની ચોરી કરી હતી. એલ્બસ સાથે. અમે સેડ્રિકને મોતમાંથી પાછા લાવવાનો પ્રયાસ કર્યો હતો. તેનું મોત થયું ત્યાંથી. અમે તેને ટ્રાઈવિઝાર્ડ ટૂર્નામેન્ટ જીતતા રોકવાનો પ્રયાસ કર્યો હતો. પણ એવું કરવામાં અમે તેને એક સાવ જુદી જ વ્યક્તિમાં પરિવર્તિત કરી નાખ્યો.

સ્નેપ

એ ટ્રાઈવિઝાર્ડ ટૂર્નામેન્ટમાં હૅરી પૉટર વિજેતા થયો હતો.

સ્કૉર્પિયસ

પણ તે એકલો જીતે એવું અપેક્ષિત નહોતું. સેડ્રિક પણ તેની સાથે જીતવાનો હતો. પણ અમે તેને અપમાનિત કરીને સ્પર્ધામાંથી બહાર કાઢ્યો. અને આ માનહાનિ–અપમાનના પરિણામે તે ડેથ ઈટર બની ગયો. મને એ પૂરેપૂરૂં સમજાયું નથી કે હૉગવટ્‌ર્સના યુદ્ધમાં તેણે ચોક્કસ શું કર્યું – તેણે કોઈને માર્યો કે પછી – પણ તેણે કંઈક એવું કર્યું હતું ખરૂં જેના કારણે જબરી ઉથલપાથલ મચી ગઈ હતી.

સ્નેપ

સેડ્રિક ડિગોરીએ માત્ર એક જ જાદૂગરનો જીવ લીધો હતો, અને એ પણ સાવ ક્ષુલ્લક કહી શકાય એવા એક નેવિલ લૉન્ગબૉટમનો.

સ્કૉર્પિયસ

ઓહ, એમ છે, એટલે જ! પ્રોફેસર લૉન્ગબૉટમ વોલ્ડેમૉર્ટના સાપ નાગિનીને મારવાના હતા. વોલ્ડેમૉર્ટના મરવા પહેલા નાગિની મરવી જોઈતી હતી. તો વાત એમ છે! તમે આ કોયડો ઉકેલ્યો! અમે સેડ્રિકને પાયમાલ કર્યો, તેણે નેવિલનો ઘડો લાડવો કર્યો અને વોલ્ડેમૉર્ટ યુદ્ધ જીત્યો. તમને સમજાયું? તમારા ધ્યાનમાં આવ્યું?

સ્નેપ

મને સમજાય છે બધું. મૅલફૉયની રમત છે આ બધી. હવે અહીંથી ચાલતી પકડ નહીં તો મારે તારા પિતાને જાણ કરવી પડશે. અને તું વધુ મુશ્કેલીમાં સપડાઈ જઈશ.

સ્કૉર્પિયસ વિચારે છે અને પછી પોતાનું છેલ્લું પત્તું, અંતિમ ઉપાય તરીકે ઉતારે છે.

સ્કૉર્પિયસ

તમે તેની માતાને ચાહતા હતા. મને બધું જ યાદ નથી. પણ મને ખબર છે કે, તમે તેની માતાને પ્રેમ કરતા હતા. હૅરીની માતા. લિલી. મને ખબર છે તમે અનેક વર્ષ ગુપ્ત કામગીરી કરી છે. હું બરાબર જાણું છું કે – તમારા વિના આ યુદ્ધ જીતવાનું શક્ય નહોતું. જો મેં બીજું વિશ્વ ન જોયું હોય તો મને આ બધું કઈ રીતે ખબર હોય...?

સ્નેપ કશું જ બોલતા નથી. તે આશ્ચર્યમાં ગરકાવ થઈ ગયા છે.

માત્ર ડમ્બલડોરને જ ખબર હતી, બરાબર ને? અને તમે તેમને ખોઈ બેઠા, ત્યારે તમને બહુ એકલવાયું લાગ્યું હશે. મને ખબર છે તમે સારા માણસ છો. હૅરી પૉટરે પોતાના દીકરાને કહ્યું હતું કે, તમે મહાન માણસ છો.

સ્નેપ સ્કૉર્પિયસને જુએ છે, જે કંઈ થઈ રહ્યું છે એ વિશે તેમને ખાતરી નથી. આ કોઈ ચાલ તો નથી ને? તેમના પાસે બોલવા માટે શબ્દો જાણે કે ખૂટી પડ્યા છે.

સ્નેપ

હૅરી પૉટર મરી ગયો છે.

સ્કૉર્પિયસ

મારા વિશ્વમાં તો નહીં જ. તેમણે કહ્યું હતું કે, તેમને મળેલા લોકોમાંથી તમે સૌથી બહાદુર પુરુષ હતા. જુઓ ને, તેમને ખબર હતી – તેમને તમારા રહસ્ય વિશે ખબર હતી – તમે ડમ્બલડોર માટે શું કરેલું એ. અને આ કારણસર હૅરીને તમારા માટે ભારોભાર આદર હતો. અત્યંત આદર. અને એટલે જ તેણે પોતાના દીકરાને તમારું બંનેનું નામ આપ્યું – મારો ખાસમખાસ દોસ્ત – એલ્બસ સેવેરસ પૉટર.

સ્નેપ સ્તબ્ધ થઈ જાય છે. તેઓ ઊંડાણપૂર્વક લાગણીશીલ થઈ ગયા છે.

પ્લીઝ – લિલી માટે, વિશ્વ માટે, મારી મદદ કરો.

સ્નેપ વિચારે છે અને પછી ચાલીને સ્કૉર્પિયસ સુધી આવે છે, અને આવતાં આવતાં પોતાની જાદૂઈ લાકડી સ્કૉર્પિયસ સામે ઉગામે છે. સ્કૉર્પિયસ એક પગલું પાછળ ખસે છે, તે ડરી ગયો છે. સ્નેપ પોતાની જાદૂઈ લાકડી દરવાજા તરફ વીંઝે છે.

સ્નેપ

કૉલોપોર્ટસ!

દરવાજા પર એક અદશ્ય તાળું લાગી જાય છે. વર્ગની પાછળના ભાગમાંનો એક જાળીવાળો દરવાજો સ્નેપ ઉઘાડે છે.

ઠીક છે, આવ ત્યારે...

સ્કૉર્પિયસ

માત્ર એક સવાલ, પણ ક્યાં – ચોક્કસ ક્યાં – આપણે ક્યાં જઈ રહ્યા છીએ?

સ્નેપ

અમને વારંવાર જગ્યા બદલવી પડે છે. જ્યાં પણ અમે સ્થાયી થયા છીએ ત્યાં ત્યાં આવી ને એ લોકો બધું જ વેરણછેરણ કરી નાખે છે. આ દરવાજો આપણને વોમ્પિંગ વિલો વૃક્ષના મૂળિયાં નીચેની એક ગુપ્ત ઓરડીમાં લઈ જશે.

સ્કૉર્પિયસ

ઓ કે, પણ આ અમે એટલે કોણ?

સ્નેપ

ઓહ. એ તું થોડીવારમાં જાતે જ જોઈ લેજે.

અંક ત્રીજો દૃશ્ય છઠ્ઠું

પ્રતિકાર ઝુંબેશનો ગુપ્ત ઓરડો

ભૂમિગત સ્થળ. ધૂળ ભરેલા વાતાવરણમાં નિરાશા (પણ આવશ્યક) પ્રયાસ ચાલી રહ્યા છે.

સુંદર દેખાતી હર્માયનીએ સ્કૉર્પિયસને ટેબલ સાથે જકડી રાખ્યો છે. તેનાં કપડાં ભલે ઝાંખાં પડી ગયાં છે પણ તેના આંખો હજી પણ એટલી જ તેજસ્વી છે. તે એકાદ યોદ્ધા જેવી લાગે છે અને આમાં તે શોભી પણ ઊઠે છે.

હર્માયની

તેં જો એક પણ હિલચાલ કરી છે તો યાદ રાખજે... તારા ભેજાનો દેડકો બનાવી નાખીશ અને તારા હાથ રબર.

ત્યાં જ સ્નેપ સ્કૉર્પિયસની પાછળ ઓરડામાં પ્રવેશે છે.

સ્નેપ

સલામત છે. આ સલામત છે. *(ધબકાર વાગે છે.)* તારી આ જ તકલીફ છે, કોઈનુંય પૂરૂં તું સાંભળતી નથી. વિદ્યાર્થિની તરીકે પણ તું ખરેખર માથાના દુખાવા જેવી હતી. અને હજી પણ એવી જ છે.

હર્માયની

હું બહુ સારી વિદ્યાર્થિની હતી.

સ્નેપ

તું સરેરાશ કરતાં થોડી સારી હતી. આ છોકરો આપણી તરફ છે!

સ્કૉર્પિયસ

હું છું. હર્માયની.

હર્માયની સ્કૉર્પિયસની સામે જુએ છે, તે હજી પણ શંકાની નજરે જોઈ રહી છે.

હર્માયની

મોટા ભાગના લોકો મને ગ્રેન્જર નામથી ઓળખે છે. અને તારા એકેય શબ્દ પર મને રત્તીભાર વિશ્વાસ બેસતો નથી, મેલફૉય.

સ્કૉર્પિયસ

આ બધી મારી ભૂલ છે. મારી અને એલ્બસની.

હર્માયની

એલ્બસ? એલ્બસ ડમ્બલડોર? આનો એલ્બસ ડમ્બલડોર સાથે શો સંબંધ?

સ્નેપ

તે ડમ્બલડોર વિશે વાત નથી કરી રહ્યો. પહેલા તું બેસી જા.

રૉન દોડતો અંદર આવે છે. તેના વાળ શાહુડીના કાંટાની જેમ ઊભા થઈ ગયા છે. તેના કપડાં અસ્તવ્યસ્ત છે. તેનો બળવાખોર તરીકેનો દેખાવ હર્માયનીની તુલનામાં મંદ છે.

રૉન

સ્નેપ, એક રજવાડી મુલાકાત અને – *(તેની નજર સ્કૉર્પિયસ પર પડે છે, અને તે તરત જ સાવધ થઈ જાય છે.)* આ અહીં શું કરી રહ્યો છે?

તે ઉતાવળે પોતાની જાદૂઈ લાકડી બહાર કાઢે છે.

મારી પાસે શસ્ત્ર છે અને એ પણ પાછું અત્યંત હાનિકારક – હું તને ગંભીરપણે સલાહ આપું છું, તું –

તેણે જાદૂઈ લાકડી સાવ ઊંધી પકડી છે, એ તેના ધ્યાનમાં આવે છે અને તે લાકડી સીધી પકડે છે.

–એકદમ સાવધ રહેજે –

સ્નેપ

તે નિરુપદ્રવી છે રૉન.

રૉન હર્માયની તર જુએ છે, તે હકારમાં ડોકું ધુણાવે છે.

રૉન

એના માટે ડમ્બલડોરનો આભાર.

અંક ત્રીજો દૃશ્ય સાતમું

પ્રતિકાર ઝુંબેશનો ગુપ્ત ઓરડો

હર્માયની પોતાની જગ્યાએ બેઠાં-બેઠાં ટાઇમ-ટર્નરનું નિરીક્ષણ કરી રહી છે. રૉન જે કંઈ બન્યું એ પચાવવાનો પ્રયાસ કરે છે.

રૉન

તો તારો કહેવાનો અર્થ એવો છે કે, આ આખા ઈતિહાસના મૂળમાં નેવિલ લૉન્ગબૉટમ છે?

સ્કૉર્પિયસ

આ સાચું છે રૉન.

રૉન

ઠીક છે. અને તને ખાતરી છે કેમ કે...

હર્માયની

સ્નેપ વિશે તે જે જાણે છે – આપણા બધા વિશે – શક્ય નથી કે તે ખોટું...

રૉન

શક્ય છે કે તે અંદાજ લગાડવામાં બહુ સારો હોય?

સ્કૉર્પિયસ

હું હવામાં ગપગોળા નથી છોડી રહ્યો. તમે મારી મદદ કરવાના છો?

રૉન

માત્ર અમે જ કરી શકીએ એમ છીએ. ડમ્બલડોરની સેના એક સમયે ટોચ પર હતી, તેની સરખામણીએ અત્યારે સાવ સંકોચાઈ ગઈ છે. સાચું કહું તો...

તે ક્ષણેક થોભે છે. આ બધું બોલવું તેના માટે અત્યંત પીડાદાયક છે.

સાચું કહું તો, અમે કેટલાક જણ જ બચ્યા છીએ. પણ અમારો પ્રતિકાર જારી છે. અમે સંતાઈને બેઠા છીએ. અમારાથી શક્ય એટલી લડત અમે આપી રહ્યા છીએ. ગ્રેન્જર વૉન્ટેડ મહિલા છે. અને હું પણ વૉન્ડેટની યાદીમાં છું.

સ્નેપ *(સાવ શુષ્કતાથી)*
ઓછો–વૉન્ટેડ.

હર્માયની
સ્પષ્ટ કહેવાનું થાય તો – તારી પેલી બીજી દુનિયામાં... તે બધો લોચો વાળ્યો એ પહેલા શું હતું?

સ્કૉર્પિયસ
વોલ્ડેમૉર્ટ મરી ગયો છે. હૉગવટ્ર્સના યુદ્ધમાં માર્યો ગયો છે. હેરી જાદૂઈ કાયદા અમલ બજાવણી ખાતાનો વડો છે, તમે જાદૂ પ્રધાન છો.

હર્માયની થોભી જાય છે, તેને આ વાતનું આશ્ચર્ય થયું છે. તે મંદ સ્મિત સાથે ઉપર જુએ છે.

હર્માયની
હું જાદૂ પ્રધાન છું?

રૉન *(આ મજેદાર વાતચીતમાં જોડાવાની આતુરતા સાથે)*
કયા બાત હૈ. અને હું શું કરૂં છું?

સ્કૉર્પિયસ
તમે વિઝલીઝ વિઝાર્ડ વિઝર્સ નામની દુકાન ચલાવો છો.

રૉનનો ચહેરો ઉતરી જાય છે.

રૉન
અચ્છા, એટલે આ જાદૂ પ્રધાન છે અને હું રમૂજી ટૂચકાઓની દુકાન ચલાવું છું?

સ્કૉર્પિયસ રૉનના દુઃખી ચહેરા તરફ જુએ છે.

સ્કૉર્પિયસ
તમારા સંતાનોનો ઉછેર સારી રીતે થાય એના પર તમે ભાર આપ્યો છે.

રૉન
સરસ. પણ તેમની મૉમ એકદમ ફૂટડી અને હૉટ તો છે ને?

સ્કૉર્પિયસ *(શરમાળ સ્મિત સાથે)*

એમાં... એવું છે ને કે... એ તો તમે શું માનો છો એના પર છે... વસ્તુસ્થિતિ એમ છે કે, તમને બંનેને બે બાળકો છે – સાથે. એક છોકરી અને એક છોકરો.

બંને જણ ચમકી જાય છે, અને ઉપર જુએ છે.

લગ્ન થયા છે તમારા. પ્રેમલગ્ન. બધું એકદમ વ્યવસ્થિત છે. તમે ગયા વખતે પણ આ વાત સાંભળીને ચોંકી ગયા હતા. તમે ત્યારે કાળા જાદૂ સામે સંરક્ષણની કળા વિષય શીખવતાં અને રૉન પદ્માને પરણ્યો હતો. લગ્નની વાતથી તમને બંનેને સતત આશ્ચર્ય થતું આવ્યું છે.

હર્માયની અને રૉન બંને એકમેક સામે જુએ છે પણ પછી બંને નજર ફેરવી લે છે. અને પછી રૉન ફરીવાર તેને જુએ છે. અને વારંવાર ખોંખારો ખાઈ ગળું સાફ કરે છે. પણ દર વખતે આત્મવિશ્વાસ ઓછો થતો જાય છે.

હર્માયની

મારી તરફ જોતા પહેલા તારૂં મોઢું બંધ રાખતો જા, વિઝલી.

રૉન પોતાનું ખુલ્લું મોઢું બંધ કરે છે. આમ છતાં હજી પણ તે ઘાંઘો જ જણાય છે.

અને સ્નેપનું શું? આ બીજા વિશ્વમાં સ્નેપ શું કરે છે?

સ્નેપ

મને લાગે છે કે, હું મરી ગયો હોઈશ.

તેઓ સ્કૉર્પિયસ તરફ જુએ છે. સ્કૉર્પિયસ પોતાના મનમાં સત્યને છૂપાવવાનો વ્યાકુળ પ્રયાસ કરે છે, પણ તેના ચહેરા પરના ભાવ ઘણું બધું કહી જાય છે. સ્નેપ મંદ સ્મિત કરે છે.

મને લાગ્યું જ હતું. મને જોઈને તું જરા વધારે પડતો જ ગભરાઈ ગયો હતો. કઈ રીતે થયું મારૂં મરણ?

સ્કૉર્પિયસ

વીર મરણ હતું તમારૂં.

સ્નેપ

કોના હાથે?

સ્કૉર્પિયસ

વોલ્ડેમોર્ટ.

સ્નેપ

કેટલું સંતાપદાયક છે ને આ...

સ્નેપ આ માહિતી પચાવવાનો પ્રયાસ કરી રહ્યા છે દરમિયાન કેટલીક ક્ષણો શાંતિમાં વીતે છે.

આમ છતાં, શેતાની બાદશાહના હાથેથી મરવામાં પ્રતિષ્ઠા તો ખરી જ ને, કદાચ.

હર્માયની

હું દિલગીર છું, સેવેરસ.

સ્નેપ તેની તરફ જુએ છે, અને પોતાની પીડા ગળી જાય છે. રૉન તરફ જોઈ ડોકું ધુણાવી ઈશારો કરે છે.

સ્નેપ

ચાલો, એટલું તો સારૂં છે કે, મારા લગ્ન આની સાથે નથી થયા.

હર્માયની

તમે કયા મંત્રનો ઉપયોગ કર્યો હતો?

સ્કૉર્પિયસ

પહેલી કામગીરીમાં એક્સપેલિયાર્મસ અને બીજીમાં એન્ગોર્જિયો.

રૉન

સાદા શિલ્ડ મંત્રના ઉપયોગથી પણ બંને બાબતો ઠીક થઈ જશે.

સ્નેપ

આ મંત્રનો ઉપયોગ કરી તું ત્યાંથી નીકળી ગયો હતો?

સ્કૉર્પિયસ

હા, ટાઈમ-ટર્નરે અમને ફરીથી પાછા મોકલી આપ્યા. આ જ તો વિશેષતા છે આ ટાઈમ-ટર્નરની. ભૂતકાળમાં ગયા બાદ આપણને માત્ર પાંચ મિનિટનો સમય મળે છે.

હર્માયની

અને તમે માત્ર કાળમાં પાછળ જાવ છો જગ્યા એ જ રહે છે?

સ્કૉર્પિયસ

હા, હા, એવું જ. ભૂતકાળમાંનો સમય પૂરો થાય એટલે જ્યાં ઊભા હતા, ત્યાં જ તમે પાછા આવો છો –

હર્માયની

રસપ્રદ છે.

સ્નેપ અને હર્માયની બંને જાણે છે કે આનો અર્થ શો થાય છે.

સ્નેપ

તો પછી હું અને આ છોકરો અમે બંને ભૂતકાળમાં પાછળ જઈશું.

સ્કૉર્પિયસ

સ્નેપ, મારો આશય તમને દુઃખ પહોંચાડવાનો નથી. પણ આ બાબતમાં હું કોઈના પર પણ ભરોસો રાખી શકું એમ નથી... આ બહુ જ મહત્ત્વનું અને કડાકૂટભર્યું કામ છે.

સ્નેપ

હર્માયની, જાદૂગરોની દુનિયામાંના બળવાખોરોમાંથી શત્રુઓ માટે તું મૉસ્ટ વૉન્ટેડ છે. આ બધું કરવા માટે તારે અહીંથી બહાર નીકળવું પડશે. છેલ્લે તું ક્યારે બહાર નીકળી હતી?

હર્માયની

બહુ લાંબો સમય થઈ ગયો પણ –

સ્નેપ

તું જો બહાર પકડાઈ ગઈ, તો ડિમેન્ટર્સ તારૂં ચુંબન લેશે – તારો આત્મા શોષી લેશે.

હર્માયની

સેવેરસ, મને આ હવાતિયાઓનો હવે કંટાળો આવી ગયો છે. બળવો પોકારવાના નિષ્ફળ પ્રયાસોથી હું ત્રાસી ગઈ છું. આપણી પાસે આ તક સામે ચાલીને આવી છે. દુનિયાને પૂર્વવત્ કરવાની.
તે રૉન તરફ જોઈને માથું હલાવે છે. તે એક નકશો બહાર કાઢે છે.
પહેલી કામગીરીની શરૂઆત પ્રતિબંધિત જંગલની સીમા પાસે થાય છે. ત્યાં જઈને આપણે ટાઈમ–ટર્નર ચાલુ કરશું, ટૂર્નામેન્ટમાં પ્રવેશ કરશું – તમે જે મંત્રનો ઉપયોગ કર્યો હતો તે રોકશું અને સુરક્ષિત રીતે પાછા ફરશું. એકદમ ચોકસાઈપૂર્વક – આવું કરી શકાય છે – અને આ કરતી વખતે આપણો ચહેરો આપણા સમયમાં બહાર કાઢવાની જરાય જરૂર નહીં પડે. એ પછી આપણે ફરી એકવાર ટાઈમ–ટર્નરનો ઉપયોગ કરી પાછળ જઈશું, આ ખેપમાં તળાવ પાસે, અને બીજી કામગીરી પણ પૂર્વવત કરી નાખશું.

સ્નેપ

બહુ મોટું જોખમ લઈ રહ્યા છો, બધું જ દાવ પર લગાડી રહ્યા છો –

હર્માયની

આપણે જો આ બરાબર પાર પાડી શક્યા તો, હેરી જીવતો થશે, વોલ્ડેમોર્ટનો ખાત્મો થશે અને ઑગુરીનો પણ અંત આવશે. અને આ બધા માટે ગમે એટલું જોખમ લેવું પડે એ મોટું નથી. પણ તમને એના માટે જે કિંમત ચૂકવવી પડશે, એ વિશે હું દિલગીર છું.

સ્નેપ

કેટલીક વાર આવી કિંમત ચૂકવવાનું ટાળી શકાતું નથી.

બંને એકમેક તરફ જુએ છે, સ્નેપ માથું હલાવે છે, હર્માયની પણ સામે માથું હલાવે છે. સ્નેપનો ચહેરો થોડોક કરમાઈ જાય છે.

હું ડમ્બલડોરના શબ્દો બોલ્યો ને?

હર્માયની *(સ્મિત સાથે)*

જરાય નહીં. મને પૂરેપૂરો વિશ્વાસ છે કે, આ વિશુદ્ધપણે સ્નેપ સેવેરસના શબ્દો હતા.

તે સ્કૉર્પિયસ તરફ વળે છે, ટાઇમ–ટર્નર માટે ઈશારો કરે છે.

મૅલફૉય.

સ્કૉર્પિયસ ટાઇમ–ટર્નર તેની પાસે લઈ આવે છે. ટાઇમ–ટર્નર તરફ જોઈને તે સ્મિત કરે છે. ફરી એક વાર ટાઇમ–ટર્નરનો ઉપયોગ કરવા તે ઉત્સુક છે. એક સારા કામ માટે.

આશા રાખીએ કે આ બરાબર કામ કરશે.

તે ટાઇમ–ટર્નર હાથમાં લે છે, તેમાં ઝણઝણાટી શરૂ થાય છે, અને પછી મોટો ધડાકો થાય છે અને પ્રચંડ અવાજ સાથે હિલચાલનું જાણે કે વાવાઝોડું આવે છે.

અને ત્યાંજ પ્રકાશની રાક્ષસી જ્યોત થાય છે. કાનમાં ધાક બેસી જાય એવો અવાજ થાય છે અને સમય થંભી જાય છે. અને એ પછી સમય જાણે કે પડખું ફેરવે છે, ક્ષણેક વિચાર કરે છે, અને પછી પાછળની તરફ સરકવા લાગે છે. શરૂઆતમાં તેની ગતિધીમી છે... પણપછી સમયની પાછળ જવાની ગતિએકાએક વધી જાય છે.

ત્યાં એક મોટો ધડાકો અને પ્રકાશ થાય છે, અને આપણી આ મંડળી ગાયબ થઈ જાય છે.

અંક ત્રીજો દૃશ્ય આઠમું

201/209પ્રતિબંધિત જંગલની સીમા, 1994

આપણે પહેલા અંકમાંનું આપણું દૃશ્ય પાછું ભજવાતું જોઈ રહ્યા છીએ, પણ આ વખતે આ દૃશ્ય રંગમંચના આગળના ભાગમાં નહીં બલકે પાછળની તરફ ભજવાઈ રહ્યું છે. સ્કૉર્પિયસ અને એલ્બસને આપણે ડર્મસ્ટ્રૈન્ગના ગણવેશમાં જોઈએ છીએ. અને આ દરમિયાન આપણા કાન પર અવાજ પડે છે, 'અદભુત' (ફરીવાર આ તેના જ શબ્દો છે) લ્યૂડો બૅગમેન.

સ્કૉર્પિયસ, હર્માયની, રૉન અને સ્નેપ બેચેનીપૂર્વક જોઈ રહ્યાં છે.

લ્યુડો બૅગમેન

અને સેડ્રિક ડિગોરી રંગમંચ પર પ્રવેશી ચૂક્યો છે. અને તે તૈયાર હોય એવું લાગે છે. થોડો ગભરાયેલો પણ તૈયાર. તે ડ્રૅગનને ક્યારેક અહીંથી થાપ આપે છે તો ક્યારેક ત્યાંથી થાપ આપે છે. વચ્ચે જ્યારે તે સંતાવા માટે કૂદે છે ત્યારે છોકરીઓના દિલ ઘાયલ થઈ જાય છે. એ બધી એક જ સૂરમાં બરાડી ઊઠે છેઃ ડ્રૅગન મહાશય અમારા ડિગોરીને નુકસાન નહીં પહોંચાડતા... અને સેડ્રિક ક્યારેક ડાબી તરફ નમે છે તો ક્યારેક જમણી તરફ વળે છે. અને હવે તે પોતાની જાદૂઈ લાકડી તૈયાર કરી રહ્યો છે –

સ્નેપ

આમાં બહુ બધો સમય વેડફાઈ રહ્યો છે. ટાઈમ-ટર્નર ફરીથી ટિકટિક કરી રહ્યું છે.

લ્યુડો બૅગમેન

આ યુવાન, બહાદુર અને દેખાવડા જાદૂગરના મનમાં શું ચાલી રહ્યું હશે?

એલ્બસ સેડ્રિકની જાદૂઈ લાકડી મંત્ર નાખીને છીનવી લેવાનો પ્રયાસ કરે છે, હર્માયની તેના મંત્રને રોકી પાડે છે. એલ્બસ પોતાની લાકડી તરફ જુએ છે, તે સંપૂર્ણપણે મૂંઝાઈ – બઘવાઈ ગયો છે. પોતાના મંત્રએ કામ શા માટે ન કર્યું એ વાતથી તે અસ્વસ્થ થઈ ગયો છે.

અને પછી ટાઈમ–ટર્નર ટિકટિક ફરવા લાગે છે. બધા જ તેની તરફ જોતા રહે છે. અને તેમાં ખેંચાવા લાગતાં જ ગભરાઈ જાય છે.

એક કૂતરો – તેણે એક પથ્થરનું રુપાંતર કૂતરામાં કર્યું છે – સેડ્રિક ડિગોરી – તું શ્વાનરુપી વિસ્ફોટક જેવો છે.

અંક ત્રીજો **દૃશ્ય નવમું**

પ્રતિબંધિત જંગલની સીમા

તેઓ ભૂતકાળમાંથી પાછા ફર્યા છે, પ્રતિબંધિત જંગલની સીમા પાસે. રૉનને હવે પારાવાર પીડા થઈ રહી છે. સ્નેપ આસપાસ જોઈને અંદાજ બાંધે છે. કંઈક ગરબડ થઈ હોવાનું તરત જ તેના ધ્યાનમાં આવે છે.

રૉન

ઓ મારી માડી રે… ઓ મા…

હર્માયની

રૉન… રૉન… તને શું થાય છે?

સ્નેપ

અરેરે. મને લાગ્યું જ હતું.

સ્કૉર્પિયસ

ટાઈમ-ટર્નરના કારણે એલ્બસને પણ તકલીફ થઈ હતી. અમે પહેલીવાર સમયમાં પાછળ ગયા હતા ત્યારે.

રૉન

બહુ- સમયસર – જાણકારી આપી – તેં – મરી ગયો રે…

સ્નેપ

આપણે જમીનની ઉપર છીએ. આપણે ઝડપ રાખવી પડશે. અત્યારે ને અત્યારે અહીંથી જવું પડશે.

હર્માયની

રૉન, તું હજી પણ ચાલી શકે છે, ચાલ ઉતાવળ કર…

રૉન ઊભો રહે છે, અસહ્ય પીડાને કારણે બૂમબરાડા પાડી રહ્યો છે. સ્નેપ પોતાની જાદૂઈ લાકડી બહાર કાઢે છે અને ઊંચી કરે છે.

સ્કૉર્પિયસ

આપણું કામ ફતેહ થયું?

હર્માયની

આપણે એલ્બસનો મંત્ર અટકાવ્યો. સેડ્રિકની જાદૂઈ લાકડી તેની પાસે જ રહી. આપણે આપણું કામ બરાબર પાર પાડી શક્યા.

સ્નેપ

પણ આપણે ખોટી જગ્યાએ પાછા ફર્યા છીએ – આપણે બહાર છીએ – તમે બહાર છો.

રૉન

આપણે ફરી એકવાર ટાઈમ–ટર્નરનો ઉપયોગ કરવો પડશે – અહીંથી નીકળવા માટે –

સ્નેપ

એ પહેલા આપણે કોઈક આશરો શોધવા જોઈએ. આપણે બહુ ખરાબ રીતે ઉઘાડા પડી ગયા છીએ.

એકાએક ઑડિટોરિયમની ચારેય બાજુથી ઠંડા પવનના શ્વાસનો અવાજ આવવા લાગે છે.

કેટલાક કાળા ઝભ્ભા લોકોની આસપાસ ફરી વળે છે. કાળા ઝભ્ભાનું રુપાંતર કાળા આકારમાં થાય છે. તેમાંથી ડિમેન્ટર્સ બની જાય છે.

હર્માયની

બહુ મોડું થઈ ગયું...

સ્નેપ

અનર્થ થઈ ગયો...

હર્માયની *(પોતે આ સ્થિતિમાં શું કરવાનું છે એ તેને સમજાઈ જાય છે.)*

આ લોકો મારી પાછળ છે, તમારામાંથી કોઈને તેઓ કશું જ નહીં કરે.

રૉન, આઈ લવ યુ અને હંમેશા જ હું તને પ્રેમ કરતી હતી. પણ તમારે ત્રણેએ હવે તરત ભાગવા માંડવું જોઈએ. જલ્દી કરો... પગ ઉપાડો...

રૉન

શું?

સ્કૉર્પિયસ

શું?

રૉન

એ પહેલા આપણે પ્રેમ વિશે થોડી વાત કરી લઈશું?

હર્માયની

આ વોલ્ડમોર્ટનું વિશ્વ છે. અને હવે મારો વારો પૂરો થયો. બીજી કામગીરીમાંની ભૂલ સુધારી લેવાથી બધું જ ફરીથી બદલાઈ જશે.

સ્કૉર્પિયસ

પણ એ લોકો તારૂં ચુંબન લેશે. તેઓ તારા આત્માને શોષી લેશે.

હર્માયની

અને આમ પણ તમે ભૂતકાળને બદલી જ નાખવાના છો. અને એ પછી આ લોકો મારૂં કંઈ બગાડી નહીં શકે. જાવ. હમણાં જ.

ડિમેન્ટર્સ તેમનો પીછો કરે છે. બધી દિશાઓમાંથી ચિચિયારીઓ અને કર્કશ અવાજ કરતી કાળી આકૃતિઓ નીચે ઉતરી રહી છે.

સ્નેપ

ચાલો. આપણે જતા રહીએ.

તેઓ સ્કૉર્પિયસનો હાથ પકડીને તેને ખેંચે છે. સ્કૉર્પિયસ થોડી નાખુશી સાથે તેમની સાથે જાય છે.

હર્માયની રૉનને જુએ છે. તે પોતાની જગ્યા પરથી જરાય ખસ્યો નથી.

હર્માયની

તારે પણ જવું જોઈએ.

રૉન

હવે જો ને, એ લોકો મારી પાછળ પણ છે જ ને, અને આમ પણ મનેય બહુ પીડા થઈ રહી છે. અને તને સાચું કહું. મને લાગે છે હું અહીં જ રહી જાઉં. એક્સપેક્ટો –

તે મંત્ર નાખવા આગળ વધે છે. પણ હર્માયની તેના હાથને અટકાવે છે.

હર્માયની

આપણે એમ કરીએ. ડિમેન્ટર્સને આપણે અહીં રોકી રાખીએ. અને આ છોકરાને કામ પાર પાડવાનો વધુ મોકો મળે એ માટેના પ્રયાસ કરીએ.

રૉન તેની તરફ જુએ છએ અને પછી ખિન્ન મને માથું ધુણાવે છે.

હર્માયની

એક દીકરી અને એક દીકરો.

રૉન તેની તરફ જોઈને પ્રેમાળ સ્મિત કરે છે. તેમનો એકમેક માટેનો પ્રેમ પરિપૂર્ણ અને સાંગોપાંગ છે.

રૉન

મને પણ આ કલ્પના ગમી.

તે આસપાસ જુએ છે. પોતાની નિયતી વિશે તે સંપૂર્ણપણે સજાગ છે.

મને ડર લાગે છે.

હર્માયની

તો મને ચુંબન આપ.

રૉન વિચારે છે અને પછી હર્માયનીના કહ્યા મુજબ કરે છે. અને હવે ડિમેન્ટર્સ તેમની તરફ આવી નીચે ઊતરી રહ્યા છે. બંનેને જોરદાર ઝટકો આપી ખેંચવામાં આવે છે. જમીન પર પાડવામાં આવે છે. અને પછી તેમને હવામાં ખેંચવામાં આવે છે. તેમના શરીરમાંથી ફિક્કા સોનેરી – સફેદ રંગની ઝાંખી–ધૂંધળી આકૃતિઓ બહાર નીકળતી આપણને દેખાય છે. તેમના આત્માને શરીરમાંથી બહાર ખેંચવામાં આવી રહ્યા છે. અને આ અત્યંત ભયાનક છે.

સ્કૉર્પિયસ અને સ્નેપ રંગમંચની પાછળની બાજુથી પ્રવેશ કરે છે. તેઓ શું ખોઈ બેઠા છે એની સંપૂર્ણ જાણ તેમને છે.

સ્નેપ

આપણે પાણી પાસે જવું જોઈએ. ચાલતો રહે. દોડતો નહીં.

સ્નેપ સ્કૉર્પિયસને જુએ છે.

શાંત થઈ જા સ્કૉર્પિયસ. અંધ હોવા છતાં એ લોકો તારા ભયનો અંદાજ લગાડી શકે છે.

સ્કૉર્પિયસ

એ લોકોએ તેમના આત્માને જ શોષી લીધા.

એક ડિમેન્ટર તેમની નજીકથી ગોળ–ગોળ ફરે છે. અને તે સ્કૉર્પિયસની સામે આવીને ઊભો રહી જાય છે.

સ્નેપ

કોઈક બીજો વિચાર કર, સ્કૉર્પિયસ. મનમાં કંઈક જુદો વિચાર લઈ આવ.

પણ સ્કૉર્પિયસ માટે સારો વિચાર લાવવાનું શક્ય થતું નથી.

સ્કૉર્પિયસ

મને એકદમ ઠંડુંગાર લાગી રહ્યું છે. મને કશું જ દેખાઈ રહ્યું નથી. મારી અંદર – મારી આસપાસ બધું ધૂંધળું થઈ રહ્યું હોય એવું લાગે છે.

સ્નેપ

તું સ્કૉર્પિયન કિંગ છે, અને હું પ્રોફેસર છું. કોઈ મહત્ત્વનું કારણ હશે તો જ તેઓ આપણા પર હુમલો કરશે. જે લોકોને તું ચાહે છે, જેમને તું પ્રેમ કરે છે, એવા લોકો વિશે વિચાર. તું આ બધું શા માટે કરી રહ્યો છે એ વિચાર લાવ તારા મનમાં.

સ્કૉર્પિયસ *(વિચારમાં પૂર્ણપણે ડૂબી જઈ)*

મને મારી મૉમનો અવાજ સંભળાઈ રહ્યો છે. તેને મારી જરૂર છે – તેને મારી – મદદની જરૂર છે – પણ તે જાણે છે કે હું કરી શકું એમ નથી – મદદ.

સ્નેપ

મારી વાત સાંભળ, સ્કૉપિયસ. એલ્બસનો વિચાર કર. તું તારૂં સામ્રાજ્ય તેના માટે જતું કરવા તૈયાર છે, બરાબર ને?

સ્કૉર્પિયસ સાવ અસહાય થઈ ગયો છે. ડિમેન્ટરે તેને જેની અનુભૂતિ કરાવવા માગે છે, એ અનુભૂતિએ તેના મનમાં આવતા વિચારો પર કાબુ જમાવ્યો છે. અને સ્નેપ જાણે છે કે તેને આમાંથી બહાર કાઢવા માટે તેની પાસે પોતાનું મન મોકળું કરવા સિવાય કોઈ વિકલ્પ નથી.

સ્નેપ

એક વ્યક્તિ... માત્ર એક વ્યક્તિની યાદ પૂરતી હોય છે. લિલી ખાતર હું હેરીને બચાવી શક્યો નહીં. આથી તેના ધ્યેય સાથે

એકનિષ્ઠ રહેવાનું મેં નક્કી કર્યું. અને થયું એવું જ. તેના રસ્તા પર ચાલતાં–ચાલતાં મારો પણ તેના પર વિશ્વાસ બેસવા લાગ્યો.

સ્કૉર્પિયસ મનમાં પાકો નિર્ધાર કરીને ડિમેન્ટરથી દૂર થાય છે.

સ્કૉર્પિયસ

વિશ્વ બદલાતું રહે છે અને આપણે પણ તેની સાથે બદલાઈએ છીએ. મારી વાત કરૂં તો, આ વિશ્વમાં મારૂં બધું બરાબર ચાલી રહ્યું છે. પણ આ વિશ્વ બરાબર નથી. અને મને એ નથી જોઈતું.

અચાનક જ ડોલોરસ અમ્બ્રિજ તેમની પાછળ પ્રગટ થાય છે.

ડોલોરસ અમ્બ્રિજ

પ્રોફેસર સ્નેપ!

સ્નેપ

પ્રોફેસર અમ્બ્રિજ.

ડોલોરસ અમ્બ્રિજ

તમે સમાચાર સાંભળ્યા કે નહીં? પેલી વિશ્વાસઘાતી મડબ્લડ હર્માયની ગ્રેન્જરને આપણે તાબામાં લઈ લીધી છે. તે અહીં બહાર જ મળી.

સ્નેપ

આ – બહુ જ સારૂં થયું.

ડોલોરસ સ્નેપને એકીટશે જોઈ રહ્યાં છે. તેઓ પણ તેમની સામે જુએ છે.

ડોલોરસ અમ્બ્રિજ

તમારી સાથે. ગ્રેન્જર તમારી સાથે હતી.

સ્નેપ

મારી સાથે? તમારી કંઈ ગેરસમજ થતી લાગે છે.

ડોલોરસ અમ્બ્રિજ

તમારી અને સ્કૉર્પિયસ મૅલફૉયની સાથે. આ વિદ્યાર્થી વિશે મારી ચિંતાઓ વધી જ રહી છે.

સ્કૉર્પિયસ

વેલ...

સ્નેપ

ડોલોરસ, અમને વર્ગમાં જવાનું મોડું થાય છે. તમારી પરવાનગી હોય તો અમે નીકળીએ?

ડોલોરસ અમ્બ્રિજ

તમને વર્ગ માટે મોડું થઈ રહ્યું છે તો તમે શાળામાં પાછા કેમ નથી જતા? તમે તળાવ તરફ શા માટે જઈ રહ્યા છો?

એક ક્ષણ પૂર્ણ શાંતિ છવાઈ જાય છે. અને સ્નેપ અત્યંત અનપેક્ષિત બાબત કરે છે – તેઓ સ્મિત કરે છે.

સ્નેપ

કેટલા સમયથી તમને મારા પર શંકા છે?

ડોલોરસ અમ્બ્રિજ જમીનથી ઉપર હવામાં ઊઠે છે. તેઓ પોતાના હાથ ફેલાવે છે, કાળા જાદૂથી છલોછલ. તે પોતાની જાદૂઈ લાકડી બહાર કાઢે છે.

ડોલોરસ અમ્બ્રિજ

અનેક વર્ષોથી. અને મારે આ બાબતે બહુ પહેલા જ કાર્યવાહી હાથ ધરવી જોઈતી હતી.

સ્નેપ ચપળતાપૂર્વક પોતાની જાદૂઈ લાકડી ઉગામે છે.

સ્નેપ

ડીપલ્સો!

ડોલોરસ હવામાં પાછળની તરફ ઊડે છે.

તેની આસપાસની ખોટી મોટાઈનું તેજોવલય વધુ પડતું જ હતું. હવે પાછા વળવું શક્ય નથી.

આકાશ વધુ અંધકારમય થઈ જાય છે.

એક્સપેક્ટો પેટ્રોનમ!

સ્નેપ એક પેટ્રોનસને આગળ મોકલે છે, અને તેનો આકાર એક સુંદર શ્વેત હરણી જેવો છે.

સ્કોર્પિયસ

હરણી? લિલીનું પેટ્રોનસ?

સ્નેપ

આશ્ચર્યની વાત છે ને? અંતરાત્માનો અવાજ જ કહી શકાય આને.

ડિમેન્ટર્સ બધી જ બાજુએથી તેમની આસપાસ ઘેરો ઘાલી રહ્યા છે. આનો અર્થ શું થાય છે એ સ્નેપ સારી રીતે જાણે છે.

તારે દોડતાં જવું પડશે. હું તેમને રોકી રાખીશ, મારાથી થઈ શકે એટલા લાંબા સમય સુધી.

સ્કૉર્પિયસ

અંધકારમાં મારા માટે પ્રકાશનું કિરણ બનવા માટે તમારો આભાર.

સ્નેપ તેને જુએ છે. નખશિખ વીરપુરુષ, તેઓ હળવું સ્મિત કરે છે.

સ્નેપ

એલ્બસને કહેજે – એલ્બસ સેવેરસને – તેને મારું નામ આપવામાં આવ્યું છે એનો મને ગર્વ છે. હવે જા. જા જલ્દી.

હરણી પાછળ ફરી સ્નેપને જુએ છે – તેઓ તેની તરફ માથું હલાવે છે – અને પછી તે સ્કૉર્પિયસને જુએ છે, અને પછી તે દોડવા લાગે છે. સ્કૉર્પિયસ ક્ષણભર વિચાર કરે છે. અને પછી હરણીની પાછળ પાછળ દોડવા લાગે છે. તેની આસપાસનું વાતાવરણ વધુ ને વધુ ભયાવહ થતું જાય છે. એક તરફ લોહી થીજવી નાખે એવી ચીસો સંભળાય છે. એટલામાં તેને તળાવ દેખાય છે અને તે તેમાં કૂદી પડે છે.

સ્નેપ પોતાને તૈયાર કરે છે.

ડિમેન્ટર્સ નીચે ઉતરે છે. સ્નેપને ઘેરી લઈ તેઓ પહેલા તેમને જમીન પર પછાડે છે. અને પછી હવામાં ઊંચે ફંગોળે છે. તેમને આત્મા તેમના શરીરમાંથી ખેંચી કઢાય છે. ચીસો વધુ તીવ્ર થતી જાય છે.

પોતાની સુંદર આંખોથી પેલી હરણી સ્નેપને જુએ છે. અને અદૃશ્ય થઈ જાય છે.

ત્યાં મોટો ધડાકો થાય છે. અને પ્રકાશનો પ્રખર શેરડો જોવા મળે છે. અને પછી શાંતિ છવાઈ જાય છે, વધુ ને વધુ શાંત થતું જાય છે.

બધું જ સાવ નિશ્ચલ, શાંતિમય, અને પૂર્ણપણે સ્થિર છે.

અને ત્યાં જ સ્કૉર્પિયસ તળાવની સપાટી પર આવે છે. ઊંડો શ્વાસ લે છે. તે પોતાની આસપાસ જુએ છે. ઊંડો શ્વાસ લે છે. આ શ્વાસ પહેલા કરતાં વધુ વ્યાકુળતાભર્યો છે. તે આકાશમાં

જુએ છે. આકાશ હવે પહેલા કરતાં વધુ પ્રકાશમય અને વાદળી રંગનું દેખાય છે. ક્ષણભર માત્ર શાંતિ છે. અને સ્કૉર્પિયસની પાછળ–પાછળ એલ્બસ તળાવમાંથી ડોકિયું કરે છે. પાછી શાંતિ, સ્કૉર્પિયસ એલ્બસ તરફ અવિશ્વાસપૂર્વક જુએ છે. બંને છોકરાઓ હાંફી રહ્યા છે.

એલ્બસ

અદભુત!

સ્કૉર્પિયસના ચહેરા પર અભેદ્ય સ્મિત છવાઈ જાય છે.

સ્કૉર્પિયસ

એલ્બસ!

એલ્બસ

માંડ માંડ બચ્યા આપણે! તેં પેલા મરમેનને જોયો? પેલા માણસને – અને તે – ગજબ!

સ્કૉર્પિયસ

તું આવી ગયો.

એલ્બસ

થોડું વિચિત્ર હતું બધું – મને લાગ્યું કે મેં સેડ્રિકને ફૂલાતો જોયો – પણ અચાનક તે ફરીથી જાણે કે સંકોચાવા લાગ્યો – અને પછી પછી મેં તારી તરફ જોયું અને તેં તારી જાદૂઈ લાકડી ઉગામી હતી...

સ્કૉર્પિયસ

તને ખબર નથી, તને પાછો આવેલો જોઈને મને કેટલો આનંદ થયો છે.

એલ્બસ

તેં મને બે મિનિટ પહેલા જ તો જોયો હતો.

સ્કૉર્પિયસ એલ્બસને પાણીમાં જ ભેટી પડે છે, તેના માટે આ મુશ્કેલ કામ છે.

સ્કૉર્પિયસ

એ પછી ઘણું બધું બની ગયું.

એલ્બસ

સંભાળ. તું મને ડૂબાડી રહ્યો છે. આ તે શું પહેર્યું છે?

સ્કૉર્પિયસ

મેં શું પહેર્યું છે? *(તે પોતાનો ઝભ્ભો કાઢી નાખે છે.)* તે આ શું પહેર્યું છે? અરે હા! તું સ્લિદરિનમાં છે.

એલ્બસ

કામ ફતેહ થયું? આપણે કંઈ કરી શક્યા?

સ્કૉર્પિયસ

ના, પણ જે થયું તે બહુ જ સારૂં થયું.

એલ્બસ તેની તરફ જુએ છે – અવિશ્વાસપૂર્વક.

એલ્બસ

શું? આપણે નિષ્ફળ ગયા.

સ્કૉર્પિયસ

હા. હા. અને તોય જે થયું એ અદભુત હતું.

તે પાણીમાં જોરથી થાપટ મારે છે. એલ્બસ પોતાની મેળે જ કાંઠા પર આવે છે.

એલ્બસ

સ્કૉર્પિયસ, તું આજકાલ ફરીથી વધારે પડતું ગળ્યું ખાવા લાગ્યો છે કે શું?

સ્કૉર્પિયસ

જોયું, જોયું. હતો એવો ને એવો જ, ઠેરનો ઠેર. તું અને તારી શુષ્ક રમૂજ. મને બહુ જ ગમે છે!

એલ્બસ

પણ હવે મને ચિંતા થવાની શરૂઆત થઈ રહી છે...

હૅરી પ્રવેશે છે અને તળાવના કાંઠા તરફ રીતસર દોટ મૂકે છે. તેની પાછળ તરત જ ડ્રેકો, જિની અને પ્રોફેસર મૅકગૉનેગૉલ પણ દોડતાં આવે છે.

હૅરી

એલ્બસ. એલ્બસ. તું બરાબર તો છે ને?

સ્કૉર્પિયસ *(આનંદના અતિરેકમાં)*

હૅરી! હૅરી પૉટર! અને જિની. અને પ્રોફ્સર મૅકગૉનેગૉલ. અને ડૅડ. મારા ડૅડ. કેમ છો ડૅડ?

ડ્રેકો
　　હેલો, સ્કૉર્પિયસ.

એલ્બસ
　　તમે બધા અહીં આવ્યા છો.

જિની
　　અને મર્ટલે અમને બધું જ કહી દીધું છે.

એલ્બસ
　　આ બધું શું ચાલી રહ્યું છે?

પ્રોફેસર મૅકગોનેગોલ
　　તમે હમણાં જ ભૂતકાળમાં જઈ ને પાછા આવ્યા છો. તમે જ કહો, શું ચાલી રહ્યું છે આ બધું?

સ્કૉર્પિયસને તરત જ સમજાઈ જાય છે કે તેમને શું ખબર પડી છે.

સ્કૉર્પિયસ
　　અરે ના. હે ભગવાન. ક્યાં ગયું એ?

એલ્બસ
　　અમે હમણાં જ ક્યાંથી પાછા આવ્યા?

સ્કૉર્પિયસ
　　મેં ખોઈ નાખ્યું! મારાથી ટાઇમ–ટર્નર ખોવાઈ ગયું.

એલ્બસ *(સ્કૉર્પિયસ તરફ ઘોર નિરાશાથી જોતાં)*
　　તેં શું ખોઈ નાખ્યું?

હેરી
　　બસ થયાં તારાં નાટક હવે, એલ્બસ.

પ્રોફેસર મૅકગોનેગોલ
　　મને લાગે છે કે, તમારે ઘણી બધી વાતોના ખુલાસા કરવાના છે.

અંક ત્રીજો **દશ્ય દસમું**

હૉગવર્ટ્સ, મુખ્યાધ્યાપિકાની ઑફિસ

ડ્રૅકો, જિની અને હૅરી દુષ્કૃત્યો પર પસ્તાવો કરી રહેલા સ્કૉર્પિયસ અને એલ્બસની પાછળ ઊભા છે. પ્રોફેસર મૅકગૉનેગૉલ ગુસ્સાથી ધૂંઆપૂંઆ થઈ રહ્યાં છે.

પ્રોફેસર મૅકગૉનેગૉલ

ટૂંકમાં કહું તો – તમે હૉગવર્ટ્સ ઍક્સપ્રેસમાંથી ગેરકાયદે કૂદી પડ્યા. તમે જાદૂ મંત્રાલયમાં ઘૂસ્યા અને ચોરી કરી. પોતાની જવાબદારી પર ભૂતકાળ બદલવાનો ઉત્પાત કર્યો. અને એમાં તમે બે જણને ગાયબ કરી નાખ્યા.

એલ્બસ

હું સહમત છું, કે આ બધું સાંભળવામાં સારૂં નથી લાગી રહ્યું.

પ્રોફેસર મૅકગૉનેગૉલ

અને હ્યુગો અને રોઝ ગ્રેન્જર–વિઝલી ગાયબ થયા તેના ઉપાય માટે તમે ફરીવાર ભૂતકાળમાં ગયા – અને આ વખતે તો બે લોકોને ન ગુમાવતા તમે બહુ મોટી સંખ્યામાં લોકોને ખોઈ આવ્યા અને તમારા પિતાને પણ મારી નાખ્યા. અને આ બધું કરતી વખતે તમે વિશ્વ જાણે છે એવા સૌથી ખરાબમાં ખરાબ જાદૂગરને પુનર્જીવિત કર્યો. અને કાળા જાદૂના સામ્રાજયનો નવેસરથી ઉદય કર્યો. *(શુષ્ક અવાજે)* તમારૂં કહેવું બરાબર છે શ્રીમાન પૉટર, સાંભળવામાં આ બધું જરાય સારૂં લાગી રહ્યું નથી, બરાબર ને? તમે શું મૂર્ખાઈ કરી એ તમને સમજાય છે?

સ્કોર્પિયસ

હા, પ્રોફેસર.

એલ્બસ એક ક્ષણ માટે ખમચાય છે. તે હેરી તરફ જુએ છે.

એલ્બસ

હા.

હેરી

પ્રોફેસર, હું કંઈક કહી શકું –

પ્રોફેસર મેકગૉનેગૉલ *(તીક્ષ્ણતાથી)*

કશું જ બોલતા નહીં. માતા-પિતા તરીકે તમે શું કરવાનો નિર્ણય લો છો એ તમારો અંગત પ્રશ્ન છે, પણ આ મારી શાળા છે, અને આ મારા વિદ્યાર્થીઓ છે, અને તેમને શું સજા આપવી એની પસંદગી પણ હું જ કરીશ.

ડ્રેકો

યોગ્ય લાગે છે.

હેરી જિનીને જુએ છે, તે પોતાનું માથું ધુણાવે છે.

પ્રોફેસર મેકગૉનેગૉલ

તમે જે કંઈ કર્યું છે એ જોતાં તો મારે તમને બંનેને સ્કૂલમાંથી કાઢી મૂકવા જોઈએ પણ *(હેરી તરફ જોઈને)* – મને લાગે છે કે તમે મારી દેખરેખ હેઠળ રહેશો તો તમે વધુ સુરક્ષિત રહેશો. તમે અટકાયતમાં રહેશો – એવું સમજજો કે બચેલું આખું વર્ષ તમે અટકાયતમાં છો. તમારા માટે નાતાલની રજાઓ પણ રદ થશે. હવે પછી હૉગ્સમીડમાં જવાનું પણ હંમેશ માટે ભૂલી જજો. અને તમારી સજાની આ તો હજી માત્ર શરૂઆત છે...

અચાનક હર્માયની પ્રવેશે છે. પૂર્ણ જોશમાં અને દઢ નિર્ધાર સાથે.

હર્માયની

શું વાતચીત ચાલી રહી છે?

પ્રોફેસર મેકગૉનેગૉલ *(ઉગ્રપણે)*

કોઈની ઑફિસમાં પ્રવેશતા પહેલા દરવાજે ટકોરો મારી પરવાનગી લઈ અંદર આવવું એ સભ્યતાનું લક્ષણ છે, હર્માયની ગ્રેન્જર, કદાચ તમે ભૂલી ગયાં લાગો છો.

હર્માયની *(પોતે મર્યાદા ઓળંગી હોવાનું તેના ધ્યાનમાં આવે છે)*
અરરર..

પ્રોફેસર મૅકગૉનેગૉલ
પ્રધાન મહોદયા, હું જો તમને પણ શિક્ષા આપી શકતી હોત તો મેં એવું ચોક્કસ કર્યું હોત. ટાઈમ–ટર્નર પોતાની પાસે રાખવું એ સૌથી મોટી મૂર્ખાઈ હતી.

હર્માયની
મારી સફાઈમાં મારે કંઈ કહેવું હોય તો –

પ્રોફેસર મૅકગૉનેગૉલ
અને એ પણ પુસ્તકના કબાટમાં? તમે ટાઈમ–ટર્નર પુસ્તકના કબાટમાં રાખ્યું હતું! હાસ્યાસ્પદ નહીં તો બીજું શું ?

હર્માયની
મિનર્વા. *(તે શ્વાસ લે છે, તેને પોતાની ભૂલ સમજાય છે.)* પ્રોફેસર મૅકગૉનેગૉલ –

પ્રોફેસર મૅકગૉનેગૉલ
પરિણામે તમારા સંતાનોનું અસ્તિત્વ જ નહોતું રહ્યું?

હર્માયની પાસે આનો કોઈ જવાબ નથી.

આ બધું મારી શાળામાં થયું, મારી નજરની નીચે. ડમ્બલડૉરે જે કંઈ કર્યું છે એ પછી હું આટલું પણ સંભાળી શકી નહીં...

હર્માયની
હું જાણું છું.

પ્રોફેસર મૅકગૉનેગૉલ એકાદ ક્ષણ પોતાને સંભાળે છે. અને તેઓ છોકરાઓ તરફ ફરતા કરડાકીથી જુએ છે.

પ્રોફેસર મૅકગૉનેગૉલ *(એલ્બસ અને સ્કૉર્પિયસને)*
સેડ્રિકને બચાવવાનો તમારો ઈરાદો સન્માનનીય હતો, પણ એમાં તમે થાપ ખાઈ ગયા અને ભટકી ગયા એ પણ એટલું જ સાચું છે. અને આ બધાથી જરાય નથી લાગતું કે, તમે કોઈ બહાદુરીભર્યું કામ કર્યું છે, સ્કૉર્પિયસ અને તું, એલ્બસ. ક્યારેક ક્યારેક તારા પિતાએ કેટલાક નિયમો તરફ ધ્યાન આપ્યું નહીં, એ એટલે કે બહાદુરીભર્યા કામને કારણે આપણી મૂર્ખાઈને માફ કરી શકાતી નથી. કંઈ પણ

કરતા પહેલા હંમેશા વિચારો. બધી જ શક્યતાઓ તપાસો. વોલ્ડેમોર્ટની સત્તામાંનું વિશ્વ એક –

સ્કોર્પિયસ

ભયાનક સ્થળ છે.

પ્રોફેસર મૅકગૉનેગૉલ

તમે હજી બહુ નાના છો. *(તેઓ હૅરી, ડ્રૅકો, જિની અને હર્માયનીને જુએ છે.)* તમે બધા જ હજી નાના છો. તમને કલ્પના નથી કે જાદૂઈ યુદ્ધ કેટલું ભીષણ હોય છે. તમે બેદરકાર થઈ ગયા – વિશ્વ વિશે, આપણા લોકો વિશે – એમાં મારા અને તમારા કેટલાક નિકટના લોકો અને મિત્રોએ ઘણું બધું ગુમાવ્યું છે. સારા દિવસો લાવવા અને ટકાવવા માટે તેમણે બહુ મોટાં બલિદાન આપ્યાં છે.

એલ્બસ

હા. પ્રોફેસર.

સ્કોર્પિયસ

હા, પ્રોફેસર.

પ્રોફેસર મૅકગૉનેગૉલ

જાઓ હવે. નીકળી જાવ અહીંથી. બધા જ સાવ અલેલટપ્પુ જેવા છો. અને પેલું ટાઇમ–ટર્નર શોધી ને મારી પાસે લઈ આવો.

અંક ત્રીજો દૃશ્ય અગિયારમું

હૉગવર્ટ્સ, સ્લિદરિનનો સામૂહિક શયનખંડ

એલ્બસ પોતાના રૂમમાં બેઠો છે. હૅરી અંદર પ્રવેશે છે અને પોતાના દીકરા તરફ જુએ છે. તે બહુ ગુસ્સે ભરાયો છે, પણ ગુસ્સો ઊભરાઈ ન પડે તેની તકેદારી રાખી રહ્યો છે.

હૅરી

મને ઉપર આવવા દીધો,એ મને ગમ્યું.

એલ્બસ વળીને પાછળ જુએ છે. પોતાના ડૅડને જોઈને તે માથું હલાવે છે. તે પણ સાવચેતીપૂર્વક વર્તી રહ્યો છે.

ટાઈમ–ટર્નરની શોધમાં હજી કોઈ સફળતા મળી નથી. તળાવમાંથી ગાળ કાઢવા માટે તેઓ મરપીપલ સાથે વાટાઘાટ ચલાવી રહ્યા છે.

તે ઊભડક બેસે છે.

આ રુમ સારો છે.

એલ્બસ

લીલો રંગ આલ્હાદક હોય છે ને? એટલે ગ્રિફિનડૉરના રુમ આમ બહુ સરસ હોય છે. પણ લાલ રંગમાં એક તકલીફ હોય છે જરાક – એવું કહે છે કે, લાલ રંગને કારણે ક્યારેક તમારૂં મગજ ચકરાવે ચડી શકે છે. એવું નથી કે, હું કોઈ આરોપ કે ટિપ્પણી કરી રહ્યો છું...

હૅરી

આ બધું કરવાનો પ્રયાસ તેં શા માટે કર્યો એનું કારણ આપી શકીશ તું?

એલ્બસ

મને લાગ્યું કે હું – મારે કેટલીક ચીજો બદલવી જોઈએ – મને લાગ્યું સેડ્રિકને – તેની સાથે અન્યાય થયો હતો.

હૅરી

બરાબર છે, અન્યાય જ હતો એ, એલ્બસ. તને શું લાગે છે, મને આ વાત ખબર નથી? હું ત્યાં હતો. મેં તેને મરતા જોયો છે. પણ આ કારણસર આ બધું કરવાનું... આટલું બધું દાવ પર લગાડવાનું...

એલ્બસ

હા, મને સમજાય છે.

હૅરી *(પોતાના ગુસ્સાને તાબે થઈ)*

તેં જો મારી જેમ કરવાનો પ્રયાસ કર્યો હશે, તો તું ખોટી દિશામાં હતો. કોઈ પણ સાહસ કરવા માટે હું મારી મરજીથી આગળ વધતો નહોતો. મારા પર એ બધું લાદવામાં આવ્યું હતું, ફરજ પાડવામાં આવી હતી મને. તેં જે કંઈ કર્યું એ સાવ બેદરકારીભર્યું હતું – સાવ મૂર્ખામીભર્યું અને જોખમી પણ. તેં જે કર્યું એનાથી સર્વનાશ થઈ ગયો હોત–

એલ્બસ

મને ખબર છે. ઠીક છે, મને ખબર છે.

વિરામ. એલ્બસ પોતાની આંખમાંના આંસુ લૂંછે છે, હૅરીનું ધ્યાન આ બાબત તરફ જાય છે અને તે શાંત થઈ જાય છે. છેલ્લી ઘડીએ તે પોતાને ભેખડની ધાર પરથી જાણે કે ખસેડી લેવામાં સફળ થાય છે.

હૅરી

ભૂલ તો મારી પણ હતી. હું સમજતો હતો કે, સ્કૉર્પિયસ વોલ્ડેમૉર્ટનો દીકરો છે. તારી આસપાસનું કાળું વાદળ સ્કૉર્પિયસ નહોતો.

એલ્બસ

નહોતો જ.

હૅરી

અને મેં નકશો બંધ કરીને રાખી દીધો છે. હવે એ તને ક્યારેય નહીં દેખાય. તું ભાગી ગયો એ પછી તારી મૉમે તારો રુમ જેમ હતો એમ જ રાખ્યો છે – તને ખબર છે ખરી? તેણે મનેય રુમમાં જવા દીધો

નથી – કોઈનેય જવા દેતી નથી. તેં તેને બરાબરની ડરાવી નાખી છે... અને મને પણ.

એલ્બસ

તમને ખરેખર ડર લાગ્યો હતો?

હૅરી

હા.

એલ્બસ

મને તો લાગતું હતું કે હૅરી પૉટરને કશાયનો ડર નથી લાગતો.

હૅરી

તને એવું લાગે છે મારા વિશે?

એલ્બસ પોતાના ડૅડને જુએ છે. તેમના મગજમાં શું ચાલી રહ્યું છે એનો અંદાજ લગાડવાનો પ્રયાસ કરી રહ્યો છે.

એલ્બસ

મને નથી લાગતું કે મને સ્કૉર્પિયસે કહ્યું હોય, પણ પહેલી કામગીરીમાં ફેરફાર કરવામાં અમે નિષ્ફળ રહ્યા બાદ પાછા ફર્યા ત્યારે, હું અચાનક ગ્રિફિનડૉર હાઉસમાં પહોંચી ગયો હતો. એ વખતે પણ આપણી વચ્ચે ખાસ સારો સંવાદ નહોતો જ. – આથી મારી પસંદગી સ્લિદરિનમાં થઈ – એ કારણ નથી આપણી વચ્ચેની સમસ્યાનું. માત્ર આ એક કારણ નથી.

હૅરી

નથી. મને ખબર છે. માત્ર આ એક મુદ્દો નથી.

હૅરી એલ્બસને જુએ છે.

તું બરાબર તો છે ને એલ્બસ?

એલ્બસ

ના.

હૅરી

ના. હું પણ નથી.

અંક ત્રીજો દૃશ્ય બારમું

સપનું, ગૉડ્રિક્સ હૉલો, કબ્રસ્તાન

નાનો હૅરી પુષ્પગુચ્છોથી આચ્છાદિત એક કબરને જોતો ઊભો છે. તેના હાથમાં એક નાનો પુષ્પગુચ્છ છે.

આન્ટ પેટ્યુનિયા

ચાલ હવે, તારા એ ગંદાં–ગોબરાં ફૂલો મૂક નીચે અને આપણે તરત નીકળીએ. આમેય આ ગામથી મને નફરત થવા લાગી છે. કોને ખબર આ ગામના નામનો વિચાર પણ મારા મગજમાં ક્યાંથી આવ્યો, ગૉડ્રિક્સ હૉલો, ખરેખર તો આનું નામ ગૉડલેસ હૉલો હોવું જોઈતું હતું. આ જગ્યાએ રીતસર ગંદકીનું સામ્રાજ્ય છે. ચાલ હવે, પતાવ તારૂં કામ. ઝટ કર.

નાનો હૅરી કબર તરફ જાય છે. તે ત્યાં એકાદ ક્ષણ ઊભો રહે છે.

હમણાં ને હમણાં હૅરી... મારી પાસે જરાય સમય નથી આ બધા માટે. ડડલીના મિત્રો આવવાના છે આજે રાત્રે અને તને ખબર છે ને, મોડું થાય એ તેને જરાય ગમતું નથી.

નાનો હૅરી

આન્ટ પેટ્યુનિયા. આપણે છેલ્લા બચેલા સંબંધીઓ છીએ, બરાબર ને?

આન્ટ પેટ્યુનિયા

હા. તું અને હું. હા.

નાનો હૅરી

અને – તેઓ ખાસ લોકપ્રિય પણ નહોતા ને? તમે તો કહેતા હતા કે તેમના કોઈ મિત્રો પણ નહોતા?

આન્ટ પેટ્યુનિયા

લિલીએ પ્રયત્ન કર્યા હતા – તે ભલી હતી – તેણે પ્રયત્ન કર્યા હતા – તેની ભૂલ નહોતી, પણ તેણે માણસોને દૂર કર્યા – તેનો મૂળભૂત સ્વભાવ. તેની તીવ્રતાને કારણે – તેની રીતભાતને કારણે – તેની ટેવોનો કારણે. અને તારો બાપ – સાવ ઘૃણાજનક – અસાધારણપણે વિચિત્ર સ્વભાવનો. કોઈ મિત્રો નહોતા. બંનેમાંથી એકેયને.

નાનો હેરી

એટલે જ મને સવાલ થયો – તો પછી અહીં આટલાં બધાં ફૂલો શા માટે છે? આખી કબર ફૂલોથી શા માટે ઢંકાયેલી છે?

આન્ટ પેટ્યુનિયા આસપાસ જુએ છે. આ બધાં ફૂલો જાણે તેઓ પહેલીવાર જોતાં હોય અને અંદરથી કશુંક તેને સ્પર્શ્યું હોય એવા ભાવ ચહેરા પર લાવે છે.તે બહેનની કબર પાસે આવીને બેસે છે. મનમાં આવનારી લાગણીઓ પર માંડ માંડ અંકુશ રાખે છે. પણ અંતે ભાવનાઓ સામે ઝૂકી જાય છે.

આન્ટ પેટ્યુનિયા

ઓહ. હા. મને લાગે છે – હશે એકાદ બે મિત્રો તેમના. કેટલાંક ફૂલો બીજી કબરો પરથી ઊડીને આવી ગયાં હશે. કાં તો કોઈ આપણી મશ્કરી કરી રહ્યું હશે. હા, મને લાગે છે કે. મોટા ભાગે આવું હશે. અથવા ગામના ઉતાર જેવા બદમાશો નવરાધૂપ બેસી રહેતા હોય છે, એમણે બધી કબર પરનાં ફૂલો ઉપાડીને અહીં નાખી દીધાં હોવા જોઈએ–

નાનો હેરી

પણ આ બધા પુષ્પગુચ્છ પર તેમનાં નામ લખ્યાં છે... લિલી અને જેમ્સ, તમે કરેલું કાર્ય સદાય અમને યાદ રહેશે... લિલી અને જેમ્સ, તમારૂં બલિદાન –

વોલ્ડેમૉર્ટ

મને અપરાધ ભાવની ગંધ આવી રહી છે. હવામાં પશ્ચાતાપની ગંધ ફેલાઈ છે...

આન્ટ પેટ્યુનિયા *(નાના હેરીને)*

આઘો ખસ. ઊભો થા અહીંથી.

આન્ટ તેને પાછળ ખેંચે છે. પૉટરોની કબરની પાછળથી વોલ્ડેમૉર્ટનો હાથ ઉપર આવે છે. એ પછી તેના શરીરનો

બાકીનો હિસ્સો બહાર આવતો દેખાય છે. તેનો ચહેરો આપણને દેખાતો નથી. પણ તેના શરીરનો ચિત્રવિચિત્ર અને ડરામણો આકાર દેખાય છે.

મને ખબર હતી. આ જગ્યા છે જ ખતરનાક. આપણે જેટલા જલ્દી ગૉડ્રિક્સ હૉલો છોડી જઈએ એટલું સારૂં.

નાના હૅરીને મંચ પરથી ખેંચવામાં આવી રહ્યો છે, પણ વોલ્ડમૉર્ટ સાથે તેનો આમનોસામનો થાય છે.

વોલ્ડેમૉર્ટ

તને હજી પણ મારા મનનું દેખાય છે, હૅરી?

નાનો હૅરી અસ્વસ્થ થઈને બહાર નીકળે છે. એ જ ક્ષણે વોલ્ડેમૉર્ટના અંગરખામાંથી એલ્બસ બહાર ધસી આવે છે. નાઈલાજ થઈને તે પોતાના ડૅડ સામે હાથ ફેલાવે છે.

એલ્બસ

ડૅડ... ડૅડ...

એ પછીના શબ્દો સર્પભાષામાં બોલાય છે.

તે આવી રહ્યો છે. તે આવી રહ્યો છે. તે આવી રહ્યો છે.

અને એ પછી એક ચીસ કાને પડે છે.

અને ઓરડાના પાછળના ભાગમાંથી દરેકના કાનમાં ઘુસપુસનો અવાજ આવે છે. નિઃશંકપણે આ શબ્દો પાછળનો અવાજ જાણીતો છે. વોલ્ડેમૉર્ટનો અવાજ...

હૅરરરરી.. પૉટટટટરરર...

અંક ત્રીજો દૃશ્ય તેરમું

હૅરી અને જિની પૉટરનું ઘર, રસોડું

હૅરીની હાલત અત્યંત ભયંકર છે. પોતાનું સપનું તેને શું જણાવી રહ્યું છે એ વિચાર માત્રથી તે ફફડી ઊઠ્યો છે.

જિની

હૅરી? હૅરી? શું છે આ? તું ચીસો પાડી રહ્યો હતો…

હૅરી

હજીય બંધ થયાં નથી. સપનાં.

જિની

અને એ બંધ થવાનાં નહોતાં, તરત જ. અત્યારનો તાણભર્યો સમય જોતાં અને –

હૅરી

પણ હું પેટ્યુનિયા સાથે ક્યારેય ગ્રૉડ્રિક્સ હૉલો ગયો નહોતો. એ ક્યારેય –

જિની

હૅરી, તું મને ખરેખર ડરાવી રહ્યો છે.

હૅરી

તે હજી પણ અહીં જ છે, જિની.

જિની

કોણ હજી પણ અહીં જ છે?

હેરી

વોલ્ડેમૉર્ટ. મેં વોલ્ડેમૉર્ટ અને એલ્બસને સાથે જોયા.

જિની

અને એલ્બસને...?

હેરી

તેણે કહ્યું – વોલ્ડેમૉર્ટે કહ્યું – 'મને અપરાધ ભાવની ગંધ આવી રહી છે. હવામાં પશ્ચાતાપની ગંધ ફેલાઈ છે.' એ મને ઉદ્દેશીને બોલી રહ્યો હતો.

હેરી જિની તરફ જુએ છે. તે પોતાના જખમને સ્પર્શ કરે છે. તેનો ચહેરો પડી જાય છે.

જિની

હેરી, એલ્બસ હજી પણ જોખમમાં છે?

હેરીનો ચહેરો ધોળી પૂણી જેવો દેખાય છે.

હેરી

મને લાગે છે કે આપણે બધા જોખમમાં છીએ.

અંક ત્રીજો દૃશ્ય ચૌદમું

હૉગવર્ટ્સ, સ્લિધરિનનો સમૂહ શયનખંડ

બંને છોકરાઓનું સૂવું અપેક્ષિત છે પણ સ્કૉર્પિયસને ઊંઘ આવી રહી નથી. તે પલંગ પરથી ઊઠે છે અને અશક્તપણે એલ્બસના માથા પાસે વિચિત્રપણે વાંકો વળે છે.

સ્કૉર્પિયસ

એલ્બસ...શ્શ્શ્... એલ્બસ.

એલ્બસ જાગતો નથી. છેવટે સ્કૉર્પિયસ જોરથી બૂમ પડે છે.

એલ્બસ!

એલ્બસ હચમચી ને જાગી જાય છે. સ્કૉર્પિયસ હસી પડે છે.

એલ્બસ

સુંદર. ડરામણી નહીં પણ સુંદર રીત છે તારી, લોકોને જગાડવાની.

સ્કૉર્પિયસ

તને ખબર છે, બહુ મજાની વાત છે. જ્યારથી વિચિત્ર અને ડરામણી જગ્યાઓએ જઈ આવ્યો છું ત્યારથી ભયનો સામનો કરવામાં હું બરાબરનો ઘડાઈ ગયો છું. હું હવે – અભય સ્કૉર્પિયસ થઈ ગયો છું. જો કે, મૅલફૉય એટલે બેફિકર તો ખરો જ.

એલ્બસ

સરસ.

સ્કૉર્પિયસ

એટલે કે, સામાન્યપણે, આવી જગ્યાએ સતત અટકાયતમાં રહી સજા ભોગવવી... આ બધાથી હું ભાંગી પડ્યો હોત. પણ હવે –

વધુમાં વધુ શું બગાડી લેવાના મારું? મોલ્ડી વોલ્ડીને પાછા લાવશે અને તેને કહી મને ત્રાસ અપાવશે? શક્ય જ નથી.

એલ્બસ

તને ખબર છે, તું સારા મૂડમાં હોય છે ત્યારે તું ડરામણો થઈ જાય છે.

સ્કૉર્પિયસ

આજે જાદૂઈ કાઢાના વર્ગમાં રોઝ મારી પાસે આવી અને મને બ્રેડ હેડ કહીને બોલાવ્યો ત્યારે હું તેને લગભગ ભેટી જ પડવાનો હતો. ના. લગભગ નહીં ભેટી જ પડવાનો હતો. મેં તેને ભેટવાનો પ્રયાસ કર્યો અને તેણે મને પગ પર લાત જ મારી દીધી.

એલ્બસ

ગજબ છે તારી હિંમત તો. પણ મને તારી ચિંતા થાય છે. આટલી હિંમત તારી તબિયત માટે સારી નથી.

સ્કૉર્પિયસ એલ્બસને જુએ છે. તેના ચહેરા પર વિચારમગ્નતાના ભાવ આવે છે.

સ્કૉર્પિયસ

તને ખબર નથી આ સમયમાં પાછા ફરીને મને કેટલું સારું લાગી રહ્યું છે, એલ્બસ. એ સમયનો મને તો રીતસર તિરસ્કાર થતો હતો.

એલ્બસ

પોલી ચેપમેન તારા પર ઓળઘોળ થઈ ગઈ હતી એક એ વાત સિવાય.

સ્કૉર્પિયસ

સેડ્રિક પૂર્ણપણે એક અલગ જ માણસ બની ગયો હતો – દુષ્ટ, ખતરનાક. મારા ડૅડ – તેમના કહેવા પ્રમાણે બધું જ કામ કરી રહ્યા હતા. અને હું? તને ખબર છે, મને એક સાવ જુદો જ સ્કૉર્પિયસ મળ્યો હતો? હક બજાવનારો, ગુસ્સાવાળો, સ્વાર્થી – લોકો મારાથી ડરતા હતા. એવું લાગતું હતું કે આપણા સારાપણાની પરીક્ષા લેવાઈ રહી હતી અને આપણે બધા – સદંતર નિષ્ફળ ગયા એ પરીક્ષામાં.

એલ્બસ

પણ તું પરિવર્તન લાવી શક્યો. તારી પાસે તક હતી અને તેં સમયને પાછો બદલી નાખ્યો. તું સમયને તેના પણ મૂળ સ્વરૂપમાં લઈ આવ્યો.

સ્કૉર્પિયસ

કેમ કે મને બરાબર ખબર હતી કે મારે શું હોવું જોઈએ.

એલ્બસ આ પચાવવાનો પ્રયાસ કરે છે.

એલ્બસ

તને લાગે છે કે, મારી પણ પરીક્ષા લેવાઈ? નહીં ને?

સ્કૉર્પિયસ

ના. હજી સુધી નહીં.

એલ્બસ

તારી ભૂલ થાય છે. સમયને એકવાર પાછળ ફેરવવો મૂર્ખાઈ નહોતી – એ ભૂલ તો કોઈનાથી પણ થઈ શકે છે – પણ બીજીવાર આવું જ કરવું એ ખરી મૂર્ખામી હતી.

સ્કૉર્પિયસ

અને એ મૂર્ખાઈ આપણે બંનેએ કરી, એલ્બસ.

એલ્બસ

અને આ બધું કરવા માટે હું જક્કી કેમ બની ગયો હતો? સેડ્રિક માટે? ખરેખર? ના. મારે કંઈક સાબિત કરવું હતું. મારા ડૅડ સાચા છે – પોતાની મરજીથી કે ખુશીથી તેઓ સાહસ કરવા માટે આગળ આવ્યા નહોતા – પણ મેં એવું કર્યું, આ બધો મારો વાંક છે – અને તું જો વચ્ચે પડ્યો ન હોત તો બધું જ ધૂળધાણી થઈ ગયું હોત.

સ્કૉર્પિયસ

પણ એવું કશું જ થયું નથી. અને મારા જેટલો જ તારો પણ હાથ છે આમાં. ડિમેન્ટર્સે મારા મન પર કબજો જમાવ્યો ત્યારે – સેવેરસ સ્નેપે મને મનમાં તારો વિચાર લાવવા કહ્યું. તું ત્યાં નહોતો અને તારું અસ્તિત્વ પણ નહોતું એલ્બસ, પણ તું પણ લડી રહ્યો હતો – મારી પડખે રહીને સંઘર્ષ કરી રહ્યો હતો.

એલ્બસ માથું ધુણાવે છે. આ વાતથી તે ગદગદ થઈ ગયો છે.

અને સેડ્રિકને બચાવવો – એ કંઈ એટલો ખરાબ વિચાર નહોતો – મારા મતે તો નહીં જ – પણ તને સારી રીતે ખબર છે – આપણે ફરીથી આવો પ્રયાસ કરી શકીએ નહીં.

એલ્બસ

હા હં. મને બરાબર સમજાઈ ગયું છે.

સ્કૉર્પિયસ

સરસ. તો હવે મને આનો નાશ કરવામાં મદદ કર.

સ્કૉર્પિયસ પોતાના તકિયા નીચેથી ટાઇમ-ટર્નર બહાર કાઢે છે અને આશ્ચર્યચકિત થયેલા એલ્બસને દેખાડે છે.

એલ્બસ

મને તો પાક્કો વિશ્વાસ બેસી ગયો હતો કે, તેં બધાને કહ્યું કે, ટાઈમ-ટર્નર તળાવના તળિયે પડ્યું છે ત્યારે મને લાગ્યું કે ખરેખર એવું જ થયું છે.

સ્કૉર્પિયસ

આ બેફિકર મૅલફૉય ખોટું બોલવામાં એક્કો છે.

એલ્બસ

સ્કૉર્પિયસ, આપણે આના વિશે કોઈકને કહેવું જોઈએ...

સ્કૉર્પિયસ

કોને? મંત્રાલયે આ પહેલા પણ આને પોતાની પાસે રાખી લીધું હતું, તને લાગે છે કે આપણે તેમના પર ફરીવાર વિશ્વાસ રાખી શકીએ એમ છીએ? માત્ર તેં અને મેં જ અનુવ્યું છે, આ કેટલી ખતરનાક ચીજ છે એ. આનો અર્થ એ થયો કે તારે અને મારે જ આનો નાશ કરવો જોઈએ. આપણે જે કંઈ કર્યું એ કોઈ બીજું ન કરી શકવું જોઈએ, એલ્બસ. કોઈપણ નહીં. ના. *(રુઆબભેર)* સમયને બદલવાની પ્રથાને ભૂતકાળનો હિસ્સો બનાવી દેવાનો સમય આવી ગયો છે.

એલ્બસ *(પોતાના મિત્ર તરફ સ્મિત સાથે)*

તને આ બોલ બચ્ચનપણાનો બહુ ગર્વ છે ને?

સ્કૉર્પિયસ *(વળતું સ્મિત કરતા)*

શું બોલવું એ વિશે વિચારવામાં મેં આખો દિવસ ખર્ચી નાખ્યો હતો.

અંક ત્રીજો દશ્ય પંદરમું

હૉગવર્ટ્સ, સ્લિદરિનનો સમૂહ શયનખંડ

હેરી અને જિની સમૂહ શયનખંડમાં ઉતાવળા પગલે આગળ વધી રહ્યાં છે. ક્રેગ બાવકર જુનિયર તેમનો પીછો કરી રહ્યો છે.

ક્રેગ બાવકર જુનિયર

હું ફરી એકવાર કહું? તમે નિયમોનો ઉલ્લંઘન કરી રહ્યાં છો અને અત્યારે અડધી રાતનો સમય છે.

હેરી

મારે મારા દીકરાને શોધવો જરૂરી છે.

ક્રેગ બાવકર જુનિયર

તમે કોણ છો એ હું જાણું છું મિ. પૉટર, પણ તમારેય સમજવું જોઈએ કે, આ રીતે માતા–પિતા અથવા પ્રોફેસરનું હાઉસના સમૂહ શયનખંડમાં પૂર્વ પરવાનગી વિના પ્રવેશવું એ શાળાની નિયમની વિરુદ્ધ છે...

પ્રોફેસર મૅકગૉનેગૉલ પણ તેમની પાછળ ઉતાવળા પગલે આવી રહ્યાં છે.

પ્રોફેસર મૅકગૉનેગૉલ

ક્રેગ, આટલી બધી માથાઝીંક કરવાની જરૂર નથી.

હેરી

તમને અમારો સંદેશ મળી ગયો? સરસ.

ક્રેગ બાવકર જુનિયર *(ચોંકી જઈ)*

મુખ્યાધ્યાપિકા મૅડમ, હું – હું તો બસ મારૂં કામ–

હેરી એક પલંગ આડેનો પરદો દૂર હટાવે છે.

પ્રોફેસર મૅકગૉનેગૉલ
તે ગાયબ છે?

હેરી
હા.

પ્રોફેસર મૅકગૉનેગૉલ
અને પેલો નાનો મૅલફૉય?
જિની બીજા પલંગ આડેનો પરદો ખેંચે છે.

જિની
હે ભગવાન…

પ્રોફેસર મૅકગૉનેગૉલ
ચાલો. મારે આખી શાળા શોધી કાઢવી પડશે. ક્રૅગ, આપણે ઘણું કામ કરવાનું છે…
જિની અને હેરી ખાલી પલંગ તરફ જોયા કરે છે.

જિની
આવું આ પહેલા પણ થયું છે, ને?

હેરી
પણ આ વખતે પરિસ્થિતિ જરાક વધુ બગડી હોય એવું લાગે છે.
જિની પોતાના પતિ તરફ જુએ છે, તે બરાબરની ગભરાઈ ગઈ છે.

જિની
તારી થોડા સમય પહેલા જ તેની સાથે વાત થઈ હતી ને?

હેરી
હા.

જિની
તેના પલંગ પાસે જઈને તેં વાત કરી હતી ને?

હેરી
તને ખબર તો છે.

જિની

શું કહ્યું તેં, આપણા દીકરાને હેરી?

હેરીને તેના અવાજમાં આરોપનો સ્વર સંભળાય છે.

હેરી

તેં કહ્યું હતું એ પ્રમાણે મેં તેની સાથે મોકળા મને વાત કરવાનો પ્રયાસ કર્યો હતો – મેં કશું જ ખરૂં–ખોટું સંભળાવ્યું નથી તેને.

જિની

તું પોતાના પર અંકુશ રાખી શક્યો હતો? તમારી વાતચીતમાં કેટલી ગરમાગરમી થઈ હતી?

હેરી

... મને નથી લાગતું... મને... તને લાગે છે કે મેં એને ફરીથી ડરાવી મૂક્યો છે?

જિની

હું તને તારી પહેલી ભૂલ માટે માફ કરી શકીશ, હેરી. કદાચ બીજી ભૂલ માટે પણ, પણ તું વારંવાર ભૂલો કરતો રહીશ તો દર વખતે માફ કરવાનું મારા માટે મુશ્કેલ થતું જાય છે.

અંક ત્રીજો દૃશ્ય સોળમું

હૉગવર્ટ્સ, ઘુવડખાનું

સ્કૉર્પિયસ અને એલ્બસ ચંદ્રના રુપેરી પ્રકાશથી ઝળહળતા એક છાપરા પર પ્રગટ થાય છે. તેમની આસપાસ ઘુવડનો મંદ અવાજ આવી રહ્યો છે.

સ્કૉર્પિયસ

મને લાગે છે કે, કૉન્ફ્રિગો મંત્ર કામ કરી જશે.

એલ્બસ

જરાય નહીં. આવા કોઈ કામ માટે આપણે ઍક્સપલ્સોનો ઉપયોગ કરવો જોઈએ.

સ્કૉર્પિયસ

ઍક્સપલ્સો? આ મંત્રનો ઉપયોગ કર્યો તો હવે પછીના અનેક દિવસો આપણે ઘુવડખાનામાં ટાઈમ–ટર્નરના ટુકડા સાફ કરતા બેસી રહેવું પડશે.

એલ્બસ

બૉમ્બાર્ડા?

સ્કૉર્પિયસ

અને આખા હૉગવર્ટ્સને જગાડી મૂકીએ? કાં તો સ્ટૂપેફાય. મૂળ તો ટાઈમ–ટર્નરનો નાશ કરવા માટે સ્ટૂપેફાય મંત્રનો ઉપયોગ થતો...

એલ્બસ

એકદમ બરાબર. આ પહેલા આવું કરાયું છે – આપણે કંઈક નવું કરી જોઈએ, કંઈક મજેદાર.

સ્કૉર્પિયસ

મજેદાર? જો, અનેક જાદૂગરો યોગ્ય મંત્રનો ઉપયોગ કરવામાં બેદરકારી દેખાડી ચૂક્યા છે. પણ આ બાબત બહુ મહત્ત્વની છે. આધુનિક જાદૂગરીમાં આ બાબતનું મહત્ત્વ બહુ ઓછું આંકવામાં આવ્યું છે.

ડેલ્ફી

'આધુનિક જાદૂગરીમાં આ બાબતનું મહત્ત્વ બહુ ઓછું આંકવામાં આવ્યું છે' – તમે બંને મહાન છો, ખબર છે ખરી તમને?

સ્કૉર્પિયસ ઉપર જુએ છે. ડેલ્ફીને અહીં જોઈને તે આશ્ચર્યચકિત થઈ ગયો છે.

સ્કૉર્પિયસ

અરે વાહ. તું... અં... તું અહીં શું કરી રહી છે?

એલ્બસ

ઘુવડ મોકલવાનું મને મહત્ત્વનું લાગ્યું – તેને જણાવવાનું, આપણે શું કરી રહ્યા છીએ એ વિશે – સમજાયું તને?

સ્કૉર્પિયસ પોતાના મિત્ર તરફ ફરિયાદના ભાવે જુએ છે.

તેનોય સંબંધ છે આની સાથે.

સ્કૉર્પિયસ વિચારે છે, અને પછી માથું ધુણાવે છે, આ વાત માન્ય રાખતા.

ડેલ્ફી

શેની સાથે સંબંધ છે મારો? શેના વિશે વાત કરી રહ્યા છો તમે બંને?

એલ્બસ ટાઇમ-ટર્નર બહાર કાઢે છે.

એલ્બસ

આપણે આ ટાઇમ-ટર્નરનો નાશ કરવા જોઈએ. બીજી કામગીરી પછી સ્કૉર્પિયસે કેટલીક એવી ભયંકર બાબતો જોઈ... મને માફ કરજે. આપણે સમયમાં ફરીવાર પાછા જવાનું જોખમ લઈ શકીએ એમ નથી. અમે તારા પિતરાઈ ભાઈને નહીં બચાવી શકીએ.

ડેલ્ફી ટાઇમ-ટર્નર તરફ જુએ છે અને પછી આ બંને તરફ.

ડેલ્ફી

ઘુવડ સાથે મોકલેલા પત્રમાં તેં ખાસ કંઈ લખ્યું નહોતું...

એલ્બસ

ખરાબમાં ખરાબ દુનિયાની કલ્પના કર. અને પછી બધું જ બમણું કરી નાખ. લોકો પર અત્યાચાર થઈ રહ્યો છે – બધે જ ડિમેન્ટર્સ ફરી વળ્યા છે – જુલમી વોલ્ડેમોર્ટ – મારા ડેડ મૃત્યુ પામ્યા છે, મારો તો જન્મ જ થયો નહીં અને કાળા જાદૂથી ઘેરાયેલું વિશ્વ. આવું તો આપણે – આપણે આવું ક્યારેય થવા નહીં દઈએ.

ડેલ્ફી થોડી ખચકાય છે. પછી તેનો ચહેરો ભાંગી પડે છે.

ડેલ્ફી

વોલ્ડેમોર્ટનું શાસન? તે જીવતો હતો?

સ્કૉર્પિયસ

બધા પર તેની સત્તા હતી. બધું જ મહાભયંકર હતું.

ડેલ્ફી

આપણે જે કંઈ કર્યું એના કારણે?

સ્કૉર્પિયસ

ટ્રાઈવિઝાર્ડ ટૂર્નામેન્ટમાંની કામગીરીમાં આપણે સેડ્રિકની માનહાનિ કરી એના કારણે તે ગુસ્સાવાળો થઈ ગયો અને પછી ડેથ ઈટર બની ગયો – અને – પછી બધું જ બગડતું ગયું. બધું જ બહુ ખરાબ હતું.

ડેલ્ફી સ્કૉર્પિયસના ચહેરાને સાવચેતીપૂર્વક જુએ છે, તેનો ચહેરો ઉતરતો જાય છે.

ડેલ્ફી

ડેથ ઈટર?

સ્કૉર્પિયસ

અને હત્યારો પણ. તેણે પ્રોફેસર લૉન્ગબૉટમની હત્યા કરી હતી.

ડેલ્ફી

એવું જ હોય તો – એટલે કે – આપણે તેને નષ્ટ કરવું જોઈએ.

એલ્બસ

તને સમજાયું ને?

ડેલ્ફી

હું તો આગળ વધીને એમ કહીશ – સેડ્રિક પણ આ સમજ્યો હોત. આપણે સાથે મળીને આને નષ્ટ કરી નાખીએ, અને પછી આપણે મારા કાકાને મળવા જઈશું. તેમને આખી પરિસ્થિતિ સમજાવશું.

એલ્બસ

થૅન્ક યુ.

ડેલ્ફી બંને તરફ જોઈને ઉદાસ સ્મિત કરે છે. અને પછી ટાઇમ-ટર્નર પોતાના હાથમાં લે છે. તે ટાઇમ-ટર્નર તરફ જુએ છે અને તેના ચહેરા પરના હાવભાવ જરાક બદલાય છે.

ઓહ, મસ્ત નિશાની છે.

ડેલ્ફી

શું?

ડેલ્ફીનું અંગરખું ઢીલું થાય છે. તેની ડોકની પાછળના ભાગમાં ઑગુરીનું ટૅટ્ટુ દેખાય છે.

એલ્બસ

તારી પીઠ પર? આ પહેલા મેં ક્યારેય જોયું નથી. પાંખો. મગલ્સ આને જ ટૅટ્ટુ કહે છે ને?

ડેલ્ફી

ઓહ. હા. આ ઑગુરીનું ચિહ્ન છે.

સ્કૉર્પિયસ

ઑગુરી?

ડેલ્ફી

જાદૂઈ પ્રાણીઓની સાર-સંભાળ વિષયના અભ્યાસ દરમિયાન તમે આને મળ્યા નથી, ઑગુરીને? આ વિનાશકારી દેખાતું કાળું પક્ષી વરસાદના આગમનનો અણસાર આવતા જ સૂરમાં રડવા લાગે છે. કેટલાક જાદૂગરોનું માનવું હતું કે ઑગુરીનો અવાજ મોતનો સંકેત હોય છે. હું મોટી થઈ રહી હતી ત્યારે, મારા વાલીઓએ એક ઑગુરીને પાંજરામાં પાળ્યો હતો.

સ્કૉર્પિયસ

તારા... વાલીઓ?

ડેલ્ફી સ્કૉર્પિયસ તરફ જુએ છે. ટાઇમ-ટર્નર તેના હાથમાં છે. અને તેને આ રમતમાં મજા આવી રહી છે.

ડેલ્ફી

તેના મતે ઑગુરી રડતું, એનું કારણ કદાચ તેમને દેખાતું હતું કે, મારો અંત બહુ ખરાબ રીતે થવાનો છે. આમ પણ તેમને હું બહુ

ગમતી નહીં. યુફેમિયા રૉલે... સોનું મેળવવા માટે જ તેમણે મને આશરો આપ્યો હતો.

એલ્બસ

આવું હોવા છતાં તેના પક્ષીનું ટૅટ્ટુ તેં શા માટે બનાવડાવ્યું?

ડેલ્ફી

એ મને સતત યાદ અપાવે છે કે, ભવિષ્ય ઘડનારી હું જ છું.

એલ્બસ

મસ્ત. હું પણ ઑગુરીનું ટૅટ્ટુ બનાવવાનો વિચાર કરૂં છું.

સ્કૉર્પિયસ

રૉલે પરિવાર બહુ કટ્ટર ડૅથ ઈટર્સ હતો.

સ્કૉર્પિયસના મગજમાં એકસાથે હજારો વિચારોનું ઘમસાણ મચ્યું છે.

એલ્બસ

ચાલો... ચાલો, નષ્ટ કરવાના કામમાં લાગીએ... કૉન્ફ્રિગો? સ્ટૂપેફ઼ાય? બૉમ્બાર્ડા? તું કયો મંત્ર પસંદ કરીશ?

સ્કૉર્પિયસ

પાછું આપ. અમને ટાઈમ-ટર્નર પાછું આપ તો.

ડેલ્ફી

શું?

એલ્બસ

સ્કૉર્પિયસ? તું કરવા શું માગે છે?

સ્કૉર્પિયસ

તું ક્યારેય બીમાર પડી હતી એ વાત મને માનવા જેવી નથી લાગતી. તો પછી તું હૉગવર્ટ્સમાં કેમ આવી નહોતી? અને આજે અચાનક આજે ક્યાંથી આવી પહોંચી?

ડેલ્ફી

હું મારા પિતરાઈ ભાઈને પાછો લાવવાનો પ્રયાસ કરી રહી છું!

સ્કૉર્પિયસ

તને બધા ઑગુરી તરીકે ઓળખતા હતા. બીજી દુનિયામાં – બધા તને ત્યાં ઑગુરી કહેતા હતા.

ડેલ્ફીના ચહેરા પર ધીમું સ્મિત વધુ ને વધુ મોટું થવા લાગે છે.

ડેલ્ફી

ઑગુરી? મને તો આ નામ ગમે છે.

એલ્બસ

ડેલ્ફી?

તે બહુ ચપળ નીકળે છે. જાદૂઈ લાકડી ઉગામીને તે સ્કૉર્પિયસને પાછળ ધકેલે છે. તે બહુ શક્તિશાળી પણ છે – સ્કૉર્પિયસ તેને પાછળ રાખવાનો પ્રયાસ કરે છે, પણ તે તરત તેના પર હાવી થઈ જાય છે.

ડેલ્ફી

ફલગૅરી!

સ્કૉર્પિયસના હાથ જંગલી ચમકતી દોરડીઓથી જકડાઈ જાય છે.

સ્કૉર્પિયસ

એલ્બસ. ભાગ.

એલ્બસ આસપાસ જુએ છે, તે બઘવાઈ ગયો છે. અને પછી દોડવાની શરૂઆત કરે છે.

ડેલ્ફી

ફલગૅરી!

એલ્બસ ઊડીને જમીન પર પટકાય છે, તેના હાથ પણ એવી જ ઘાતકી દોરડીથી બંધાઈ જાય છે.

અને આ પહેલીવાર કોઈ મંત્ર તમારા પર નાખ્યો છે. મને લાગ્યું હતું કે મારે હજી ઘણા બધા મંત્રોનો ઉપયોગ કરવો પડશે તમારા પર. પણ તમે તો ઍમૉસની સરખામણીએ અંકુશમાં લેવા માટે બહુ આસાન નીકળ્યા – બચ્ચાઓ, ખાસ કરીને નાના છોકરાઓ, બહુ આસાનીથી વશ કરી શકાય છે એમને, બરાબર ને? હવે આ બધું આટોપો એક જ વારમાં...

એલ્બસ

પણ શા માટે? શા માટે? પણ તું છે કોણ?

ડેલ્ફી

એલ્બસ, હું નવો ભૂતકાળ છું.

તે એલ્બસની જાદૂઈ લાકડી તેની પાસેથી લઈ લે છે અને તોડી નાખે છે.

હું જ નવું ભવિષ્ય છું.

તે સ્કૉર્પિયસની જાદૂઈ લાકડી પણ ખેંચી લે છે અને તોડી નાખે છે.

આ દુનિયા જે જવાબ શોધી રહી છે એ હું જ છું.

અંક ત્રીજો દશ્ય સત્તરમું

જાદૂ મંત્રાલય, હર્માયનીની ઑફિસ

રૉન હર્માયનીના ટેબલ પર બેઠો છે. તે કેટલીક ફાઈલ્સ પર નજર ફેરવી રહ્યો છે.

રૉન

મને તો હજી પણ આ વાત ગળે ઉતરી રહી નથી. એ બીજા વિશ્વમાં ખરેખર આપણા લગ્ન પણ થયા નહોતા.

હર્માયની

રૉન, આ બધું હમણાં બાજુએ મૂક તો – મારી પાસે બસ દસ મિનિટનો સમય છે, એ પછી ગૉબ્લિન્સ આવી પહોંચશે મીટિંગ માટે. ગ્રીન્ગોટ્સ ખાતેની સુરક્ષાની ચર્ચા માટે –

રૉન

મારો કહેવાનો અર્થ એટલો જ છે કે, આપણે આટલા વખતથી સાથે છીએ – આપણા લગ્નને ઘણા વર્ષો થઈ ગયા – એટલે કે, બહુ વખત થયો –

હર્માયની

રૉન, લગ્નમાંથી થોડોક સમય વિરામ લેવાનું તું સૂચવી રહ્યો હોય, તો એક વાત બરાબર સમજી લે જે, હું તને આ કલમથી બરાબરના ઘોંચપરોણા કરીશ.

રૉન

ચૂપ થઈ જા તો. તું જરા ચૂપ બેસીશ? મેં વાંચેલું એમ મારે લગ્નનું નવીનીકરણ કરવું છે. લગ્નનું નવીનીકરણ.તને શું લાગે છે?

હર્માયની *(પીગળે છે)*

તું મારી સાથે ફરીથી પરણવા માગે છે?

રૉન

હા, એટલે જો ને, પહેલી વાર આપણે પરણ્યા ત્યારે આપણે બહુ નાના હતા. અને એ વખતે મને જરાક વધુ પડતી ચઢી ગયેલી અને – ખરૂં કહું તો, ત્યારનું મને બહુ કંઈ યાદ પણ નથી... વેલ, સાચું કહું તો, હું તને બહુ ચાહું છું હર્માયની ગ્રેન્જર – અને સમય ભલે ગમે તે હોય – બધાની સામે મારે ફરીથી એ જ કહેવું છે કે, તું મને બહુ ગમે છે. પૂરેપૂરા ભાનમાં.

તે તેની તરફ જુએ છે, તે સ્મિત કરે છે, તે તેને પોતાની તરફ ખેંચે છે અને ચુંબન લે છે.

હર્માયની

કેટલી મીઠડો છે તું.

રૉન

અને તારામાંથી ટૉફીની ગંધ આવે છે.

હર્માયની હસી પડે છે. તેઓ ફરીથી ચુંબન કરવા માટે આગળ વધે છે ત્યાં જ હૅરી, જિની અને ડ્રૅકો ત્યાં પ્રવેશે છે. તેઓ તરત અળગા થઈ જાય છે.

હર્માયની

હૅરી, જિની અને અને–હું, ઉહ–ડ્રૅકો–સારૂં લાગ્યું તમે આવ્યા તે–

હૅરી

સપનાં. મને ફરીથી સપનાં આવવાં લાગ્યાં છે. એમ તો બંધ જ થયાં નહોતાં.

જિની

અને એલ્બસ ફરીથી ગાયબ થઈ ગયો છે.

ડ્રૅકો

સ્કૉર્પિયસ પણ. મેકગૉનેગૉલની મદદથી અમે આખી શાળા શોધી લીધી. પણ બંને ક્યાંય મળ્યા નહીં.

હર્માયની

હું ઑરર્સને સંદેશ મોકલી તરત જ બોલાવી લઉં છું. હું–

રૉન

ના. એની કોઈ જરૂર નથી. બધું જ બરાબર છે. એલ્બસને મેં હજી ગઈ કાલે રાત્રે જ જોયો. બધું વ્યવસ્થિત છે.

ડ્રેકો

ક્યાં?

બધાં રૉન તરફ ફરીને જુએ છે. તો થોડો મૂંઝાઈ પણ તરત જ પોતાને સંભાળી લે છે.

રૉન

હૉગ્સમીડમાં નેવિલ સાથે હું એકાદ–બે ફાયરવ્હિસ્કીની ચુસ્કીઓ લઈ રહ્યો હતો – અને નિયમ મુજબ – ગામ ગપાટા મારી રહ્યા હતા – અમે દર વખતે કરીએ છીએ એમ – અને અમે પાછા ફરી રહ્યા હતા – બહુ મોડું થઈ ગયું હતું અને કયા ફ્લૂ પાવડરનો ઉપયોગ કરવો એનો વિચાર કરી રહ્યો હતો. કેમ કે આ રીતે ક્યારેક ક્યારેક જરાક વધારે પડતી લેવાઈ જાય ત્યારે બહુ કડક પાવડરનો ઉપયોગ કરવામાં મજા આવતી નથી – અથવા તે તરત જ અસર કરે છે અને કાં તો–

જિની

રૉન, મુદ્દા પર આવે છે કે, અમે બધા ભેગા મળી તારું ગળું ઘોંટી નાખીએ?

રૉન

તે ભાગી ગયો નથી – તે મસ્ત મોજમાં છે – તેને ઉંમરમાં પોતાના કરતાં મોટી ગર્લફ્રેન્ડ મળી ગઈ છે –

હેરી

તેના કરતાં મોટી ગર્લફ્રેન્ડ?

રૉન

પાછી એકદમ ફટાકડી – મસ્ત રૂપેરી વાળ હતા એના. બંનેને છાપરા પર એકસાથે જોયા, ઘુવડખાના પાસે, સ્કૉર્પિયસ સાથે. પણ મને એ સમજાયું નહીં આ સ્કૉર્પિયસ કબાબમાં હડ્ડી બનવા ત્યાં ક્યાં પહોંચી ગયો? પણ ગમ્યું મને, એટલે કે મેં આપેલા પ્રેમના કાઢાની અસર થવા લાગી છે.

હેરીના મગજમાં વિચાર આવે છે. અને એ પછી ડઝનેક બીજા વિચાર આવે છે. આમાંનો એકેય વિચાર સારો નથી.

હૅરી

તેના વાળ – રુપેરી અને જરાક વાદળી હતા કે?

રૉન

અરે હા – રુપેરી અને જરાક વાદળી – એકદમ બરાબર.

હૅરી

તું ડેલ્ફિની ડિગોરીની વાત કરી રહ્યો છે. ઍમૉસ ડિગોરીની – ભત્રીજી.

જિની

પાછો આમાંય સેડ્રિક જ નીકળ્યો?

હર્માયની

એથિલ. ગૉબ્લિન્સ સાથેની બેઠક રદ કરી નાખ.

અંક ત્રીજો દૃશ્ય અઢારમું

સૅન્ટ ઓસ્વાલ્ડ્સ હૉમ ફૉર ઑલ્ડ વિચેસ ઍન્ડ વિઝાર્ડ્સ, ઍમોસનો ઓરડો

હૅરી ઓરડામાં ચાલતો આવે છે, તેના હાથમાં જાદૂની લાકડી ઉગામેલી છે, ડ્રૅકો તેની સાથે છે.

હૅરી

ક્યાં છે એ લોકો?

ઍમોસ

હૅરી પૉટર, શું સેવા કરી શકું છું હું તમારી, સાહેબ? અને ડ્રૅકો મૅલફૉય તમે પણ? મારા તો ભાગ્ય જ ઉઘડી ગયા આજે.

હૅરી

હું બરાબર જાણું છું. તમે મારા દીકરાનો ઉપયોગ કર્યો છે.

ઍમોસ

મેં તમારા દીકરાનો ઉપયોગ કર્યો છે? ના. તમે, ઉલ્ટાનું તમે મારા દેખાવડા છોકરાનો ઉપયોગ કર્યો હતો, સાહેબ.

ડ્રૅકો

હમણાં ને હમણાં કહી દે – એલ્બસ અને સ્કૉર્પિયસ ક્યાં છે નહીં તો ગંભીર પરિણામો ભોગવવાં પડશે.

ઍમોસ

તમારા છોકરાઓ ક્યાં છે એ મને ક્યાંથી ખબર હોય?

ડ્રેકો

આ બધા... આવા બધા ચિત્તભ્રમના નાટક અમારી સામે નહીં ચાલે, ડોસલા. અમને ખબર છે તું તેમની સાથે ધુવડથી સંપર્કમાં છે.

ઍમોસ

મેં એવું કશું જ કર્યું નથી.

હૅરી

ઍમોસ, અઝકાબાન ન જઈ શકાય એટલી ઉંમર હજી થઈ નથી તમારી. છેલ્લે એ બંને હૉગવટ્ર્સના મિનારા પર તમારી ભત્રીજી સાથે દેખાયા હતા અને એ પછી ગાયબ છે.

ઍમોસ

મને જરાય કલ્પના નથી તમે શેના વિશે... *(તેઓ થોભે છે, એક ધબકારો, થોડાક મૂંઝાઈને)* મારી ભત્રીજી?

હૅરી

તમે સાવ છેલ્લી પાયરીએ બેસી જશો એવું મેં ધાર્યું નહોતું – હા, તમારી જ ભત્રીજી, તમે એમ કહેવા માગો છો કે તમારા તત્કાળ આદેશને પગલે એ ત્યાં પહોંચી નહોતી...

ઍમોસ

હા, એમ જ. – મારે કોઈ ભત્રીજી જ નથી.

આ સાંભળીને હૅરી હચમચી જાય છે.

ડ્રેકો

હા, છે. તમારી જ ભત્રીજી છે તે. નર્સ તરીકે કામ કરે છે અહીં. તમારી ભત્રીજી... ડેલ્ફિની ડિગોરી.

ઍમોસ

મને પૂરેપૂરી ખાતરી છે કે, મારી કોઈ ભાણેજી કે ભત્રીજી નથી. કેમ કે મને કોઈ ભાઈ કે બહેન જ નથી. અને ન તો મારી પત્નીને કોઈ ભાઈભાંડું હતાં.

હૅરી અને ડ્રેકો એકમેક તરફ જુએ છે – બંનેને સમજાય છે આનો અર્થ શો છે.

ડ્રેકો

આપણે શોધી કાઢવું જોઈએ કોણ છે આ છોકરી – હમણાં જ.

અંક ત્રીજો દૃશ્ય ઓગણીસમું

હૉગવર્ટ્સ, ક્વિડિચનું મેદાન

આપણે ડેલ્ફીથી શરૂ કરીએ છીએ, પોતાની બદલાયેલી ઓળખની એક-એક ક્ષણનો તે આનંદ લઈ રહી છે. અગાઉની અસ્વસ્થતા અને અસુરક્ષિતતાની જગ્યાએ હવે તેનામાં દૃઢતા અને સત્તા દેખાય છે.

એલ્બસ

આપણે ક્વિડિચના મેદાનમાં શું કરી રહ્યાં છીએ?

સ્કૉર્પિયસ ઝડપથી ગણતરી કરી રહ્યો છે.

સ્કૉર્પિયસ

ટ્રાઈવિઝાર્ડ ટૂર્નામેન્ટ. ત્રીજી કામગીરી. ચક્રવ્યુહ. આ જ જગ્યાએ હતું ચક્રવ્યુહ. આપણે સેડ્રિકને બચાવવા પાછા જઈ રહ્યાં છીએ.

ડેલ્ફી

હા, એ બીજા છોકરાને હંમેશ માટે બચાવવાનો સમય આવી ગયો છે. સેડ્રિકને બચાવવા માટે આપણે ફરીથી ભૂતકાળમાં જઈશું અને સ્કૉર્પિયસે જોયું હતું એ વિશ્વની પુનર્સ્થાપના પણ કરશું...

સ્કૉર્પિયસ

નરક. તારે નરકની પુનર્સ્થાપના કરવી છે?

ડેલ્ફી

મારે શુદ્ધ અને શક્તિશાળી જાદૂના કાળમાં પાછા ફરવું છે. મારે કાળા જાદૂનો પુનર્જન્મ કરાવવો છે.

સ્કૉર્પિયસ

તું વોલ્ડેમૉર્ટને પાછો લાવવા માગે છે?

ડેલ્ફી

જાદૂઈ વિશ્વનો એકમાત્ર ખરો શાસક. તે પાછો ફરશે... (*એક ધબકારો.*) તમે બંનેએ પહેલી બંને કામગીરીમાં જાદૂઈ મંત્રોથી અંતરાય નાખ્યો હતો. અને બંનેમાં ઓછામાં ઓછી બે વાર મુલાકાત લીધી હતી. અને હવે મારે એ સમયમાં ફરીવાર જઈ ઉઘાડા પડી જવાનો કે તેમાં કોઈ ગરબડ કરવાનો કોઈ ઈરાદો નથી. ત્રીજી કામગીરી હજી પણ ખુલ્લી છે, આથી ત્યાંથી જ શરૂઆત કરીશું, બરાબર ને?

એલ્બસ

અમે તેને નહીં રોકીએ – તું અમારા પર ગમે એટલી બળજબરી કરીશ તોય – અમે બસ એટલું જ જાણીએ છીએ કે, તેણે મારા ડેડ સાથે આ સ્પર્ધામાં જીત મેળવવી જોઈએ.

ડેલ્ફી

તમે તેને માત્ર રોકો એવું હું નથી ઈચ્છતી. હું ઈચ્છું છું કે, તમે તેને બરાબરનો અપમાનિત કરો. એ ચક્રવ્યુહમાંથી તે નગ્નાવસ્થામાં જાંબલી રંગના પીંછાવાળા ઝાડુ પર ઊડતો બહાર આવવો જોઈએ. તમે આજ સુધી અહીં પહોંચ્યા એ તેનું અપમાન અને માનહાનિ કરીને, અને હવે ફરીવાર સેડ્રિકનું અપમાન કરીને આપણે આપણા ધ્યેયને સાધ્ય કરીશું. અને ભવિષ્યવાણી સાચી ઠરશે.

સ્કોર્પિયસ

એવી કોઈ ભવિષ્યવાણી વિશે મને કોઈ જાણ નથી – કેવી ભવિષ્યવાણી?

ડેલ્ફી

સ્કોર્પિયસ. વિશ્વ કેવું હોવું જોઈએ, એનો નમૂનો તેં જોયો છે. અને એ વિશ્વ પાછું ફરે એ વાતની ખાતરી આજે આપણે કરશું.

એલ્બસ

અમે નહીં કરીએ. તારી એકેય વાત અમે માનવાના નથી. તું ગમે તે હોય અને અમારી પાસે જે કંઈ કરાવવાની તારી ઈચ્છા હોય.

ડેલ્ફી

તમે કરશો જ, નહીં કરો તો જશો ક્યાં...

એલ્બસ

તારે મારા પર ઈમ્પેરિયો મંત્રનો ઉપયોગ કરવો પડશે. તારે મને તારા અંકુશ હેઠળ લેવો પડશે.

ડેલ્ફી

જરાય નહીં. ભવિષ્યવાણીને સાચી પાડવી હશે તો, તારે જ કરવું પડશે. તારી કઠપૂતળીએ નહીં... તારે જ સેડ્રિકનું અપમાન કરવું પડશે, આથી ઈમ્પેરિયોથી કામ નહીં ચાલે – મારે તમારા બંને પર કોઈ બીજા માર્ગથી દબાણ લાવવું પડશે.

તે પોતાની જાદૂઈ લાકડી બહાર કાઢે છે. તેને એલ્બસ તરફ તાકે છે, પોતાની હડપચી ઉપર કરી મક્કમપણે ઊભી રહે છે.

એલ્બસ

તારાથી થઈ શકે એટલું ખરાબમાં ખરાબ કર.

ડેલ્ફી તેની તરફ જુએ છે. અને પછી પોતાની જાદૂઈ લાકડી સ્કૉર્પિયસ તરફ વાળે છે.

ડેલ્ફી

એ તો હું કરીશ જ.

એલ્બસ

ના!

ડેલ્ફી

બરાબર, મને લાગ્યું જ હતું – આ બાબત તને વધુ ડરાવશે.

સ્કૉર્પિયસ

એલ્બસ, મારી ચિંતા છોડી દે, એને જે કરવું હોય એ કરવા દે – પણ આપણે તેને આ કરવા દેવાના નથી–

ડેલ્ફી

ક્રુશિયો!

સ્કૉર્પિયસ પીડાથી ચીસાચીસ કરી મૂકે છે.

એલ્બસ

હું કરીશ...

ડેલ્ફી *(દુષ્ટપણે હસે છે)*

તને શં લાગ્યું? તારી હેસિયત શું છે આ દુનિયામાં? આખા જાદૂઈ વિશ્વની નિરાશા? પરિવારના નામ પર કલંક? એક બિનજરૂરી છોકરો? તારા એકના એક મિત્રને હું ઈજા ન પહોંચાડું એટલું જ તને જોઈએ છે ને? તો પછી, હું કહું એ તારે કરવું પડશે.

તે એલ્બસ તરફ જુએ છે. તેની આંખોમાં હજી પણ વિરોધ દેખાય છે.

નહીં કરે? કુશિયો?

એલ્બસ

બંધ કર! પ્લીઝ.

ક્રેગ દોડતો આવે છે. તે એકદમ જોશમાં છે.

ક્રેગ બાવકર જુનિયર

સ્કોર્પિયસ? એલ્બસ? બધા શોધી રહ્યા છે તમને –

એલ્બસ

ક્રેગ! અહીંથી જા. અમને મદદની જરૂર છે!

ક્રેગ

ચાલી શું રહ્યું છે અહીં?

ડેલ્ફી

આવાડા કેડાવરા!

ડેલ્ફી રંગભૂમિના એક છેડેથી બીજા છેડે લીલા પ્રકાશનો ધડાકો કરે છે. ક્રેગ તેની અસરને કારણે હવામાં ઉછળીને પાછળ ફેંકાય છે – અને તરત જ મૃત્યુ પામે છે. પૂર્ણપણે શાંતિ છવાઈ જાય છે. બહુ લાંબા સમય સુધી શાંતિ પથરાયેલી રહે છે.

સમજાયું તને? અહીં જે કંઈ ચાલી રહ્યું છે એ બચ્ચાઓની રમત નથી. મારા માટે તું મહત્ત્વનો છે, તારા મિત્રો સાથે મને કોઈ નિસબત નથી.

એલ્બસ અને સ્કોર્પિયસ ક્રેગના મૃતદેહને જોઈ રહ્યા છે – તેમનું મગજ બહેર મારી ગયું છે.

તારી નબળાઈ શોધવામાં મને ઘણો સમય લાગ્યો હતો, એલ્બસ પૉટર. મને લાગ્યું કે તારૂં સ્વાભિમાન અથવા તારા પિતા પર છાપ પાડવાની ધુનકી તારા માથા પર સવાર હશે, પણ પછી મને સમજાયું કે, તારી નબળાઈ એ જ છે, જે તારા બાપની નબળાઈ હતી – દોસ્તી, મિત્રતા, યારી. તને કહેવામાં આવે એ જ તું કરીશ, નહીંતર, સ્કોર્પિયસ માર્યો જશે, જે રીતે પેલો બીજો છોકરો માર્યો ગયો હતો.

તે બંને છોકરાઓને ધ્યાનથી જુએ છે.

વોલ્ડેમૉર્ટ પાછો ફરશે અને ઑગુરી તેની પડખે બેસશે. જેમ ભવિષ્યવાણીમાં કહેવાયું છે એ રીતે જ. 'જ્યારે બીજા છોકરાને બચાવી લેવાશે, જ્યારે સમય પાછળ સરકશે, જ્યારે પૂર્વે ન જોયેલો છોકરો કરશે પોતાના પિતાની હત્યાઃ ત્યારે શેતાની શહેનશાહ પાછો આવશે.'

તે સ્મિત કરે છે. સ્કૉર્પિયસને પોતાની તરફ દુષ્ટપણે ખેંચે છે.

એ બીજો છોકરો સેડ્રિક અને એલ્બસ –

એલ્બસને પણ તે જોરથી ખેંચે છે.

–પૂર્વે ન જોયેલો છોકરો સમયને ફરીથી લખીને પોતાના પિતાની હત્યા કરશે અને ત્યારે શેતાની શહેનશાહ પાછો આવશે.

ટાઈમ–ટર્નર ટિક ટિક કરતું ફરવા લાગે છે. તે બંને છોકરાઓના હાથ તેના પર ખેંચી જાય છે.

હવે!

અને ત્યાંજ પ્રકાશની રાક્ષસી જ્યોત થાય છે. કાનમાં ધાક બેસી જાય એવો અવાજ થાય છે અને સમય થંભી જાય છે. અને એ પછી સમય જાણે કે પડખું ફેરવે છે, ક્ષણેક વિચાર કરે છે, અને પછી પાછળની તરફ સરકવા લાગે છે. શરૂઆતમાં તેની ગતિધીમી છે...

પણપછી સમયની પાછળ જવાની ગતિએકાએક વધી જાય છે.

અને પછી તેમાંથી શોષી લેવા જેવો અવાજ આવે છે. અને એક ધડાકો.

અંક ત્રીજો દૃશ્ય વીસમું

ટ્રાઈવિઝાર્ડ ટૂર્નામેન્ટ, ચક્રવ્યુહ, 1995

વાડથી બનેલો ચક્રવ્યુહ ગોળાકાર છે અને તે સતત ગતિમાન છે. ડેલ્ફી તેમાંથી દૃઢ નિર્ધાર સાથે આગળ વધી રહી છે. પોતાની પાછળ એલ્બસ અને સ્કૉર્પિયસને ઘસડતા લાવી રહી છે. તેમના હાથ બાંધેલા છે, તેમના પગ અનિચ્છાએ આગળ વધી રહ્યા છે.

લ્યુડો બૅગમેન

મહેરબાનો અને કદરદાનો, ભાઈઓ અને બહેનો, છોકરાઓ અને છોકરીઓ, હું તમારા માટે લઈ આવ્યો છું – દુનિયાની સૌથી અદભુત અને એકમાત્ર, એક અને માત્ર એક જ એવી ટ્રાઈવિઝાર્ડ ટૂર્નામેન્ટ!

તાળીઓના ગડગડાટ અને ચિચિયારીઓનો અવાજ આવે છે. ડેલ્ફી ડાબી તરફ વળે છે.

તમે હૉગવર્ટ્સમાંથી છો? તો ચીયર કરો.

જવાબમાં જોરદાર અવાજ આવે છે.

તમે ડર્મસ્ટ્રૅન્ગમાંથી છો? તો ચીયર કરો.

ફરીથી મોટો અવાજ આવે છે.

અને તમે જો બૉબેટોન્સમાંથી હો તો કરો જોરદાર અવાજ...

વધુ પડતો જોરદાર અવાજ આવે છે.

એક વાડ તેમની વધુ પડતી નજીક આવી જવાને કારણે ડેલ્ફી અને છોકરાઓને આગળ સરકવાની ફરજ પડે છે.

આખરે ફ્રેન્ચ મિત્રોએ આપણને દેખાડી દીધું છે કે, અહીં સુધી પહોંચવાની ક્ષમતા તેમનામાં છે. ભાઈઓ અને બહેનો, હું તમારી

સામે રજૂ કરૂં છું – ટ્રાઈવિઝાર્ડ ટૂર્નામેન્ટની અંતિમ કામગીરી. રહસ્યોનો ચક્રવ્યુહ, નિરંકુશ અંધકારનું ઝાળું, તો થઈ જવા દો આ ભૂલભૂલામણી માટે એક જયઘોષ.

વિકટર ક્રમ મંચ પરથી પસાર થઈ સામી બાજુએ જાય છે, ચક્રવ્યુહમાંથી પસાર થતો.

ને આ સાકાર દુઃસ્વપ્નમાંથી પસાર થવાનું જોખમ શેના માટે લેવાનું? કેમ કે આ ચક્વ્યુહની અંદર છે એક કપ – અને એ માત્ર એક કપ નથી મિત્રો – હા, ટ્રાઈવિઝાર્ડ ટ્રૉફી છે એ, જે આ ઝાડી-ઝાંખરામાં ક્યાંક સંતાડી રાખવામાં આવી છે.

ડેલ્ફી

ક્યાં છે એ? સેડ્રિક ક્યાં છે?

એક વાડ એલ્બસ અને સ્કૉર્પિયસને કાપી નાખે એટલા નજીકથી પસાર થાય છે.

સ્કૉર્પિયસ

આ વાડ પણ આપણને મારી નાખવા માગે છે? આ તો જાણે સ્પર્ધા જ લાગી છે.

ડેલ્ફી

જરા પગ ઉપાડો તમે બંને, નહીંતર આનાં પરિણામ ભોગવવાં તૈયાર રહેજો.

લ્યુડો બૅગમેન

માર્ગમાં જોખમો-સંકટો અપાર છે, પણ ઈનામ પણ અપરંપાર છે. લડત આપતાં કોણ પહોંચશે છેવટ સુધી? છેલ્લા તબક્કામાં કોણ ઘૂંટણિયા ટેકવશે? આપણી વચ્ચે કોણ છે બહાદુર? એ તો માત્ર સમય જ કહેશે, બહેનો અને ભાઈઓ, એ તો આવનારી ઘડી જ નક્કી કરશે.

તેઓ ચક્વ્યુહમાંથી પસાર થઈ રહ્યાં છે, સ્કૉર્પિયસ અને એલ્બસને ડેલ્ફી ફરજ પાડી રહી છે. ડેલ્ફી થોડા અંતરે આગળ ચાલી રહી છે, એટલામાં છોકરાઓને વાત કરવાની તક મળી જાય છે.

સ્કૉર્પિયસ

એલ્બસ, આપણે કંઈક કરવું જોઈએ.

એલ્બસ

ખબર છે મને, પણ શું? તેણે તો આપણી જાદૂઈ લાકડીઓ પણ તોડી નાખી છે, આપણા હાથ બાંધી નાખ્યા છે અને તને મારી નાખવાની ધમકી પણ આપી રહી છે.

સ્કૉર્પિયસ

વોલ્ડેમોર્ટ પાછો આવતો અટકતો હોય તો, હું મરવા પણ તૈયાર છું.

એલ્બસ

ખરેખર?

સ્કૉર્પિયસ

તને મારા માટે બહુ લાંબો સમય શોક પાળવો નહીં પડે. મને માર્યા બાદ એ તરત તને પણ મારી જ નાખશે.

એલ્બસ *(વ્યાકુળ થઈને)*

ટાઈમ–ટર્નરમાં એક દોષ છે ને, પાંચ મિનિટનો નિયમ. સમય પસાર કરવા માટે આપણાથી થતું બધું જ આપણે કરી છૂટશું.

સ્કૉર્પિયસ

પણ એનાથી કામ નહીં થાય.

વધુ એક વાડ પોતાની દિશા બદલે છે, ડેલ્ફી એલ્બસ અને સ્કૉર્પિયસને પોતાની પાછળ ખેંચે છે. વિષાદના આ ચક્રવ્યુહમાં તેઓ આગળ વધી રહ્યાં છે.

લ્યુડો બૅગમેન

તો ચાલો, એકવાર હું તમને અત્યારની ક્રમવારીથી જરા વાકેફ કરાવી દઉં! પહેલા સ્થાન પર બે જણ છે – શ્રીમાન સેડ્રિક ડિગોરી અને શ્રીમાન હૅરી પૉટર. બીજા ક્રમ પર છે – શ્રીમાન વિક્ટર ક્રમ! અને ત્રીજા ક્રમાંક પર આશ્ચર્યકારકપણે છે, ફ્લર ડેલાકોર.

અચાનક એક ચક્રવ્યુહમાંથી એલ્બસ અને સ્કૉર્પિયસ બહાર આવે છે, તેઓ દોડી રહ્યા છે.

એલ્બસ

ક્યાં જતી રહી પેલી?

સ્કૉર્પિયસ

એનાથી કોઈ ફરક પડે છે? તને શું લાગે છે, ક્યાં ગઈ હશે?

તેમની પાછળથી ડેલ્ફી ઊંચેથી બહાર આવે છે. તે ઊડી રહી છે, અને તે પણ ઝાડુ વિના.

ડેલ્ફી

અરેરે બિચારા છોકરા...

તે બંનેને જમીન પર પછાડે છે.

મને થાય આપીને છટકી જશો, એવું લાગે છે તમને?

એલ્બસ (*આશ્ચર્યચકિત થઈને*)

તું ઝાડુ વિના ઊડી રહી છે?

ડેલ્ફી

ઝાડુ – સાવ હલકી અને તદ્દન બિનજરૂરી વસ્તુ. ત્રણ મિનિટ પૂરી થઈ ગઈ છે. આપણી પાસે બસ બે જ મિનિટ બચી છે. અને મેં જે કહ્યું છે એ પ્રમાણે જ તમે બંને કરશો.

સ્કૉર્પિયસ

ના. અમે નહીં કરીએ.

ડેલ્ફી

તમને લાગે છે, તમે મારી સામે લડી શકો છો?

સ્કૉર્પિયસ

ના. પણ અમે તારી અવગણના તો કરી જ શકીએ છીએ. અમારે જીવ ગુમાવવો પડે તોય અમને વાંધો નથી.

ડેલ્ફી

ભવિષ્યવાણીને સાચી તો પાડવી જ પડશે. આપણે જ સાચી પાડશું.

સ્કૉર્પિયસ

ભવિષ્યવાણીઓને તોડી પણ શકાય છે.

ડેલ્ફી

આ તારી ગેરસમજ છે. બચ્ચા. ભવિષ્યવાણી જ ભવિષ્ય છે.

સ્કૉર્પિયસ

પણ જો ભવિષ્ય અનિવાર્ય જ હોય તો આપણે તેના પર અસર પાડવા માટે આ બધી કવાયત શા માટે કરી રહ્યાં છીએ? તારા વિચાર અને તારાં પગલાં વચ્ચે વિરોધાભાસ છેઃ તું અમને આ

ચક્રવ્યુહમાંથી ઘસડી રહી છે, કેમ કે તને લાગે છે કે, તને લાગે છે કે, આ ભવિષ્યવાણીને સાચી પાડવા માટે આપણે વધુ પ્રયત્નો કરવા જોઈએ – અને આ તર્ક મુજબ, ભવિષ્યવાણીને સાચી પડતી રોકી શકાય છે, તોડી શકાય છે.

ડેલ્ફી

તારૂં મોઢું બહુ ચાલે છે, છોકરા. ક્રુશિઓ!

સ્કૉર્પિયસ વેદનાથી અસહાય થઈ જાય છે.

એલ્બસ

સ્કૉર્પિયસ!

સ્કૉર્પિયસ

એલ્બસ, તને કસોટી જોઈતી હતી ને – આ જ સમય છે – અને આપણે તેમાંથી સફળતાપૂર્વક પસાર થઈ દેખાડશું.

એલ્બસ સ્કૉર્પિયસ તરફ જુએ છે, શું કરવાનું છે એ છેવટે તેને પૂર્ણપણે સમજાય છે.

તે માથું ધુણાવે છે.

ડેલ્ફી

તો મરવા તૈયાર થઈ જાવ.

એલ્બસ *(પૂર્ણ જોશમાં આવીને)*

હા. અમે તૈયાર છીએ. અને એના કારણે તને રોકી શકાતી હોય તો અમે હસતા મોઢે મોતને પણ વહાલું કરશું.

ડેલ્ફી ઊંચી ઉડાણ ભરે છે, તે બરાબરની ગુસ્સે ભરાઈ છે.

ડેલ્ફી

આપણી પાસે આ બધા માટે સમય નથી. ક્રુ –

રહસ્યમય અવાજ

ઍક્સપેલિયાર્મસ!

ધડાકો. ડેલ્ફીની જાદૂઈ લાકડી તેના હાથમાંથી ખેંચાઈ જાયે છે. સ્કૉર્પિયસ આશ્ચર્યચકિત થઈને જુએ છે.

બ્રેકિયાબાઈન્ડો!

અને ડેલ્ફી બંધાઈ જાય છે. સ્કૉર્પિયસ અને એલ્બસ બંને સાથે મળીને આશ્ચર્યચકિત થઈને જુએ છે. આ મંત્રનો કડાકો ક્યાંથી

થયો એ તરફ તેઓ જુએ છે. ત્યાં તેમને એક યુવાન અને દેખાવડો, સત્તર વર્ષનો કિશોર દેખાય છે. એ સેડ્રિક છે.

સેડ્રિક

આગળ વધ્યા છો, તો ખબરદાર.

સ્કૉર્પિયસ

પણ તું તો...

સેડ્રિક

હું સેડ્રિક ડિગોરી. મેં તમારી બૂમો સાંભળી. એટલે મારે આવવું જ પડ્યું અહીં. તમારાં નામ બોલો, રાક્ષસો, અને પછી થઈ જવા દો બે–બે હાથ.

એલ્બસ ગડથોલાં ખાય છે, તે આશ્ચર્યમાં છે.

એલ્બસ

સેડ્રિક?

સ્કૉર્પિયસ

તેં અમને બચાવી લીધા.

સેડ્રિક

અને તમે પણ કામગીરીનો ભાગ છો? કામગીરીમાંના અંતરાય? બોલો. મારે તમને પણ હરાવવાના છે?

શાંતિ ફેલાઈ જાય છે.

સ્કૉર્પિયસ

ના. તારે બસ અમને બચાવવાના છે. એ જ કામગીરી હતી.

સેડ્રિક વિચારમાં પડી જાય છે. તે વિચારી રહ્યો છે, આ કોઈ છટકું તો નથી ને, અને પછી પોતાની જાદૂઈ લાકડી ફેરવે છે.

સેડ્રિક

ઈમૅન્સિપેર! ઈમૅન્સિપેર!

બંને છોકરા બંધનમાંથી મુક્ત થઈ જાય છે.

તો હવે હું જઈ શકું ને આગળ? ચક્વ્યુહના અંત તરફ?

બંને છોકરા સેડ્રિકને જુએ છે. તેના માટે આ ચક્વ્યુહ પૂરો કરવાનો ચોક્કસ અર્થ શો થાય છે, તે આ બંને જાણે છે.

એલ્બસ
મને લાગે છે તારે પૂરો કરવો જોઈએ ચક્રવ્યુહ.

સેડ્રિક
તો મારે કરવું જ જોઈએ.

સેડ્રિક આત્મવિશ્વાસ સાથે આગળ વધે છે. એલ્બસ તેને જતા જઈ રહ્યો છે – તેને કંઈક કહેવા તે ઉતાવળો થયો છે, પણ શું કહેવું એ વિશે તે સ્પષ્ટ નથી.

એલ્બસ
સેડ્રિક –

સેડ્રિક પાછળ વળી ને તેને જુએ છે.

તારા ડેડ તને બહુ પ્રેમ કરે છે.

સેડ્રિકના કપાળ પર સળ પડે છે. તેને આશ્ચર્ય થાય છે.

સેડ્રિક
શું?

તેમની પાછળ, ડેલ્ફીનું શરીર હિલચાલ કરે છે. તે જમીન પર ઘસડાઈ રહી છે.

એલ્બસ
આ તો બસ મને વિચાર આવ્યો, તને ખબર હોવી જોઈએ ને.

સેડ્રિક *(આનો શો અર્થ તારવવો એની મથામણમાં)*
ઠીક છે. અં. થૅન્ક યુ.

સેડ્રિક એલ્બસ તરફ વધુ એક ક્ષણ માટે જુએ છે, અને પછી ચાલવા માંડે છે. ડેલ્ફી પોતાના ઝભ્ભામાંથી ટાઇમ–ટર્નર કાઢે છે. સ્કૉર્પિયસ તેને આવું કરતા જોઈ લે છે.

સ્કૉર્પિયસ
એલ્બસ!

એલ્બસ
ના. ઊભો રહે...

સ્કૉર્પિયસ
ટાઈમ–ટર્નર ટિક ટિક ફરવા લાગ્યું છે... જો પેલી શું કરી રહી છે... તે આપણને છોડી ને જઈ શકે નહીં.

એલ્બસ અને સ્કોર્પિયસ બંને ટાઈમ–ટર્નરનો ગમે તે ભાગ પકડવા માટે મરણિયા થાય છે. ત્યાં પ્રકાશનો મહા પ્રચંડ શેરડો દેખાય છે. મોટો અવાજ આવે છે.

અને સમય થોભી જાય છે. અને પછી પાસું બદલે છે. ક્ષણભર વિચાર કરી ને પછી પાછળ ફરવા લાગે છે. શરૂઆતમાં ધીમી ગતિએ... અને પછી તેની ગતિ વધી જાય છે.

એલ્બસ...

એલ્બસ

શું કરી નાખ્યું આ આપણે?

સ્કોર્પિયસ

આપણે ટાઈમ–ટર્નર સાથે જવું બહુ જરૂરી હતું. આપણે તેને રોકવાની કોશિષ કરવી જોઈતી હતી.

ડેલ્ફી

મને રોકવાના હતા? તમને શું લાગે છે, તમે મને રોકી પાડી? બહુ થયા તમારા નાટક.

તે ટાઈમ–ટર્નરને કચડી નાખે છે. ટાઈમ–ટર્નર હજારો ટુકડાઓમાં વિભાજીત થઈ ધડાકાભેર ઊડે છે.

સેડ્રિકનો ઉપયોગ કરીને દુનિયામાં અંધકાર ફેલાવવાના મારા પ્રયાસને તમે કદાચ નિષ્ફળ બનાવ્યો હશે, પણ કંઈ વાંધો નહીં. તારી વાત કદાચ સાચી છે સ્કોર્પિયસ – કદાચ ભવિષ્યવાણી ટાળી શકાતી હશે, કદાચ તેને તોડી પણ શકાતી હશે. પણ એમાં કોઈ શંકા નથી કે, તમારા જેવા ત્રાસદાયક, નક્કામા મગતરાંઓનો ઉપયોગ કરીને હું કંટાળી ગઈ છું. તમારા બંને પર એકેય બહુમૂલ્ય ક્ષણ હવે વેડફવા જેવી નથી. કોઈક નવો ઉપાય અજમાવવાની ઘડી આવી ગઈ છે.

ડેલ્ફી ફરીથી હવામાં ઉપર ચડે છે. વિજયી મુદ્રામાં હાસ્ય કરતા દૂર ઊડી જાય છે.

બંને છોકરાઓ તેનો પીછો કરવાનો પ્રયાસ કરે છે. પણ તેના સુધી પહોંચવાની જરાય શક્યતા નથી. તે ઊડી રહી છે. છોકરાઓ દોડી રહ્યા છે.

એલ્બસ

ના...ના... તું આવું ન કરી શકે...

સ્કૉર્પિયસ પાછળ વળે છે અને ટાઇમ-ટર્નરના ટુકડા એકઠા કરવાનો પ્રયાસ કરે છે.

ટાઇમ-ટર્નર? આના તો ભુક્કા બોલી ગયા છે, યાર.

સ્કૉર્પિયસ

એકદમ. આપણે હવે આ કાળમાં ફસાઈ ગયા છીએ. જે કોઈ પણ સમયમાં આપણે છીએ. તેના મનમાં ખબર નહીં શું કારસ્તાન ચાલી રહ્યું છે.

શું થયું છે એ સમજવાના પ્રયાસમાં એલ્બસ વ્યાકુળતાથી આસપાસ જોઈ રહ્યો છે.

એલ્બસ

હૉગવર્ટ્સ એવું જ દેખાય છે.

સ્કૉર્પિયસ

હા. અને અહીં આપણે કોઈનીય નજરે પડીએ એ નહીં ચાલે. કોઈ આપણને જુએ એ પહેલા ચાલ જલ્દી કર.

એલ્બસ

આપણે તેને રોકવી જોઈએ, સ્કૉર્પિયસ.

સ્કૉર્પિયસ

મને ખબર છે – પણ કઈ રીતે?

અંક ત્રીજો દૃશ્ય એકવીસમું

સૅન્ટ ઓસ્વાલ્ડ્સ હૉમ ફૉર ઑલ્ડ વિચેસ ઍન્ડ વિઝાર્ડ્સ, ડેલ્ફીનો ઓરડો

ઓક લાકડાથી આચ્છાદિત સાવ સામાન્ય અને સાદા ઓરડામાં હૅરી, હર્માયની, રૉન, ડ્રૅકો અને જિની આજુબાજુ નજર ફેરવી રહ્યા છે.

હૅરી

તેણે ઍમૉસ પર કન્ફન્ડસ મંત્રનો ઉપયોગ કર્યો હોવો જોઈએ. અહીંના બધા જ લોકો પર તેણે આ મંત્ર માર્યો હશે. નર્સ બનવાનું નાટક કર્યું હશે અને ઍમૉસની ભત્રીજી હોવાનો ડોળ કર્યો હશે.

હર્માયની

મેં હમણાં જ મંત્રાલયમાં તપાસ કરી – પણ ત્યાં તેનો કોઈ રેકૉર્ડ મળ્યો નથી. તે અદૃશ્ય છે.

ડ્રૅકો

સ્પેશિયાલિસ રેવેલિયો!

બધા ડ્રૅકો તરફ વળીને જુએ છે. તે શુષ્કપણે બધાની સામે જુએ છે.

એમાં એવું છે ને કે, મેં પ્રયત્ન કરી જોયો. તમે બધા શેની રાહ જોઈ રહ્યાં છો? આપણી પાસે કોઈ જ માહિતી નથી, એટલે ઓરડામાંથી કંઈક પગેરું મળે એવી આશા આપણે રાખવી રહી.

જિની

તેણે ક્યાંક કંઈક સંતાડ્યું હશે? ઓરડો તો એકદમ વ્યવસ્થિત લાગે છે.

રૉન

આ ભીંતની પાછળ, અહીંની ભીંત પાછળ કંઈક સંતાડ્યું હોવું જોઈએ.

ડ્રૅકો

કે પછી પલંગ?

ડ્રૅકો પલંગની જડતી લેવા માંડે છે, જિની લૅમ્પનું નિરીક્ષણ કરી રહી છે અને બાકીનાઓ ભીંતમાં શોધી રહ્યાં છે.

રૉન *(ભીંત પર ઠોકતાં–ઠોકતાં બૂમ પાડે છે)*

શું સંતાડ્યું છે તેં? શું છે તારી અંદર?

હર્માયની

મને લાગે છે કે આપણે બધા થોડીવાર માટે રોકાઈ જઈએ અને બરાબર વિચાર કરીએ કે –

જિની તેલના દીવાની ઉપરની ચિમની ખોલે છે. તેમાંથી શ્વાસોચ્છવાસનો અવાજ આવે છે. અને પછી ફૂંફાડા જેવા શબ્દો સંભળાય છે. બધાનું ધ્યાન આ તરફ ખેંચાય છે.

શું હતું એ?

હૅરી

મને ક્યાંથી સમજાવાનું – સર્પભાષા છે એ.

હર્માયની

શું કહ્યું તેણે?

હૅરી

મને શું ખબર...? વોલ્ડેમૉર્ટ મર્યો ત્યારથી મને સર્પભાષા સમજાતી નથી.

હર્માયની

અને તારા જખમમાં સણકા પણ ઉપડ્યા નથી.

હૅરી હર્માયનીને જુએ છે.

હૅરી

તે કહે છે, 'ઑગુરીનું સ્વાગત છે'. મને લાગે છે કે મારે તેને ખુલવાનો આદેશ આપવો જોઈએ...

ડ્રેકો

તો આપને આદેશ.

હૅરી પોતાની આંખ બંધ કરે છે. તે સર્પભાષામાં કંઈક બબડે છે.

તેમની આસપાસના ઓરડાનું રૂપ બદલાવા લાગે છે, વધુ ભયાવહ અને વધુ ગંભીર. સળવળતાં દોરેલા સાપ બધી દીવાલોમાંથી બહાર આવે છે.

તેમના શરીર પર ચળકતા રંગોમાં લખેલું છે – એક ભવિષ્યવાણી.

આ શું છે?

રૉન

'જ્યારે બીજા છોકરાને બચાવી લેવાશે, જ્યારે સમય પાછળ સરકશે, જ્યારે પૂર્વે ન જોયેલા છોકરાઓ કરશે પોતાના પિતાની હત્યાઃ ત્યારે શેતાની શહેનશાહ પાછો આવશે.'

જિની

ભવિષ્યવાણી. એક નવી ભવિષ્યવાણી.

હર્માયની

સેડ્રિક – સેડ્રિકનો ઉલ્લેખ બીજા છોકરા તરીકે કરાતો.

રૉન

જ્યારે સમય પાછળ સરકશે – તેની પાસે હશે ટાઈમ–ટર્નર, બરાબર ને?

તેમના ચહેરા ઉતરી જાય છે.

હર્માયની

હોવું જ જોઈએ.

રૉન

પણ તેને સ્કૉર્પિયસ કે એલ્બસની જરૂર શા માટે પડે?

હૅરી

કેમ કે, હું તેનો પિતા છું – જેણે પોતાના દીકરાને જોયો નથી. તેને સમજ્યો નથી.

ડ્રેકો

છે કોણ આ છોકરી? આ બધાનું આટલું બધું વળગણ?

જિની

આનો જવાબ છે મારી પાસે, કદાચ.

બધા તેની તરફ વળે છે. તે છત તરફ આંગળી ચીંધે છે... બધાના ચહેરા વધુ ઉતરી જાય છે અને તેના પર ભય ફરી વળે છે.

ઑડિયોરિયમની દીવાલો પર શબ્દો પ્રગટ થાય છે – ભયાનક શબ્દ, ખતરનાક શબ્દ.

'હું કાળા જાદૂનો પુનર્જન્મ કરાવીશ. હું મારા પિતાને પાછા લાવીશ.'

રૉન

ના. તે ન હોઈ શકે...

હર્માયની

આ કઈ રીતે શક્ય છે?

ડ્રેકો

વોલ્ડેમૉર્ટને દીકરી હતી?

બધા જ ભયભીત દેખાય છે. જિની હૅરીનો હાથ પોતાના હાથમાં લે છે.

હૅરી

ના, ના, શક્ય જ નથી. આવું તો બની જ ન શકે.

રંગમંચ પર અંધકાર ફરી વળે છે.

મધ્યાંતર

ભાગ બીજો

અંક ચોથો

અંક ચોથો દૃશ્ય પહેલું

જાદૂ મંત્રાલય, ગ્રાન્ડ મીટિંગ રુમ

દેશ–દેશાવરના તમામ જાદૂગરો અને જાદૂગરણીઓ આ ગ્રાન્ડ મીટિંગ રુમમાં હૈયે હેયું દળાય એટલી સંખ્યામાં એકઠા થયા છે. આ પહેલા ક્યારેય જોયા ન હોય એટલા. તેમના ચહેરા પર ચિંતાના ભાવ સ્પષ્ટ દેખાય છે. ઉતાવળે બનાવવામાં આવેલા એક મંચ પર હર્માયની ચડે છે. રુમમાં શાંતિ ફેલાય એ માટે તે હાથ ઊંચો કરે છે. બધા શાંત થઈ જાય છે. તે શું જવાબ આપે છે એ બાબતને લઈને ઉત્સુકતા અને ઉચાટ દરેકને છે. આટલી સહજતાથી બધા શાંત થઈ ગયા એ બાબતથી તેને પણ આશ્ચર્ય થાય છે. તે પોતાની આસપાસ ધ્યાનથી જુએ છે.

હર્માયની

સૌનો આભાર. તમે બધા આટલી મોટી સંખ્યામાં હાજર રહ્યા છો, મને અત્યંત આનંદ થાય છે – મારી બીજી – અસાધારણ સામાન્ય સભામાં મારે કેટલીક વાતો કરવી છે – અમે તમારા પ્રશ્નો સાથે કામ પાડીએ છીએ – અને અનેક પ્રશ્નો તથા શંકાઓ ઉપસ્થિત થવાના છે – પણ, એ બધું મારૂં બોલવાનું પૂરૂં થયા બાદ.

તમારામાંના ઘણા જાણે જ છે કે, હૉગવર્ટ્સમાં એક મૃતદેહ મળી આવ્યો છે. છોકરાનું નામ હતું ક્રેગ બાવકર. સારો વિદ્યાર્થી હતો. આ ઘટના માટે કોણ જવાબદાર છે એ વિશે અમારી પાસે કોઈ નક્કર માહિતી નથી. પણ ગઈકાલે અમે સેંન્ટ ઓસ્વાલ્ડ્સ વૃદ્ધાશ્રમની જડતી લીધી. ત્યાંના એક ઓરડામાં બે બાબતો અમારી સામે આવીઃ પહેલી એટલે એક ભવિષ્યવાણી – જે મુજબ શેતાની જાદૂની સત્તા પાછી આવવાના સંકેત મળે છે – અને બીજી,

ઓરડાની છત પર મળી આવેલું લખાણ – જે મુજબ જાહેર કરાયું છે કે – શેતાની શહેનશાહને – વોલ્ડેમોર્ટને – એક સંતાન હતું.

આ સમાચાર રુમમાં પડઘાય છે.

અમારી પાસે હજી પૂરી વિગતો નથી. અમારી તપાસ હજી ચાલુ જ છે – ડેથ ઈટર્સ સાથે સંબંધિત લોકોની પૂછપરછ કરી રહ્યા છીએ... અને આ ઘડી સુધી એ બાળકનો અથવા ભવિષ્યવાણીનો કોઈ રેકોર્ડ મળ્યો નથી. આમ છતાં, આ વાતમાં કંઈક વજૂદ છે, એવું લાગે છે. જાદૂગરોની દુનિયાથી આ બાળકને આજ સુધી સંતાડી રાખવામાં આવ્યું છે – અને હવે તે – તે એટલે તેની દીકરી –

પ્રોફેસર મૅકગૉનેગૉલ

દીકરી? તેને દીકરી હતી?

હર્માયની

હા. દીકરી.

પ્રોફેસર મૅકગૉનેગૉલ

અને તે અત્યારે તમારા તાબામાં છે?

હૅરી

પ્રોફેસર, તેનું બોલવાનું હજી પૂરૂં થયું નથી.

હર્માયની

વાંધો નહીં, હૅરી. ના, પ્રોફેસર, આ જ તો મડાગાંઠ છે. તેને તાબામાં લેવાનો કોઈ માર્ગ નથી આપણી પાસે. અથવા તેને કંઈપણ કરતા રોકવાનો ખરેખર કોઈ ઉપાય આપણી પાસે નથી. તે આપણી પહોંચની બહાર છે.

પ્રોફેસર મૅકગૉનેગૉલ

આપણે તેની – શોધ ચલાવી ન શકીએ?

એક ધબકારો. આ બોલવા માટે ગજબની હિંમતની જરૂર છે.

હર્માયની

આપણી પાસે એ માની લેવાનાં પૂરતાં કારણો છે કે, તે સમયમાં પાછળ જઈને સંતાઈ ગઈ છે.

પ્રોફેસર મૅકગૉનેગૉલ *(ઉગ્ર થઈને)*

બેદરકારીની હદ થાય છે. હજી પણ તેં ટાઈમ-ટર્નર તારી પાસે રાખી મુક્યું હતું?

હર્માયની

પ્રોફેસર, હું તમને ખાતરી આપું છું –

પ્રોફેસર મૅકગૉનેગૉલ

શરમ કર, શરમ, હર્માયની ગ્રૅન્જર!

તેમના ગુસ્સાને કારણે હર્માયની ખમચાય છે.

હૅરી

ના, તેના પર આટલો ગુસ્સો કરવાનું કોઈ કારણ નથી. ગુસ્સે થવાનો તમને અધિકાર છે. તમને બધાને જ છે. પણ આમાં હર્માયનીનો જરાય વાંક નથી. એ જાદૂગરણીને ટાઇમ–ટર્નર ક્યાંથી મળ્યું એ વિશે અમારી પાસે ખાતરીપૂર્વકની વિગતો નથી. મારા દીકરાએ તેને આપ્યું હોય એવું પણ બની શકે છે.

જિની

આપણા દીકરાએ તેને આપ્યું. કે પછી તેની પાસેથી એ ચોરી લેવાયું.

જિની મંચ પર હૅરીની પડખે આવે છે.

પ્રોફેસર મૅકગૉનેગૉલ

તમારી એકતા ખરેખર પ્રશંસાને પાત્ર છે, પણ એના કારણે તમારી બેદરકારી તરફ આંખ આડા કાન થઇ શકે એમ નથી.

ડ્રૅકો

તો આ બેદરકારી માટે હું પણ જવાબદાર છું.

ડ્રૅકો પણ ચાલતો મંચ પર આવે છે અને જિનીની બાજુમાં ઊભો રહી જાય છે.

તેમણે દેખાડેલી એકતાથી બધાને આશ્ચર્યનો આઘાત લાગે છે.

હર્માયની અને હૅરીએ કશું જ ખોટું કર્યું નથી. ઉલ્ટાનું તેમણે તો આપણને સુરક્ષિત રાખવાનો પ્રયાસ કર્યો છે. જો એ લોકો દોષી હોય તો, હું પણ કસૂરવાર છું.

હર્માયની એકત્ર થયેલી ભીડ પર નજર ફેરવે છે – તે લાગણીશીલ થઈ જાય છે. રૉન મક્કમ નિર્ધાર સાથે મંચ પર તેમની સાથે જોડાય છે.

રૉન

મારે માત્ર એટલું જ કહેવું છે કે – મને આ વિશે ખાસ જાણકારી નહોતી, આથી હું આની જવાબદારી લઈ શકું એમ નથી – અને મને

પૂરેપૂરી ખાતરી છે કે મારા બાળકોનો આમાં કોઈ હાથ નથી – પણ આ બધા એકસાથે અહીં ઉપર ઊભા છે, તો હું પણ...

જિની

એ લોકો ક્યાં છે એ કોઈને જ ખબર નથી – તેઓ એકબીજાની સાથે છે કે અલગ છે. મને વિશ્વાસ છે કે અમારા દીકરાઓ ડેલ્ફીને રોકવા માટે પોતાનાથી બનતા શ્રેષ્ઠતમ પ્રયાસો કરી જ રહ્યા હશે...

હર્માયની

અમે હજી સુધી ધીરજ કે આશા છોડી નથી. અમે જાયન્ટ્સને મળ્યા છીએ. ટ્રૉલ્સને પણ. અમે જેને શોધી શક્યા એ દરેક સુધી પહોંચ્યા છીએ. ઑરર્સ બહાર નીકળ્યા છે, શોધ ચલાવી રહ્યા છે. કોઈની પાસે કંઈક ગુપ્ત માહિતી હોય તો તેની સાથે વાતચીત કરી રહ્યા છે. જે લોકો કશુંક સંતાડી રહ્યા છે, તેમની પાછળ છે.

હેરી

પણ એક સત્યથી આપણે દૂર ભાગી શકીએ એમ નથી. ભૂતકાળમાં ક્યાંક એક જાદૂગરણી ઈતિહાસને નવેસરથી લખવાનો પ્રયાસ કરી રહી છે – અને આપણી પાસે વાટ જોવા સિવાય કોઈ વિકલ્પ પણ નથી. તે સફળ કે નિષ્ફળ થાય એ ક્ષણની રાહ જોવાની છે આપણે.

પ્રોફેસર મૅકગૉનેગૉલ

અને ધારો કે તે સફળ થઈ ગઈ તો?

હર્માયની

તો – બસ એટલું જ – આ સભાગૃહમાંના મોટા ભાગના લોકો હતા ન હતા થઈ જશે, આપણું અસ્તિત્વ જ નાશ પામશે. અને વોલ્ડેમૉર્ટની સત્તા ફરીથી પ્રસ્થાપિત થશે.

અંક ચોથો દૃશ્ય બીજું

સ્કૉટલૅન્ડનો ઊંચો પહાડી પ્રદેશ, ઍવિમોર રેલવે સ્ટેશન, 1981

એલ્બસ અને સ્કૉર્પિયસ સ્ટેશન માસ્ટર તરફ ગભરાઈને જોઈ રહ્યા છે.

એલ્બસ

આપણામાંથી કોઈએ આમની સાથે વાત કરવી જોઈએ, તને નથી લાગતું?

સ્કૉર્પિયસ

હૅલો, મિસ્ટર સ્ટેશન માસ્ટર, મિસ્ટર મગલ. સવાલ છે કે, તમે અહીંથી કોઈ જાદૂગરણીને ઊડતી જોઈ છે? અને બાય ધ વે, અત્યારે કયું વર્ષ ચાલી રહ્યું છે? અમે હૉગવર્ટ્સમાંથી નાસી છૂટ્યા છીએ કેમ કે અમારા કારણે ત્યાં બધું ઊંધુંચતું થઈ જવાનો ભય ઊભો થયો હતો, પણ ચાલશે ને?

એલ્બસ

તને ખબર છે, મને સૌથી વધુ ત્રાસદાયક બાબત કઈ લાગે છે? ડૅડને લાગતું હશે કે આપણે આ બધું જાણી-જોઈને કરી રહ્યા છીએ.

સ્કૉર્પિયસ

એલ્બસ. ખરેખર? એટલે કે.. ખરેખર? આપણે – સપડાઈ ગયા છીએ – સમયમાં – ખોવાઈ ગયા છીએ – કદાચ કાયમ માટે – અને તને ચિંતા થઈ રહી છે કે તારા ડૅડ આના વિશે શું વિચારી રહ્યા હશે? તમને બંનેને હું ક્યારેય સમજી નહીં શકું.

એલ્બસ

સમજવા જેવું ઘણું બધું છે. ડૅડનો સ્વભાવ બહુ ગૂંચવણભર્યો છે.

સ્કૉર્પિયસ

અને તારો નથી? છોકરીઓ વિશેની તારી પસંદગી વિશે તો ચર્ચા કરવાનો કોઈ સવાલ જ નથી... પણ.. જવા દે...

તેઓ બંને જાણે છે કે કોના વિશે વાત થઈ રહી છે.

એલ્બસ

ગમતી હતી યાર. પણ એણે ક્રેગને... એણે જે રીતે...

સ્કૉર્પિયસ

એના વિશે તો વિચારવા જેવું પણ નથી. આપણે ધ્યાન એ વાત પર આપવું જોઈએ કે, આપણી પાસે જાદૂઈ લાકડીઓ નથી, ઝાડુ નથી અને આપણા સમયમાં પાછા જવાનો કોઈ માર્ગ કે માધ્યમ પણ નથી. આપણી પાસે બસ આપણી બુદ્ધિ છે અને – ના બસ, એટલું જ – આપણી બુદ્ધિ – અને આપણે તેને રોકવી જોઈએ.

સ્ટેશન માસ્ટર *(ભારેખમ સ્કૉટિશ ઢબમાં)*

બચ્ચા લોગ, તમને ખબર છે ને ઑલ્ડ રીકી જનારી ટ્રેન મોડી છે?

સ્કૉર્પિયસ

શું કહ્યું?

સ્ટેશન માસ્ટર

તમે જો ઑલ્ડ રીકી જનારી ટ્રેનની રાહ જોઈ રહ્યા હશો તો કહી દઉં કે તે મોડી આવવાની છે. લાઈન પર કામ ચાલી રહ્યું છે. ટ્રેનનો બદલાયેલો સમય ત્યાં પાટિયા પર લખ્યો છે.

તે બંનેને જુએ છે. બંને છોકરાઓ પણ આશ્ચર્યચકિત થઈ તેની તરફ જોઈ રહે છે. તેના કપાળ પર સળ પડે છે અને બદલાયેલું સમયપત્રક તેમના હાથમાં મૂકે છે. અને તેમાં જમણી બાજુ ઈશારો કરે છે.

મોડી છે.

એલ્બસ તેને લઈને નજીકથી જુએ છે. આ મોટી માહિતી જાણ્યા બાદ તેના ચહેરા પરના હાવભાવ બદલાય છે. સ્કૉર્પિયસ સ્ટેશન માસ્ટરને તાકી રહ્યો છે.

એલ્બસ

મને ખબર છે પેલી ક્યાં ગઈ છે?

સ્કૉર્પિયસ

તને સમજાયું આ?

એલ્બસ

તારીખ જો, આ સમયપત્રક પરની.

સ્કોર્પિયસ વાંકો વળીને તેમાં જુએ છે.

સ્કોર્પિયસ

ત્રીસમી ઑક્ટોબર, 1981. હેલોવીનની સાંજ પહેલાનો દિવસ, ઓગણચાળીસ વર્ષ પહેલા. પણ–શા માટે, તે આ તારીખમાં? હે ભગવાન...

સ્કોર્પિયસના ધ્યાનમાં આવતાં જ તેનો ચહેરો પડી જાય છે.

એલ્બસ

મારા દાદા–દાદીના મૃત્યુનો દિવસ. મારા ડૅડ બાળક હતા ત્યારે તેમના પર થયેલો હુમલો... એ દિવસ જ્યારે વોલ્ડેમૉર્ટનો મંત્ર તેના પર જ ઊંધો પડ્યો હતો. તે ભવિષ્યવાણી સાચી પાડવાના પ્રયાસમાં નથી – તે તો વધુ મોટી ભવિષ્યવાણીને રોકવા માગે છે.

સ્કોર્પિયસ

મોટી ભવિષ્યવાણી?

એલ્બસ

શેતાની શહેનશાહનનું નામોનિશાન મીટાવી દેવાની તાકાત ધરાવનાર આવી રહ્યો છે...

સ્કોર્પિયસ પણ તેની સાથે જોડાય છે.

સ્કોર્પિયસ અને એલ્બસ

'જેમણે તેની સામે ત્રણ વાર પડકાર ફેંક્યો, તેમના ઘરમાં લેશે એ જન્મ... સાતમો મહિનો પૂરો થતાં જ.'

સ્કોર્પિયસનો ચહેરો દરેક શબ્દ સાથે વધુ ને વધુ ઊતરતો જાય છે.

સ્કોર્પિયસ

આ મારી ભૂલ છે. મેં જ તેને કહ્યું કે ભવિષ્યવાણી તોડી શકાય છે – મેં જ તેને કહ્યું કે ભવિષ્યવાણી પાછળનું તર્ક ખાતરીદાયક હોતું નથી –

એલ્બસ

આવનારા ચોવીસ કલાકમાં વોલ્ડેમૉર્ટ નાના હેરીને મારી નાખવાનો પ્રયત્ન કરી ને પોતાના પર શાપ ઓઢી લેશે. ડેલ્ફી તે ઊંધો શાપ રોકવાનો પ્રયાસ કરશે. આપણે ગૉડ્રિક્સ હૉલો પહોંચવું જોઈએ. હમણાં જ.

અંક ચોથો દૃશ્ય ત્રીજું

ગૉડ્રિક્સ હૉલો, 1981

એલ્બસ અને સ્કૉર્પિયસ ગૉડ્રિક્સ હૉલોની મધ્યમાંથી ચાલતા જઈ રહ્યા છે. આ એક નાનકડું, પ્રવૃત્તિઓથી ધમધમતું ગામડું છે.

સ્કૉર્પિયસ

એમ તો, હુમલાનું કોઈ લક્ષણ દેખાઈ રહ્યું નથી મને...

એલ્બસ

આ ગૉડ્રિક્સ હૉલો છે?

સ્કૉર્પિયસ

તારા ડૅડ તને ક્યારેય લઈ નથી આવ્યા અહીં?

એલ્બસ

ના, તેમણે તો એકાદ-બે વાર પ્રયાસ કર્યો હતો, પણ મેં જ ના પાડી દીધી હતી.

સ્કૉર્પિયસ

એ બધું ઠીક છે, પણ અત્યારે આપણી પાસે ગૉડ્રિક્સ હૉલો દર્શન કરવાનો સમય નથી – પેલી કાતિલ જાદૂગરણીથી આપણે દુનિયાને બચાવવાની છે – પણ ઓહોહો આ જો... પેલું ચર્ચ, સૅન્ટ જેરોમનું.

તે ચીંધે છે ત્યાં જ એક ચર્ચ આપણી નજરે ચડે છે.

એલ્બસ

કેટલું મોટું છે!

સ્કૉર્પિયસ

અને સૅન્ટ જેરોમનું કબ્રસ્તાન, કહેવાય છે આ જગ્યા ભૂતિયા છે *(તે બીજી તરફ ઈશારો કરે છે)*, અને અહીં જ હૅરી પૉટર અને તેના માતા–પિતાનું પૂતળું હશે –

એલ્બસ

મારા ડૅડનું પૂતળું છે?

સ્કૉર્પિયસ

હા. એટલે કે, હમણા નહીં હોય. પણ આગળ જતાં હશે. આશા રાખીએ. અને આ – આ એ જ ઘર છે જ્યાં બાથિલ્ડા બૅગશૉટ રહેતાં, રહે છે...

એલ્બસ

મહાન બાથિલ્ડા બૅગશૉટ? *હિસ્ટ્રી ઑફ મૅજિક* લખનારાં બાથિલ્ડા બૅગશૉટ?

સ્કૉર્પિયસ

એ જ ભાઈ, એ જ. ત્યાં જો. કમાલ, તેઓ જાતે... પોતે... સદેહે... ચીસ પાડી ઊઠવાનું મન થાય છે, યાર. મારામાંનો જિજ્ઞાસુ તો ઉછાળા મારી રહ્યો છે.

એલ્બસ

સ્કૉર્પિયસ!

સ્કૉર્પિયસ

અને લો આવી ગયું –

એલ્બસ

જેમ્સ, લિલી અને હૅરી પૉટરનું ઘર...

એક યુવાન આકર્ષક યુગલ ઘરની બહાર નીકળી રહ્યું છે, એક નાનું બાળક બાબાગાડીમાં છે. એલ્બસ તેમની તરફ જવા આગળ વધે છે, સ્કૉર્પિયસ તેને પાછળ ખેંચે છે.

સ્કૉર્પિયસ

તેમની નજર તારા પર પડવી ન જોઈએ, એલ્બસ... કાળચક્રને આનાથી નુકસાન થઈ શકે છે. અને આપણે તો એવું નહીં જ થવા દઈએ – આ વખતે તો નહીં જ.

એલ્બસ

પણ એનો અર્થ એ થયો કે, તે હજી પહોંચી નથી... આપણે પહોંચી ગયા છીએ... તે હજી આવી નથી...

સ્કૉર્પિયસ

તો હવે આપણે શું કરીશું? તેની સામે લડવાની તૈયારી? ના એટલે, બીજું બધું ઠીક છે, પણ એ જરા વધારે પડતી જ ભયાનક છે, ભાઈ.

એલ્બસ

હા. આના વિશે તો આપણે ક્યારેય વિચાર જ નહોતો કર્યો, બરાબર ને? શું કરીશું હવે આપણે? મારા ડૅડનું રક્ષણ આપણે કઈ રીતે કરીશું?

અંક ચોથો દૃશ્ય ચોથું

જાદૂ મંત્રાલય, હૅરીની ઑફિસ

હૅરી ઉતાવળે દસ્તાવેજો પર નજર ફેરવી રહ્યો છે.

ડમ્બલડોર

ગુડ ઈવનિંગ, હૅરી.

એક ધબકારો. હૅરી ડમ્બલડોરના તૈલચિત્ર તરફ જુએ છે, તેમના ચહેરા પર કોઈ ભાવ નથી.

હૅરી

પ્રોફેસર ડમ્બલડોર. મારી ઑફિસમાં, ધન્ય થઈ ગયો હું તો. મારે તો આજે સૌથી વધુ હલચલ છે એ જગ્યાએ હોવું જોઈતું હતું ને?

ડમ્બલડોર

શું કરી રહ્યો છે તું?

હૅરી

આ દસ્તાવેજો તપાસી રહ્યો છું, જોઈ રહ્યો છું કે મારી નજરમાંથી કંઈક એવું છૂટી તો નથી ગયું ને જે મારા ધ્યાનમાં આવવું જોઈતું હતું. મર્યાદિત તૈયારી સાથે લડવાના ઉધામા કરી રહ્યા છીએ અમે. લડાઈ તો ખરેખર અમારાથી અનેક કાળ પહેલા ક્યાંક લડાઈ રહી છે, એ મને ખબર છે. બીજું હું કરી પણ શું શકું એમ છું?

વિરામ. ડમ્બલડોર કશું જ બોલતા નથી.

તમે ક્યાં હતા, ડમ્બલડોર?

ડમ્બલડોર

અત્યારે તો હું અહીં જ છું.

હૅરી

અહીં આપણે લડાઈ હારી રહ્યા છીએ. કે પછી વૉલ્ડેમૉર્ટ પાછો આવશે એ તમે નકારી રહ્યા છો?

ડમ્બલડોર

એ – શક્ય છે.

હૅરી

જતા રહો. જાવ તમે. મને તમારી અહીં કોઈ જરૂર નથી. જ્યારે જ્યારે મને તમારી સોથી વધુ જરૂર હતી ત્યારે તમે હંમેશા ગેરહાજર હતા. તમારા વિના મેં ત્રણ વાર તેનો સામનો કર્યો છે. વધુ એકવાર પણ હું તેની સામે ઝીંક ઝીલી લઈશ – અને જરૂર પડી તો – એકલો જ.

ડમ્બલડોર

હૅરી, તારા વતી મને લડવાની ઈચ્છા હતી તેની સાથે, એવું તને નથી લાગતું? મારાથી શક્ય હોત તો તને આમાંથી છોડાવીને પોતે–

આ સાંભળતા જ હૅરી ઉકળી ઊઠે છે.

હૅરી

પ્રેમ આપણને આંધળા કરી મૂકે છે? તમને સમજાય છે ખરો આનો અર્થ? તમને ખબર છે કે, તમારી સલાહ કેટલી હદે ઘાતકી હતી? મારો દીકરો – મારો દીકરો અત્યારે અમારા માટે યુદ્ધ લડી રહ્યો છે, જેમ હું લડ્યો હતો તમારા માટે. અને તમે મારા માટે જેટલા ખરાબ પિતા સાબિત થયા હતા એટલો જ ખરાબ હું પણ પુરવાર થયો છું. પ્રેમનો અભાવ અને એકલતા હોય એવી જગ્યાએ હું તેને એકલો મૂકી આવ્યો – તેના મનમાં રોષ અને ચીડ પાંગર્યા કરતી હશે, તેને એ સમજવામાં વર્ષો લાગશે કે –

ડમ્બલડોર

તું જો પ્રાઈવેટ ડ્રાઈવ વિશે વાત કરી રહ્યો હોય તો –

હૅરી

કેટલાંય વર્ષો – વર્ષોના વર્ષો મેં ત્યાં એકલા વીતાવ્યાં હતાં. હું કોણ છું, કે હું ત્યાં શા માટે છું, કોઈને મારી ચિંતા–ફિકર છે કે નહીં એનોય મને જરાસરખો અંદાજ નહોતો!

ડમ્બલડોર

હું– તારી સાથે પ્રેમ કે લાગણીનો નાતો જોડવા માગતો નહોતો –

હેરી

ત્યારે પણ, તમે પોતાને જ બચાવી રહ્યા હતા!

ડમ્બલડોર

ના. હું તને બચાવી રહ્યો હતો. હું તને દુઃખ કે હાનિ પહોંચાડવા નહોતો માગતો...

ડમ્બલડોર તૈલચિત્રમાંથી બહાર આવી હેરીની નજીક જવાનો પ્રયાસ કરે છે. પણ એ શક્ય થતું નથી. તેઓ રડવા લાગે છે, પણ પોતાની લાગણી છુપાવવાનો પ્રયાસ કરે છે.

પણ મારે અંતે તો તને મળવાનું જ હતું... અગિયાર વર્ષનો છોકરો હતો તું, અને કેટલો બહાદુર હતો તું. કેટલો સારો. તારી સામેના રસ્તા પર કોઈપણ જાતની ફરિયાદ વિના તું ચાલતો રહ્યો. ચોક્કસ, મને તારા માટે પ્રેમ હતો, લાગણી હતી... અને હું જાણતો હતો કે ફરીથી બધું એનું એ જ થશે... કે જ્યારે જ્યારે હું – મેં કોઈને પ્રેમ કર્યો છે, ત્યારે સામેની વ્યક્તિને મેં એવું નુકસાન પહોંચાડ્યું છે, જેની ભરપાઈ થઈ શકે નહીં... પ્રેમ કરવા માટે હું યોગ્ય વ્યક્તિ નથી... નુકસાન કે દુઃખ પહોંચાડ્યા વિના હું ક્યારેય પ્રેમ કરી શક્યો નથી.

એક ધબકારો.

હેરી

તમે મને જો ત્યારે જ કહ્યું હોત તો કદાચ મને ઓછું દુઃખ થયું હોત.

ડમ્બલડોર *(હવે ખુલ્લેઆમ રડી રહ્યા છે)*

હું આંધળો હતો. પ્રેમ માણસને આંધળો કરી નાખે છે. મારા ધ્યાનમાં જ આવ્યું નહીં કે, તને મારા મોઢેથી સાભળવું હતું કે આ કપટી–કાવતરાખોર, ખતરનાક ડોસો... તને કેટલો પ્રેમ કરે છે...

ક્ષણભર શાંતિ. બંને જણ ભાવવિભોર થઈ ગયા છે.

હેરી

એવું નથી કે, મેં ક્યારેય ફરિયાદ કરી નથી.

ડમ્બલડોર

હેરી, આ અવ્યવસ્થિત લાગણીભર્યા વિશ્વમાં કોઈ જવાબ ક્યારેય પરિપૂર્ણ હોઈ જ ન શકે. આ બાબત માણસની, જાદૂઈ શક્તિની પહોંચની બહારની વાત છે. આનંદની દરેક ક્ષણમાં એક ટીપું ભર ઝેર તો હોય જ છે. દુઃખ પાછું આવશે જ – આ વાતની જાણ એટલે

આ ઝેરનું ટીપું છે. તમે જેને પ્રેમ કરો છો તેમની સાથે પ્રામાણિક રહો, તમારૂં દુઃખ પણ તેમને દેખાવું જોઈએ. યાતના ભોગવવી એ શ્વાસ લેવા જેવી સ્વાભાવિક બાબત છે અને દરેક વ્યક્તિના ભાગે તે આવે જ છે.

હેરી

તમે આ પહેલા એકવાર મને આ કહ્યું હતું.

ડમ્બલડોર

આજે મારે બસ તને આટલું જ કહેવું છે.

તેઓ ચાલવાની શરૂઆત કરે છે.

હેરી

ન જાવ!

ડમ્બલડોર

આપણે જેને દિલથી પ્રેમ કરીએ છીએ, તેઓ આપણને ક્યારેય છોડી જતા નથી, હેરી. કેટલીક બાબતોને મોત પણ સ્પર્શ શકતું નથી. ચિત્ર... અને યાદો... અને પ્રેમ.

હેરી

મને પણ તમારા માટે પ્રેમ હતો, ડમ્બલડોર.

ડમ્બલડોર

મને ખબર છે.

તેઓ જતા રહે છે. અને હેરી હવે એકલો છે. ત્યાં જ ડ્રેકો પ્રવેશે છે.

ડ્રેકો

તને આ બીજી એક વાસ્તવિકતાની ખબર છે – સ્કૉર્પિયસે જે વાસ્તવિકતા જોઈ હતી એ – એમાં હું જાદૂઈ અમલ બજાવણી ખાતાનો પ્રમુખ હતો? કદાચ, થોડી વારમાં આ ઓરડો મારો હશે. તું બરાબર તો છે ને?

હેરી પોતાના દુઃખ અને સંતાપમાં પૂર્ણપણે ગરકાવ છે.

હેરી

આવ અંદર – હું તને સારી રીતે આખી ઑફિસ દેખાડી દઉં.

ડ્રેકો થોડાક ખચકાટ સાથે ઓરડામાં ચાલે છે. તે સાવ નિરુત્સાહ સાથે આસપાસ નજર ફેરવે છે.

ડ્રેકો

મજાની વાત એ છે કે – મંત્રાલયમાં કોઈ પદ મળે એવો વિચાર પણ મારા મનમાં ક્યારેય આવ્યો નહોતો. નાનો હતો ત્યારે પણ. મારા ડેડ – તેમને બસ આ જ જોઈતું હતું – પણ મને નહીં.

હૅરી

તો તારે શું બનવું હતું?

ડ્રેકો

ક્વિડિચ રમવું હતું. પણ એમાંય હું સારો નહોતો. મૂળ તો મારે બસ ખુશ રહેવું હતું.

હૅરી હકારમાં માથું ધુણાવે છે. ડ્રેકો એકાદ ક્ષણ વધુ હૅરી તરફ જુએ છે. મનની વાત કઈ રીતે કરવી એ દ્વિધામાં તે છે.

સૉરી, આડીઅવળી વાતો કરવામાં મને બહુ ફાવટ નથી. તને વાંધો ન હોય તો, આ બધું પડતું મૂકી આપણે સીધા ગંભીર મુદ્દા પર જ આવીએ?

હૅરી

હા ચોક્કસ. કયો – ગંભીર – મુદ્દો?

એક ધબકારો.

ડ્રેકો

તને શું લાગે છે, થિયોડોર નૉટ પાસે માત્ર એક જ ટાઈમ-ટર્નર હતું?

હૅરી

શું?

ડ્રેકો

મંત્રાલયે જે ટાઈમ-ટર્નર તાબામાં લીધું એ તો માત્ર એક નમૂનો હતો. સાવ હલકી ધાતુમાંથી બનેલો. તે કામ કરે છે, પણ સમયમાં પાછળ જઈ માત્ર પાંચ જ મિનિટમાં જ પાછા આવવું પડે છે – આ તેમાંની બહુ ગંભીર ખામી કહેવાય – અને કાળા જાદૂ સંબંધી વસ્તુઓનો સંગ્રહ કરનારને આવી ચીજ વેચવી શક્ય નથી.

ડ્રેકો શું કહી રહ્યો છે એ હૅરીને સમજાય છે.

હૅરી

એ તારા માટે કામ કરે છે?

ડ્રેકો

ના. મારા પિતા માટે. કોઈની પાસે ન હોય એવી ચીજો એકઠી કરવાનો તેમને શોખ હતો. મંત્રાલયમાંનું ટાઇમ–ટર્નર – ક્રોકરને લીધે – તેમના માટે હંમેશા આકર્ષણનું કારણ હતું. ભૂતકાળમાં એક કલાક કરતાં વધુ સમય રહી શકાય એવી એમની ઇચ્છા હતી, તેઓ ભૂતકાળમાં અનેક વર્ષ પાછળ પ્રવાસ પણ કરવા માગતા હતા. જો કે, તેમણે ક્યારેય તેનો ઉપયોગ નહીં કર્યો હોય. જો કે, અંદરખાને, મને લાગે છે કે તેમને પણ વૉલ્ડેમૉર્ટ વિનાનું વિશ્વ જોઈતું હતું. પણ હા, ખાસ તેમના માટે એક ટાઇમ–ટર્નર બનાવવામાં આવ્યું હતું.

હૅરી

અને તેં એ તારી પાસે રાખી લીધું છે?

ડ્રેકો પોતાની પાસેનું ટાઇમ–ટર્નર બહાર કાઢે છે.

ડ્રેકો

આમાં પાંચ મિનિટવાળી કોઈ કડાકૂટ નથી, અને તેની ચમક જો ને, કેવી સોના જેવી છે, મૅલફૉય ખાનદાનની પસંદગી અનુસાર. તું હસી રહ્યો છે, હૅરી?

હૅરી

હર્માયની ગ્રેન્જર. માત્ર આ કારણસર જ તેણે પહેલું ટાઇમ–ટર્નર રાખી લીધું હતું. તેને શંકા હતી કે આવું બીજું પણ ટાઇમ–ટર્નર હશે. આના પર લટકાવીને તને અઝકાબાન મોકલી શકાયો હોત.

ડ્રેકો

જરા આ બીજા વિકલ્પનો વિચાર કરી જો – વિચાર કર, જો લોકોને ખબર હોત કે હું ભૂતકાળમાં પ્રવાસ કરી શકું છું. તો પહેલેથી જ જે અફવાઓ તેજીમાં છે, એના પર લોકોને પૂરેપૂરો વિશ્વાસ બેસી ગયો હોત.

હૅરી ડ્રેકો તરફ જુએ છે. તેની લાગણી તે પૂર્ણપણે સમજે છે.

હૅરી

સ્કૉર્પિયસ વિશેની.

ડ્રેકો

અમને સંતાન થઈ શકે એમ હતું. પણ ઍસ્ટોરિયાની તબિયત નાજુક હતી. તેનું લોહી શાપિત હતું. બહુ કાતિલપણે શાપિત. તેના વડવાઓમાંથી કોઈને મળ્યો હતો એ શાપ... અને એ તેનામાં

ઉતર્યો. તું તો જાણે જ છે ને, આ બધી બાબતો કઈ રીતે અનેક પેઢીઓ બાદ પાછું માથું ઊંચકે છે...

હૅરી

જાણીને દુઃખ થયું, ડ્રૅકો.

ડ્રૅકો

મારે તેના સ્વાસ્થ્યને જોખમમાં મૂકવું નહોતું. મેં કહ્યું હતું, મારા પછી મૅલફૉય વંશનો અંત આવે તોય મને કોઈ ફરક પડતો નથી. મારા ડૅડનું કહેવું જે હોય તે – પણ ઍસ્ટોરિયા – તેને મૅલફૉય વંશનું નામ ચાલુ રાખવા માટે બાળક જોઈતું નહોતું, શુદ્ધ રક્ત અને એવી કોઈ પ્રતિષ્ઠા માટે પણ નહીં. તેને અમારા માટે સંતાન જોઈતું હતું. અમારો દીકરો, સ્કૉર્પિયસ જન્મ્યો એ દિવસ અમારા બંનેના જીવનનો શ્રેષ્ઠતમ દિવસ હતો. જો કે, એ પછી ઍસ્ટોરિયાની તબિયતમાં ઓર બગાડો થયો. મેં અમને ત્રણેયને દુનિયાની નજરથી દૂર કરી લીધા. મારે તેના સ્વાસ્થ્ય અને ક્ષમતાને થઈ શકે એટલી વધુ ટકાવવી હતી... અને એ પછી ધડમાથા વગરની અફવાઓનું ઘોડાપૂર શરૂ થયું.

હૅરી

તારા પર શું વીતી હશે એનો તો હું અંદાજ પણ નથી લગાડી શકતો, ડ્રૅકો.

ડ્રૅકો

ઍસ્ટોરિયાને પહેલેથી જ ખબર હતી કે, વૃદ્ધાવસ્થા તેના નસીબમાં નથી. તેના ગયા બાદ મારી પાસે કોઈ હોય એવી તેની હંમેશા ઇચ્છા રહેતી, કેમ કે... ડ્રૅકો મૅલફૉય હોવું એટલે અસાધારણપણે એકલવાયા હોવું. મને હંમેશા જ શંકાશીલ નજરે જોવામાં આવશે. ભૂતકાળમાં જે કંઈ થયું એનાથી છટકી કે ભાગી શકાય એમ નહોતું. પણ આ વાત ક્યારેય મારા ધ્યાનમાં જ આવી નહીં કે, તેને નિંદા-કૂથલી કરનારા, અભિપ્રાય બાંધી લેનારા અને પોતાનો નિર્ણય જણાવવા તત્પર એવા વિશ્વથી દૂર રાખીને હું મારા દીકરાને શંકા-કુશંકાઓનાં ઝાળાંમાં ધકેલી રહ્યો છું! મેં સહન કર્યું હતું એના કરતાં પણ વધુ ગંભીર શંકાના ઘેરામાં હું તેને હડસેલી રહ્યો હતો.

હૅરી

પ્રેમ વ્યક્તિને આંધળી કરી મૂકે છે. આપણે બંનેએ આપણા દીકરાઓને જે જોઈએ છે એ આપવાને બદલે આપણને જે જોઈતું

હતું એ આપવાનો પ્રયાસ કર્યો છે. આપણે આપણો પોતાનો ભૂતકાળ નવેસરથી લખવામાં એટલા વ્યસ્ત હતા કે, આપણે તેમનું વર્તમાન ચીમળી નાખ્યું છે.

ડ્રેકો

એટલે જ તને આની જરૂર છે. મેં આ સંભાળી રાખ્યું છે, તેનો ઉપયોગ કરવાથી મેં મારી જાતને માંડ માંડ રોકી છે. ઍસ્ટોરિયા સાથે એકાદ ક્ષણ વધુ વીતાવવા માટે હું મારો આત્મા પણ દાવ પર લગાવવા તૈયાર હોવા છતાં...

હેરી

ડ્રેકો...ડ્રેકો... આપણે આનો ઉપયોગ કરી શકીએ એમ નથી. ના.

ડ્રેકો હેરી તરફ જુએ છે, અને પહેલી જ વાર – ઊભી થયેલી આ મુશ્કેલ પરિસ્થિતિમાં – બંને જણ એકમેક તરફ દોસ્તીના ભાવથી જુએ છે.

ડ્રેકો

આપણે તેમને શોધવા જ પડશે – સદીઓ લાગે તોય પરવા નથી. આપણે આપણા દીકરાઓને શોધવા જ પડશે.

હેરી

આપણી પાસે કોઈ જાણકારી નથી કે, બંને જણ ક્યાં છે અથવા તો કયા કાળમાં છે. અને ક્યાં, કયા સમયગાળામાં તેમને શોધવાના છે એ જ જો આપણને ખબર ન હોય તો ભૂતકાળમાં તેમને શોધવા જવું એ નરી મૂર્ખાઈ જ ગણાશે. ના, આ કામ કરવા માટે માત્ર પ્રેમ પૂરતો નથી અને ટાઈમ-ટર્નર પણ નહીં. મને ચિંતા થાય છે. હવે બધું જ આપણા દીકરાઓ પર છે – માત્ર એ બંને જ આપણને બચાવી શકે એમ છે.

અંક ચોથો દૃશ્ય પાંચમું

ગૉડ્રિક્સ હૉલો, જેમ્સ અને લિલી પૉટરના ઘરની બહાર, 1981

એલ્બસ અને સ્કૉર્પિયસ નિરાશાપૂર્વક આસપાસ જોઈ રહ્યા છે. પોતે જે દંતકથા સમાન મુશ્કેલીમાં ફસાયા છે તેમાંથી બહાર નીકળવા માટેના માર્ગ વિશે વિચારી રહ્યા છે.

એલ્બસ

આપણે મારા દાદી અને દાદાને કહીએ?

સ્કૉર્પિયસ

શું? કે તેઓ ક્યારેય પોતાના દીકરાને મોટો થતો જોઈ નહીં શકે?

એલ્બસ

તેઓ બહુ દૃઢ અને મક્કમ છે – મને ખબર છે દાદી મજબૂત છે – તેં જોયાને તેમને.

સ્કૉર્પિયસ

તેઓ એકદમ સરસ દેખાય છે, એલ્બસ. અને હું જો તારી જગ્યાએ હોત તો, હું પણ તેમની સાથે વાત કરવા ઉતાવળો થયો હોત. પણ તેઓ વોલ્ડેમૉર્ટ સામે હૅરીના જીવનની ભીખ માગે એ જરૂરી છે, તેમને લાગવું જોઈએ કે હૅરીના જીવ સામે જોખમ છે. અને તું જઈશ તો કારણ વિના બધું બગાડી મૂકીશ.

એલ્બસ

ડમ્બલડોર. ડમ્બલડોર જીવે છે. આપણે ડમ્બલડોરને વિશ્વાસમાં લઈશું. તેં સ્નેપની બાબતમાં કર્યું હતું એમ જ –

સ્કૉર્પિયસ

તારા ડૅડ હુમલામાં બચી જવાના છે, એ જણાવવાનું જોખમ આપણે લઈ શકીએ છીએ? તેમને સંતાનો પણ છે... વગેરે?

એલ્બસ

તેઓ ડમ્બલડોર છે! તેઓ ગમે તે બાબતનો સામનો કરી શકે છે!

સ્કૉર્પિયસ

એલ્બસ, ડમ્બલડોર પર લગભગ સો જેટલાં પુસ્તકો લખાયાં હશે. તેઓ શું જાણતા હતા, કઈ રીતે જાણતા હતા અથવા તેમણે જે કંઈ કર્યું એ શા માટે કર્યું એ વિશેનાં.પણ એક વાત નિર્વિવાદિતપણે સાચી છે – તેમણે જે કંઈ કર્યું છે– એવું તેમણે અત્યારે પણ કરવું જોઈએ. અને હવે ફરીથી લોચો મારવાનું જોખમ હું લેવા માગતો નથી. *(એક ધબકારો. તે પોતાના મિત્ર તરફ આજીજીભરી દૃષ્ટિએ જુએ છે.)* હું મદદ માગી શક્યો કેમ કે હું બદલાયેલા વિશ્વમાં હતો. આપણે અત્યારે બદલાઈ ગયેલી દુનિયામાં નથી. આપણે ભૂતકાળમાં છીએ. ચાલી રહેલી ક્ષણમાં ફેરફાર કરવાનું યોગ્ય નથી. તેમાંથી અનેક સમસ્યાઓ ઉદભવશે. આપણને આપણા આ પહેલાના સાહસોએ કોઈ પાઠ શીખવ્યો હોય તો તે આ જ છે. ભૂતકાળમાં જઈ કોઈની સાથે વાત કરવી – સમય સાથે રમત કરવી – આ બધાનાં બહુ ગંભીર પરિણામ ભોગવવાં પડી શકે છે.

એલ્બસ

તો, આપણે – ભવિષ્યમાં જઈને કહેવું જોઈએ. આપણે ડૅડને એવો સંદેશો મોકલવો જોઈએ.

સ્કૉર્પિયસ

સમયમાં પ્રવાસ કરી ભવિષ્યમાં જઈ શકે એવું ઘુવડ નથી આપણી પાસે, અને તેમની પાસે ટાઈમ-ટર્નર પણ નથી.

એલ્બસ

આપણે ડૅડ સુધી એક સંદેશ પહોંચાડશું, બસ. તેઓ અહીં આ કાળમાં આવવાનો માર્ગ શોધી કાઢશે. નવું ટાઈમ-ટર્નર બનાવવું પડે તો પણ.

સ્કૉર્પિયસ

આપણે એક સ્મૃતિ મોકલશું – પેન્સિવ જેવી – પેલા બાળક સામે ઊભો રહે અને તારો સંદેશ મોકલી આપ – આશા રાખીએ કે તારા

ડેડ એ ચોક્કસ ક્ષણે એ યાદ વિશે વિચારશે. આમ તો, આવું થવાની શક્યતા ઓછી છે, પણ... જા અને બાળકની સામે ઊભો રહી જા – અને વારંવાર બૂમ પાડ મદદ કરો. મદદ કરો. મદદ કરો. મને લાગે છે કે, આના કારણે બાળકને થોડોક આઘાત લાગશે.

એલ્બસ
સાવ થોડોક.

સ્કૉર્પિયસ
જે કંઈ થઈ રહ્યું છે એની સામે થોડા આઘાતની કોઈ વિસાત નથી... અને પછી જ્યારે તારા ડેડ વિચાર કરશે – ત્યારે તેમને કદાચ આપણા ચહેરા યાદ પણ આવશે – અને આપણે આ રીતે બૂમ પાડી રહ્યા હોવાનું પણ –

એલ્બસ
મદદ કરો.

સ્કૉર્પિયસ એલ્બસ તરફ જુએ છે.

સ્કૉર્પિયસ
તારી વાત સાચી છે. આ ખરેખર જ સાવ નક્કામો વિચાર છે.

એલ્બસ
અત્યાર સુધીના તારા સૌથી બકવાસમાં બકવાસ આઈડિયામાંનો આ એક હતો.

સ્કૉર્પિયસ
હં, આઈડિયા! આપણે જ આ સંદેશ પહોંચાડીશું – ચાળીસ વર્ષ રાહ જોઈશું – અને પછી હાથોહાથ પહોંચાડી દઈશું.

એલ્બસ
ભૂલી જજે – ડેલ્ફી જે રીતે ઇચ્છે છે એ રીતે બધું જો પાર પડ્યું તો, આપણને મારવા માટે તે પોતાનું સૈન્ય જ મોકલી આપશે –

સ્કૉર્પિયસ
તો આપણે દરમાં સંતાઈ જઈશું?

એલ્બસ
ક્યા બાત હૈ યાર, મજ્જા જ પડી જશે ભઈલા.. આવનારા ચાળીસ વર્ષ એક દરમાં તારી સાથે... એ લોકો આપણને શોધી કાઢશે.

આપણે માર્યા જઈશું અને સમય ખોટી જગ્યાએ અટકી જશે. ના. આપણે કંઈક એવું કરવું જોઈએ, જે આપણા હાથમાં હોય, જેના પર આપણો અંકુશ હોય. એવું કંઈક જે એકદમ ચોક્કસ સમયે તેમના હાથમાં આવી પડે. આપણને જરૂર છે એક...

સ્કૉર્પિયસ

એવું કંઈ નથી. તોય, કાળા જાદૂનું વિશ્વ શરૂ થતી વખતે મને કોઈકના સાથની જરૂર હશે તો એ તું જ હોઈશ.

એલ્બસ

ખરાબ ન લગાડતો, પણ હું કોઈક એવાની પસંદગી કરીશ જે બળવાન અને જાદૂગરીમાં નિષ્ણાંત હોય.

બાબાગાડીમાં બેઠેલા નાના હૅરી સાથે લિલી ઘરની બહાર નીકળે છે. હૅરીના શરીર પર લિલી ધ્યાનથી એક ધાબળો નાખે છે.

ધાબળો. તેઓ ડૅડને તેમના ધાબળામાં વીંટી રહ્યાં છે.

સ્કૉર્પિયસ

હા તો, આજે ઠંડીનું પ્રમાણ સારૂં એવું છે.

એલ્બસ

ડૅડ હંમેશા કહેતા – આ એક જ ચીજ છે, જે તેમને પોતાની મૉમ પાસેથી મળી હોય. જો કેટલા પ્રેમથી વીંટાળી રહ્યાં છે દાદી ડૅડને – આ જાણીને ડૅડને ખરેખર સારૂં લાગ્યું હોત – કાશ, હું તેમને કહી શક્યો હોત.

સ્કૉર્પિયસ

અને કાશ હું પણ મારા ડૅડને કહી શક્યો હોત – એટલે, શું કહેવું એ વિશે હું સ્પષ્ટ નથી. મને લાગે છે કે મેં કહ્યું હોત – તેમને લાગે છે એના કરતાં પ્રસંગોપાત મેં વધારે બહાદુરી દેખાડી છે.

એલ્બસના મનમાં વિચાર સ્ફૂરે છે.

એલ્બસ

સ્કૉર્પિયસ – મારા ડૅડ પાસે હજી પણ આ ધાબળો છે.

સ્કૉર્પિયસ

પણ એનાથી કામ નહીં થાય. આપણે તેના પર કોઈ સંદેશ લખ્યો, સાવ નાનો સરખો તોય, તેઓ નજીકના ભવિષ્યમાં ક્યારેક ને ક્યારેક આ સંદેશ વાંચી લેશે અને સમયને હાનિ થશે.

એલ્બસ

પ્રેમભાવનાના કાઢા વિશે તું શું જાણે છે? તેમાં કયા કયા ઘટકો હોય છે?

સ્કૉર્પિયસ

બીજી બધી વસ્તુઓ સાથે પર્લ ડસ્ટ તો હોય જ છે એમાં.

એલ્બસ

પર્લ ડસ્ટ પ્રમાણમાં વિરલ સામગ્રી ગણાય ને?

સ્કૉર્પિયસ

ખાસ તો તે બહુ મૂલ્યવાન હોવાથી. પણ એનું અત્યારે શું છે, એલ્બસ?

એલ્બસ

હું સ્કૂલ આવવા નીકળ્યો એ પહેલાના દિવસે ડૅડ અને મારી વચ્ચે મોટો ઝઘડો થયો હતો.

સ્કૉર્પિયસ

એ મને ખબર છે. અને કેટલાક અંશે તેના કારણે જ આપણે આ બધી ઝંઝટમાં સપડાયા છીએ.

એલ્બસ

તેમણે આપેલો ધાબળો મેં મારા રૂમમાં ફેંકી દીધો. રૉન મામાએ મને રમૂજ તરીકે આપેલા પ્રેમભાવનાના કાઢા સાથે તે અથડાયો.

સ્કૉર્પિયસ

પછી?

એલ્બસ

અને હવે હૅલોવીનની સાંજ આવી છે, તેમના અને આપણા સમયમાં પણ – અને ડૅડે મને કહ્યું હતું કે, આ ધાબળો તેમને જોઈતો હોય છે – હૅલોવીનની સાંજે આ ધાબળાની તેમને જરૂર પડે જ છે – એમની મૉમે તેમને આપેલી આ છેલ્લી ચીજ હતી, એ ધાબળો – આથી ડૅડ તેને શોધવાનો પ્રયાસ ચોક્કસ કરશે જ અને જ્યારે તેમને આ મળશે...

સ્કૉર્પિયસ

ના. મને હજી પણ તારી વાત સમજાતી નથી.

એલ્બસ

પર્લ ડસ્ટ સાથે શેની પ્રતિક્રિયા થાય છે?

સ્કૉર્પિયસ

વેલ, એવું કહેવાય છે કે, ડેમીગાઈસનું ટિંક્ચર અને પર્લ ડસ્ટ મળે તો... તેઓ બળી જાય છે.

એલ્બસ

અને ટિંક્ટર *(આ શબ્દ કઈ રીતે બોલવો એ વિશે તે સ્પષ્ટ નથી)* ડેમીગાઈસ નરી આંખે દેખાય છે ખરૂં?

સ્કૉર્પિયસ

ના.

એલ્બસ

તો આપણી પાસે આ ધાબળો હોય અને તેના પર ડેમીગાઈસના ટિંક્ચરથી લખવામાં આવે તો...

સ્કૉર્પિયસ *(જોઈતું હતું તે જડી ગયુંના ભાવ સાથે)*

તેના પર કોઈ પણ ચીજની પ્રતિક્રિયા થશે નહીં, જ્યાં સુધી તેના પર પ્રેમભાવનાના કાઢાનો સ્પર્શ થતો નથી. તારા ઓરડામાં. વર્તમાનમાં. ડમ્બલડોરની કૃપાથી. કેવી મજા ભઈ કેવી મજા...

એલ્બસ

આપણે બસ હવે ડેમીગાઈસ ક્યાં મળશે એની શોધ ચલાવવી પડશે...

સ્કૉર્પિયસ

તને ખબર છે? એવી અફવા છે કે જાદૂગરો અને જાદૂગરણીઓએ પોતાના ઘરને તાળું મારવાની શી જરૂર છે, એ બાથિલ્ડા બૅગશૉટને ક્યારેય સમજાયું નહોતું.

ઘરનો દરવાજો ખૂલી જાય છે.

અફવા સાચી હતી. જાદૂઈ છડીઓ તફડાવવાનો અને જાદૂઈ કાઢા બનાવવાનો સમય આવી ગયો છે.

અંક ચોથો દશ્ય છઠ્ઠું

હૅરી અને જિની પૉટરનું ઘર, એલ્બસનો ઓરડો

હૅરી એલ્બસના પલંગ પર બેઠો છે. જિની પ્રવેશે છે, તે હૅરીને જુએ છે.

જિની

તને અહીં જોઈને આશ્ચર્ય થયું.

હૅરી

ચિંતા ન કરતી. મેં કોઈ ચીજને હાથ નથી લગાડ્યો. તારું આ મંદિર હજીય અકબંધ છે. *(તે જરાક સંકોચાય છે.)* સૉરી. શબ્દોની પસંદગીમાં ભૂલ થઈ.

જિની કશું જ બોલતી નથી. હૅરી તેની તરફ જુએ છે.

તને ખબર છે, મારા માટે હૅલોવીનની કેટલીક સાંજ બહુ ભયાનક સાબિત થઈ છે – પણ આ વખતની ચોક્કસપણે મહાભયંકર સાંજ છે. બીજા ક્રમની ખરાબ સાંજ.

જિની

હું ખોટી હતી – મેં દોષનો ટોપલો તારા પર ઢોળ્યો – હું દર વખતે ઉતાવળે નિષ્કર્ષ પર કૂદી પડવાનો આરોપ તારા પર કરતી આવી છું અને દર વખતે ખરેખર તો હું જ નિષ્કર્ષ પર કૂદી પડતી હતી – એલ્બસ ગાયબ થયો – અને મેં હંમેશા ધારી લીધું કે, આમાં તારી જ ભૂલ છે. આય એમ સૉરી, આ બધા માટે.

હૅરી

તને ખરેખર નથી લાગતું કે આમાં મારો કંઈ વાંક છે?

જિની

હેરી, એક શક્તિશાળી દુષ્ટ જાદૂગરણીએ તેનું અપહરણ કર્યું છે, એમાં તારો વાંક કઈ રીતે હોઈ શકે?

હેરી

મેં તેને અહીંથી દૂર હડસેલ્યો હતો. પેલી પાસે જવા માટે મેં જ તેને ફરજ પાડી હતી.

જિની

લડાઈ પહેલેથી જ હારી ગયા હોઈએ, એ રીતે આપણે શા માટે વર્તી રહ્યા છીએ?

જિની માથું ધુણાવે છે. હેરી રડવા લાગે છે.

હેરી

મને માફ કર જિન–

જિની

તેં સાંભળ્યું ને મેં શું કહ્યું? મને પણ તું માફ કર.

હેરી

હું બચવો નહોતો જોઈતો – મારા નસીબમાં મોત જ હતું – ડમ્બલડોરને પણ એવું જ લાગતું હતું – અને આમ છતાં હું જીવી ગયો. મેં વોલ્ડેમૉર્ટને હરાવ્યો. એ બધા લોકો – બધા લોકો – એ બિચારો છોકરો ક્રેગ, મારા માતા–પિતા, ફ્રેડ, પચાસ શહીદ – અને જીવતદાન કોને મળ્યું? મને. કેટલો મોટો અન્યાય છે આ? આ બધું નુકસાન – અને આ બધો વાંક મારો છે.

જિની

એ બધાને વોલ્ડેમૉર્ટે મારી નાખ્યા હતા.

હેરી

પણ મેં તેને એ પહેલા જ રોકી દીધો હોત તો? મારા માથા પર આટલા લોકોના રક્તપાતનું આળ આવ્યું ન હોત. અને હવે આપણો દીકરો પણ આમાં ખેંચાઈ આવ્યો છે –

જિની

તે હજી મર્યો નથી. સંભળાય છે ને તને મેં શું કહ્યું? તે હજી મર્યો નથી.

જિની હૅરીને આલિંગનમાં લે છે. ત્યાં એક બહુ લાંબી શાંતિ પથરાઈ જાય છે, વિશુદ્ધ વિષાદ ધરાવતી શાંતિ.

હૅરી

બચી ગયેલો છોકરો કે જીવી ગયેલો છોકરો. જીવી ગયેલા છોકરાને બચાવવા માટે કેટલા લોકોનો બલિ ચડવો જોઈએ?

બોલતાં બોલતાં હૅરી ક્ષણભર જરા ડગમગે છે, અનિશ્ચિતતાથી. અને તેની નજર ધાબળા પર જાય છે. તે ધાબળા સુધી ચાલતો જાય છે.

બસ આ એક ધાબળો બચ્યો છે મારી પાસે – હૅલોવીનની એ સાંજની યાદગીરી તરીકે. બસ આટલું જ બચ્યું છે મારી પાસે, તેની યાદ તરીકે. અને એ વખતે –

તે ધાબળો ઊંચકી લે છે. ધાબળામાં કાણા પડી ગયાનું તેના ધ્યાનમાં આવે છે. આ જોઈને તે ભયભીત થઈ ઊઠે છે.

આમાં કાણા પડી ગયા છે. રૉનના મૂરખ જેવા પ્રેમભાવનાના કાઢાને કારણે આ ધાબળો બળી ગયો છે. સાવ આરપાર થઈ ગયા છે કાણા. આ જો. સત્યાનાશ થઈ ગયો. સાવ ખતમ.

હૅરી ધાબળાને નીચે ફેંકી દે છે. જિની તે ઉપાડી લે છે. નજીકથી જુએ છે.

જિની

હૅરી.

હૅરી

શું?

જિની

હૅરી– આના પર – કંઈક લખ્યું છે.

અને અચાનક કોઈપણ જાતની પૂર્વસૂચના વિના એલ્બસ અને સ્કૉર્પિયસ ત્યાં હાજર થાય છે. હૅરી અને જિની સામે મંચ પર આવે છે. જો કે, સમયે તેમને એકમેકથી દૂર કર્યા છે.

એલ્બસ

'ડૅડ...'

સ્કૉર્પિયસ

આપણે 'ડેડ'થી શરૂ કરવાના છીએ?

એલ્બસ

જેથી તેમને સમજાય કે આ સંદેશ મારા તરફથી છે.

સ્કૉર્પિયસ

તેમનું નામ હેરી છે. આપણે 'હેરી' એમ કહીને શરૂઆત કરવી જોઈએ.

એલ્બસ *(મક્કમતાથી)*

આપણે 'ડેડ'થી જ શરૂ કરીશું.

હેરી

'ડેડ', આના પર 'ડેડ' લખ્યું છે ને? બહુ સ્પષ્ટ નથી પણ...

સ્કૉર્પિયસ

'ડેડ, મદદ કરો.'

જિની

'હેલો?' તેના પર 'હેલો?' લખ્યું છે અને પછી 'ગુડ'...

હેરી

'ડેડ હેલો ગુડ હેલો?' ના. આ કંઈક... વિચિત્ર રમૂજ છે.

એલ્બસ

'ડેડ. મદદ કરો. ગૉડ્રિક્સ હૉલો.'

જિની

લાવ, મને જોવા દે તો. મારી નજર તારા કરતાં સારી છે. હા. 'ડેડ હેલો ગુડ' – ના ફરીથી હેલો – આ 'હેલો' છે કે 'હૉલો'? અને કંઈક આંકડા લખ્યા છે – આંકડા વધુ સ્પષ્ટ દેખાય છે – '3...1...1...0...8...1.' આ પેલા મગલ ટેલિફોન નંબર જેવું લાગે છે? કે પછી નકશાની ઓળખ અથવા...

હેરી જુએ છે. એક સાથે અનેક વિચારો તેના મગજમાં ઘુમરાવા લાગે છે.

હેરી

ના. આ એક તારીખ છે. 31 ઑક્ટોબર, 1981. એ દિવસે મારા માતા–પિતા માર્યા ગયા હતા.

જિની હેરી તરફ વળીને જુએ છે, અને પછી ધાબળા તરફ જુએ છે.

જિની

અને આ 'હેલો' નથી 'હેલ્પ' છે.

હેરી

'ડેડ. હેલ્પ. ગોડ્રિક્સ હોલો. 31/10/81.' આ સંદેશ છે. આપણા હોંશિયાર દીકરાએ મારા માટે આ સંદેશ મોકલ્યો છે.

હેરી જિનીને એક જોરદાર ચુંબન ચોડી દે છે.

જિની

એલ્બસે લખ્યું છે આ?

હેરી

અને તેણે મને કહી દીધું કે તે ક્યાં છે અને કયા સમયમાં છે અને હવે આપણને ખબર છે કે તે ક્યાં છે અને ક્યાં જઈ પેલી જાદૂગરણી સાથે બે-બે હાથ કરવાના છે.

તે ફરીથી જિનીને એક તસતસતું ચુંબન ચોડી દે છે.

જિની

આપણને હજી તેઓ પાછા મળ્યા નથી.

હેરી

હું હર્માયનીને ઘુવડ મારફત સંદેશ મોકલું છું. તું ડ્રેકોને સંદેશ મોકલ. તેમને કહે કે આપણને ગોડ્રિક્સ હોલોમાં ટાઇમ-ટર્નર સાથે મળે.

જિની

અને 'આપણે બંને' જવાના છીએ, બરાબર ને? મારા વિના ભૂતકાળમાં જવાનો વિચાર પણ નહીં કરતો, હેરી.

હેરી પોતાની પત્નીને વધુ એકવાર ચુંબન કરે છે – પ્રેમ અને આભારવશ.

હેરી

ચોક્કસ જ તું આવી રહી છો. સારી તક સામે ચાલીને આપણી પાસે આવી છે, જિની, અને ડમ્બલડોરની કૃપાથી – આપણા માટે બસ આટલું જ પૂરતું છે – એક તક.

અંક ચોથો દશ્ય સાતમું

ગૉડ્રિક્સ હૉલો

રૉન, હર્માયની, ડ્રેકો અને જિની આજના ગૉડ્રિક્સ હૉલો ગામમાંથી ચાલતા પસાર થઈ રહ્યા છે. બજાર ધરાવતું વ્યસ્ત શહેર (આટલા વર્ષોમાં ગામ સારૂં એવું વિકસ્યું છે).

હર્માયની

ગૉડ્રિક્સ હૉલો. અહીં આવ્યાને વીસેક વર્ષ થયા હશે...

જિની

હું એકલી જ છું કે બીજા કોઈ મગલ્સ છે જે મારી જેમ પહેલીવાર આવ્યા છે?

હર્માયની

વીકએૅન્ડમાં રજા ગાળવા માટેનું લોકપ્રિય સ્થળ છે આ.

ડ્રેકો

અને આવું કેમ છે એ પણ સમજાય છે – કેવા સરસ ઘર છે. અને આ ખેડૂતોનું બજાર છે કે?

હર્માયની હૅરી પાસે આવે છે – તે આસપાસ જોઈ રહ્યો છે. પોતે જે કંઈ જોઈ રહ્યો છે, તેનાથી તે લાગણીશીલ થઈ ગયો છે.

હર્માયની

તને યાદ છે, છેલ્લે આપણે અહીં આવ્યા હતા એ? જૂનો જમાનો યાદ આવી ગયો.

રૉન

જૂનો જમાનો અને કેટલાક નક્કામા પૉનીટેલવાળાનો ઉમેરો થયો છે આ બધામાં.

ડ્રેકો જાણે છે કે આ ટોણો તેને મારવામાં આવ્યો છે.

ડ્રેકો

હું કંઈ કહી શકું...

રૉન

મેલફૉય, હૅરી સાથે તારે 'બહુત યારાના હૈ' હોઈ શકે, અને તેં કદાચ પ્રમાણમાં સારો દીકરો પેદા કર્યો હશે, પણ તું મારી પત્નીને, અને તેના વિશે ઘણું બધું એલફેલ બોલ્યો છે...

હર્માયની

અને તારી પત્ની માટે તું વકીલાત કરે એની તેને જરૂર નથી.

હર્માયની રૉન તરફ ગુસ્સાભરી નજરે જુએ છે. રૉન તેનો ઈશારો સમજી જાય છે.

રૉન

વારુ. પણ હવે તું તેના અથવા મારા વિશે એક શબ્દ પણ બોલ્યો છે તો...

ડ્રેકો

તો, તું શું કરી લઈશ, વીઝલી?

હર્માયની

એ તને ભેટી પડશે. કેમ કે, આપણે અત્યારે એક ટીમના સભ્યો છીએ, છીએ ને રૉન?

રૉન *(તેની કડક અને એકધારી નજરને કારણે તે ખચકાય છે)*

ભલે. મને, અં. મને લાગે છે કે, તારા વાળ બહુ મસ્ત છે, ડ્રેકો.

હર્માયની

થેન્ક યુ પતિદેવ. હવે આ જગ્યા બરાબર લાગે છે. તો કામે વળગીએ...

ડ્રેકો ટાઈમ-ટર્નર બહાર કાઢે છે – તે જોરજોરથી ટિક ટિક કરી ફરવા લાગે છે અને બધા તેની આસપાસ પોતપોતાની જગ્યા લઈ લે છે.

અને ત્યાંજ પ્રકાશની રાક્ષસી જ્યોત થાય છે. કાનમાં ધાક બેસી જાય એવો અવાજ થાય છે અને સમય થંભી જાય છે. અને એ પછી સમય જાણે કે પડખું ફેરવે છે, ક્ષણેક વિચાર કરે છે, અને પછી પાછળની તરફ સરકવા લાગે છે. શરૂઆતમાં તેની ગતિધીમી છે...

પણપછી સમયની પાછળ જવાની ગતિએકાએક વધી જાય છે.

તેઓ પોતાની આસપાસ જુએ છે.

રૉન

તો? આ ચીજ કામની છે કે નહીં?

અંક ચોથો દૃશ્ય આઠમું

ગૉડ્રિક્સ હૉલો, છાંયાવાળી એક જગ્યા, 1981

પહેલા જિની અને પછી હૅરીને જોઈને એલ્બસ ચકિત થઈ જાય છે, અને પછી તે ખુશખુશાલ ટીમના બાકીના બધાને જોઈને (રૉન, ડ્રૅકો અને હર્માયની) હરખાઈ જાય છે.

એલ્બસ

મૉમ?

હૅરી

એલ્બસ સેવેરસ પૉટર. તને જોઈને અમને અત્યંત આનંદ થયો.

એલ્બસ વળે છે અને જિનીને જઈને વળગી પડે છે. જિની તેને ગળે લગાડે છે, તેના આનંદનો કોઈ પાર નથી.

એલ્બસ

તમને અમારો સંદેશ મળ્યો...?

જિની

અમને તમારો સંદેશ મળ્યો.

સ્કૉર્પિયસ પોતાના ડૅડ તરફ દોડી જાય છે.

ડ્રૅકો

તમને વાંધો ન હોય તો આપણે પણ ગળે મળી શકીએ છીએ...

સ્કૉર્પિયસ પોતાના ડૅડને જુએ છે, એક ક્ષણ માટે અનિશ્ચિતતા. અને પછી બંને સાવ વિચિત્ર રીતે અડધું–પડધું આલિંગન આપે છે. ડ્રૅકોના ચહેરા પર સ્મિત ફરકી રહ્યું છે.

રૉન

ઠીક છે, હવે એ કહો કે ડેલ્ફી ક્યાં છે?

સ્કૉર્પિયસ

તમે ડેલ્ફી વિશે જાણો છો?

એલ્બસ

તે અહીં જ છે – ક્યાંક આસપાસમાં જ હશે – અમને લાગે છે કે તે તમને મારી નાખવાના પ્રયાસમાં છે. વોલ્ડેમૉર્ટ પોતાના પર શાપ ઓઢી લે એ પહેલા. એ તમને મારી નાખવા માગે છે, જેથી ભવિષ્યવાણી તોડી શકાય અને...

હર્માયની

હા. અમને પણ એવું જ લાગે છે. અત્યારે તે ચોક્કસ ક્યાં હશે એ વિશે તમારી પાસે કોઈ જાણકારી છે?

સ્કૉર્પિયસ

તે ગાયબ થઈ ગઈ છે. તમે અહીં કઈ રીતે – ટાઈમ-ટર્નર વિના અહીં કઈ રીતે પહોંચ્યા...

હૅરી *(વચ્ચે અટકાવીને)*

એ બહુ લાંબી અને ગૂંચવણભરી વાર્તા છે, સ્કૉર્પિયસ. અને અત્યારે આપણી પાસે એના માટે સમય નથી.

ડ્રૅકો હૅરીને જોઈને આભારપૂર્વક સ્મિત કરે છે.

હર્માયની

હૅરીની વાત સાચી છે. અત્યારે સૌથી મહત્ત્વની બાબત છે સમય. અને આપણે કામે વળગવું જોઈએ. એમ જોવા જાવ તો, ગૉડ્રિક્સ હૉલો કંઈ બહુ મોટી જગ્યા નથી, પણ ડેલ્ફી ગમે તે દિશામાંથી આવી શકે છે. આથી, આપણે એવી જગ્યાએ જવું જોઈએ જ્યાંથી આખા ગામ પર નજર રાખી શકાય. – જ્યાંથી આપણે મોકળાશપૂર્વક અને સ્પષ્ટપણે દેખરેખ રાખી શકીએ – અને સૌથી મહત્ત્વની વાત એટલે એ જગ્યાએ આપણે સંતાઈને રહી પણ શકીએ. કેમ કે આપણે કોઈનીય નજરે ન ચડીએ એમાં જ સમજદારી છે.

બધા વિચારમાં પડી જાય છે.

મારા મતે સૅન્ટ જેરોમનું ચર્ચ બધી રીતે યોગ્ય છે, તમને શું લાગે છે?

અંક ચોથો દૃશ્ય નવમું

ગૉડ્રિક્સ હૉલો, ચર્ચ, આશ્રયસ્થાન, 1981

એલ્બસ ચર્ચમાંના એક બાંકડા પર સૂતો છે. જિની તેને કાળજીપૂર્વક જોઈ રહી છે. હૅરી સામેની બારીમાંથી બહાર જોઈ રહ્યો છે.

હૅરી

ના. કશું જ નથી. તે હજી સુધી આવી કેમ નહીં અહીં?

જિની

આપણે બધા સાથે છીએ. તારા મૉમ અને ડૅડ હજી પણ જીવે છે, આપણે સમયને પાછળ લઈ જઈ શકીએ છીએ હૅરી, પણ તેની ગતિ વધારી શકતા નથી. પૂરતી તૈયારી કરી લીધા બાદ જ તે આવશે અને આપણે તેનો સામનો કરવા માટે તૈયાર હોઈશું.

તે સૂતેલા એલ્બસની આકૃતિ તરફ જુએ છે.

અથવા આપણામાંના કેટલાક જણ.

હૅરી

બિચારા નાના બાળકોને લાગ્યું હતું, કે તેમણે દુનિયાને બચાવવી જોઈએ.

જિની

અને આ બિચારા નાના બાળકોએ દુનિયાને બચાવી પણ ખરી. ધાબળા પર લખવાનો આઈડિયા જબરદસ્ત હતો. એટલે, એ લોકોએ લગભગ દુનિયાનો વિનાશ કરી જ નાખ્યો હતો, પણ એ વિશે અત્યારે વાત ન કરવામાં જ સાર છે.

હૅરી

તને શું લાગે છે, આ બરાબર તો છે ને?

જિની

એ પ્રયત્ન કરી રહ્યો છે, કદાચ હજી થોડો સમય લાગશે તેને – અને તને પણ.

હૅરી સ્મિત કરે છે. જિની એલ્બસને જુએ છે. તે પણ સ્મિત કરે છે.

તને ખબર છે, ચેમ્બર ઑફ સીક્રેટ્સ ખોલ્યા બાદ – વોલ્ડેમૉર્ટે મને પેલી ભયાનક ડાયરીમાંથી ડરાવી હતી, એ પછી હું પણ બધું ધૂળધાણી કરી નાખવાની હતી –

હૅરી

મને યાદ છે.

જિની

હું હૉસ્પિટલમાંથી બહાર આવી એ પછી – બધાએ મારી અવગણના કરી – મને એકલી કરી નાખી હતી – એક છોકરા સિવાય. એ છોકરા પાસે બધું જ હતું – ગ્રિફિનડૉર કૉમન રુમમાંથી તે ચાલતો મારી પાસે આવ્યો અને તેણે મારી સાથે 'ઍક્સપ્લોડિંગ સ્નૅપ' રમવાનો પડકાર ફેંક્યો. લોકોને એવું લાગતું હોય છે કે, તમારા વિશે જાણવા જેવું જેટલું છે, એ બધું જ તેઓ જાણે છે. પણ વ્યક્તિનું સાચું શૌર્ય તેનાં નાનાં–નાનાં કાર્યોમાં દેખાય છે – આનાથી વ્યક્તિને પ્રસિદ્ધિ મળતી નથી. મુદ્દો એ કે ખરાબ સમય પૂરો થયા બાદ, એટલું ધ્યાનમાં રાખો કે અનેક લોકોને – ખાસ કરીને છોકરાઓને – ક્યારેક ક્યારેક એવું લાગે છે કે, તેમની સાથે કોઈ ઍક્સપ્લોડિંગ સ્નૅપ રમે.

હૅરી

તારે એમ કહેવું છે કે, આપણા જીવનમાંથી ઍક્સપ્લોડિંગ સ્નૅપની મજા મરી ગઈ છે?

જિની

એવું નથી. પણ તને મારા માટે પ્રેમ છે એની જાણ મને એ ક્ષણે થઈ – મને નથી લાગતું કે એલ્બસને તારા પ્રેમની જાણ એ રીતે થઈ હોય.

હૅરી

હું તેના માટે ગમે તે કરવા તૈયાર છું.

જિની

હેરી, તું તો કોઈના માટે કંઈપણ કરી શકે છે. દુનિયા માટે પોતાનું બલિદાન આપવામાં પણ તને તો આનંદ જ હતો. તેને તારી પાસેથી ખાસ પ્રેમની અપેક્ષા છે. એ પ્રેમ તેને મજબૂત બનાવશે, અને તને પણ એમાંથી બળ મળશે.

હેરી

તને ખબર છે, એલ્બસ ગાયબ થઈ ગયો, ત્યારે મારી મૉમે મને કરેલા પ્રેમનું મૂલ્ય મને સમજાયું. એવો પ્રતિકારી મંત્ર જેણે મૃત્યુ શાપને પણ પલટાવી નાખ્યો.

જિની

અને આ એક જ મંત્ર વોલ્ડેમૉર્ટ કદી સમજી શક્યો નહોતો – પ્રેમ!

આ શબ્દ ઓરડાના વાતાવરણમાં ભારેખમ અને સુંદર પણ લાગે છે.

હેરી

હું તેને ખાસ પ્રેમ કરૂં છું, જિની.

જિની

મને ખબર છે, પણ એની અનુભૂતિ તેને પણ થાય એ જરૂરી છે.

હેરી પોતાની પત્ની તરફ ઉદાસ સ્મિત કરે છે. પોતે શું બદલવું જોઈએ એ તે જાણે છે.

હેરી

નસીબદાર છું હું કે મને તારા જેવી પત્ની મળી.

જિની

ગજબનો નસીબદાર. અને તું કેટલો નસીબદદાર છે, એ વિશે ફૂરસદમાં ફરી ક્યારેક ચર્ચા કરવાનું પણ મને ગમશે. પણ અત્યારે – ડેલ્ફીને કઈ રીતે રોકવી એના પર ધ્યાન કેન્દ્રિત કરવાનું છે.

હેરી

સમય વેડફાઈ રહ્યો છે.

જિનીના મનમાં એક વિચાર આવે છે.

જિની

હેરી, કોઈએ વિચાર કર્યો છે ખરો – કે તેણે આ સમય શા માટે પસંદ કર્યો? આજનો દિવસ જ કેમ?

હેરી

કેમ કે, આજના દિવસે જ બધી ઉથલપાથલ થઈ હતી...

જિની

ભૂતકાળમાં અત્યારે તું એકાદ વર્ષ કરતાં થોડો મોટો હોઈશ, બરાબર?

હેરી

એક વર્ષ અને ત્રણ મહિના.

જિની

આ એક વર્ષ ત્રણ મહિનામાં એ તને ગમે ત્યારે મારી શકી હોત. અને અત્યારે પણ, તે ગૉડ્રિક્સ હૉલોમાં ચોવીસ કલાક કરતાં વધુ સમયથી છે. તો પછી તે રાહ શેની જોઈ રહી છે?

હેરી

મને હજી પણ પૂરૂં સમજાઈ રહ્યું નથી –

જિની

જો એ તારી રાહ જોઈ રહી નહોતી તો – એ તેની રાહ જોઈ રહી છે... તેને રોકવા માટે?

હેરી

શું?

જિની

ડેલ્ફીએ આજનો દિવસ પસંદ કર્યો કેમ કે તે આજે આવવાનો છે – કેમ કે તેનો બાપ આવવાનો છે. ડેલ્ફી તેને મળવા માગે છે. જે પિતાને તે પ્રેમ કરવા માગે છે, તેની સાથે એ રહેવા માગે છે. વોલ્ડેમૉર્ટે તારા પર હુમલો કર્યો એ પછી તેની સમસ્યાઓ શરૂ થઈ. તેણે જો આ કામ કર્યું ન હોત તો...

હેરી

તો તે વધુ બળશાળી થયો હોત. વિશ્વમાં અંધકાર વધુ ઘેરો બન્યો હોત.

જિની

ભવિષ્યવાણી તોડવાનો સૌથી શ્રેષ્ઠ રસ્તો છે – હેરી પૉટરને ન મારવો, ટૂંકમાં વોલ્ડેમૉર્ટને કંઈપણ કરતા રોકવો...

અંક ચોથો દૃશ્ય દસમું

ગૉડ્રિક્સ હૉલો, ચર્ચ, 1981

આખું જૂથ એકઠું થયું છે અને મૂંઝવણનો માહોલ છે.

રૉન

એટલે મને સમજાયું છે એ મુજબ – આપણે વૉલ્ડેમૉર્ટને બચાવવા માટે લડવા આવ્યા છીએ?

એલ્બસ

વૉલ્ડેમૉર્ટ, મારા દાદા–દાદીને મારવાનો છે. વૉલ્ડેમૉર્ટ મારા ડૅડને મારી નાખવાનો પ્રયાસ કરવાનો છે?

હર્માયની

દેખીતી વાત છે, જિની. ડેલ્ફી હૅરીને મારવાનો પ્રયાસ કરવાની નથી – તે વૉલ્ડેમૉર્ટને હૅરીને મારતા રોકવાનો પ્રયાસ કરશે. કમાલ, અદભુત... અફલાતુન..

ડ્રૅકો

એટલે – આપણે બસ રાહ જોવાની? વૉલ્ડેમૉર્ટ આવે ત્યાં સુધી?

એલ્બસ

તેને ખબર છે કે વૉલ્ડેમૉર્ટ ક્યારે આવવાનો છે? તે ચોવીસ કલાક પહેલા અહીં આવી પહોંચી છે, કેમ કે તેને ખાતરી નથી કે વૉલ્ડેમૉર્ટ ક્યારે આવશે અને કઈ દિશામાંથી? ઈતિહાસનાં પુસ્તકોમાં – મારી ભૂલ થતી હોય તો મને સુધારજે, સ્કૉર્પિયસ – વૉલ્ડેમૉર્ટ ગૉડ્રિક્સ હૉલોમાં ક્યારે અને કઈ રીતે આવ્યો એ વિશે કોઈ ઉલ્લેખ નથી?

સ્કોર્પિયસ અને હર્માયની

તું સાચો છે.

રૉન

યે હુઈ ના બાત! એક નહીં બે–બે રત્નો છે આપણી વચ્ચે!

ડ્રેકો

તો આપણે આ બાબતનો ફાયદો કઈ રીતે ઉપાડી શકીએ એમ છીએ?

એલ્બસ

તમને ખબર છે, મારી માસ્ટરી શેમાં છે?

હૅરી

તારામાં ગુણો તો ઘણા છે, એલ્બસ.

એલ્બસ

પૉલીજ્યુસિંગ કાઢો બનાવવામાં. અને મને લાગે છે કે, બાથિલ્ડા બૅગશૉટના ઘરના ભોંયરામાં પૉલીજ્યુસ બનાવવાની બધી સામગ્રી હશે જ. આપણે પૉલીજ્યુસનો ઉપયોગ કરીને વોલ્ડેમૉર્ટનું રૂપ લઈશું અને ડેલ્ફીને આપણી પાસે આવવાની ફરજ પાડશું,

રૉન

પણ પૉલીજ્યુસની અસર થાય એ માટે જે –તે માણસના કંઈક અંશની જરૂર પડે છે. આપણી પાસે વોલ્ડેમૉર્ટનો કોઈ અંશ નથી.

હર્માયની

પણ મને આ આઈડિયા બહુ ગમ્યો. ઊંદર–બિલાડીની રમતનો સ્વાંગ.

હૅરી

રુપાંતરણનો ઉપયોગ કરી આપણે કેટલી સચોટતા મેળવી શકીએ એમ છીએ?

હર્માયની

તે કેવો દેખાય છે એ આપણે જાણીએ છીએ. આપણી સાથે અહીં કેટલાક ઉત્તમ જાદૂગરો અને જાદૂગરણીઓ છે.

જિની

તારે વોલ્ડેમૉર્ટનું રૂપ લેવું છે?

એલ્બસ

આપણી પાસે આ જ છેલ્લો માર્ગ છે.

હર્માયની

આ જ છે. બરાબર ને?

રૉન બહાદુરીપૂર્વક આગળ આવે છે.

રૉન

તો મને ગમશે બનવું – મને લાગે છે કે, મારે જ એનું રૂપ લેવું જોઈએ. એટલે કે, વોલ્ડેમૉર્ટ બનવું એ કંઈ બહુ સારી વાત તો નથી જ – પણ મારા પોતાના ગુણગાન ન ગાતા હું કહીશ – આપણી આખી ટોળકીમાં સૌથી મસ્ત મજાનો માણસ હું જ છું... એટલે કદાચ શેતાની શહેનશાહનું રુપ લેવામાં તમારા કોઈના કરતાં મને ઓછી તકલીફ થશે – તમે બધા જરા વધુ પડતા જ – ગંભીર સ્વભાવના છો.

હેરી દૂર ખસી જાય છે. તે મનોમંથન કરી રહ્યો છે.

હર્માયની

તું ગંભીર કોને કહી રહ્યો છે?

ડ્રેકો

તેનું રૂપ લેવા હું તૈયાર છું. મને લાગે છે કે, વોલ્ડેમૉર્ટ બનવું એમાં ચોકસાઈની જરૂર છે... ખોટું ન લગાડતો, રૉન... અને કાળા જાદૂની જાણકારી પણ હોવી જોઈએ, અને –

હર્માયની

અને મને પણ ગમશે આ કામ કરવું. જાદૂ પ્રધાન તરીકે મને લાગે છે કે આ મારી જવાબદારી પણ છે અને હક્ક પણ.

સ્કૉર્પિયસ

આપણે ચીઠ્ઠી ખેંચીએ તો –

ડ્રેકો

સ્કૉર્પિયસ, તારે આ જફામાં પડવાની જરૂર નથી.

એલ્બસ

ખરેખર તો –

જિની

ના, જરાય નહીં. તમે બધા પાગલ થઈ ગયો છો? મને એ અનુભવ છે. તેનો અવાજ માથામાં જે રીતે ઘુમરાય છે. પાછો એ અનુભવ લેવાની મારી તો કોઈ ઈચ્છા નથી –

હૅરી

અને આમ પણ – આ કામ મારે જ કરવું જોઈએ.

બધા હૅરી તરફ વળે છે.

ડ્રૅકો

શું?

હૅરી

ડેલ્ફીને પૂરેપૂરો વિશ્વાસ બેસવો જોઈએ કે, તેની સામે ખરેખર વોલ્ડેમૉર્ટ જ છે, કોઈ પણ જાતના ખચકાટ કે શંકા વિના, તો જ આ યોજના સફળ થશે. ડેલ્ફી સર્પભાષાનો ઉપયોગ કરશે – અને મને મને ખબર છે કંઈક કારણ હતું આથી જ મારામાં એ ક્ષમતા હજી પણ ટકી રહી છે. અને તેના કરતાં પણ મહત્ત્વનું એટલે મને – ખબર છે કે 'તેના જેવું હોવું' એટલે શું – આ કામ મારે જ કરવું જોઈએ.

રૉન

સાવ ભંકસ. તારી રજૂઆત સરસ હતી, પણ એટલી જ કચરાછાપ પણ. તારે આ કરવાનો સવાલ જ નથી આવતો –

હર્માયની

મને લાગે છે કે તારી વાત સાચી છે, મારા જૂના મિત્ર.

રૉન

હર્માયની, તારી ભૂલ થાય છે. વોલ્ડેમૉર્ટ બનવું એ કંઈ મોજમજાની વાત નથી – હૅરીએ આ ન કરવું જોઈએ –

જિની

મને મારા ભાઈ સાથે સહમત થવું ગમતું નથી, પણ...

રૉન

તે વોલ્ડેમૉર્ટના સ્વરૂપમાં અટકી જઈ શકે છે – હંમેશ માટે.

હર્માયની

તમારી ચિંતા વ્યાજબી છે પણ...

હૅરી

એક મિનિટ ધીરજ રાખો. હર્માયની, જિન.

જિની અને હૅરીની નજર એકમેકને મળે છે.

તમારી ઇચ્છા નહીં હોય તો હું નહીં કરું, પણ મને તો આ એક જ માર્ગ દેખાય છે. આમાં હું ક્યાંય ખોટો છું?

જિની એકાદ ક્ષણ વિચાર કરે છે અને પછી ધીમેથી માથું ધુણાવે છે. હૅરીનો ચહેરો સખત થાય છે.

જિની

તારી વાત સાચી છે.

હૅરી

તો ચાલો કામે લાગીએ.

ડ્રૅકો

તું ક્યાંથી કઈ રીતે જઈશ, એ બધા પર આપણે ચર્ચા કરીને નક્કી કરવું જોઈએ એવું તને નથી લાગતું? – તું કઈ –

હૅરી

ડેલ્ફી તેની રાહ જોઈ રહી છે. તે જ આવશે મારા સુધી.

ડ્રૅકો

અને પછી આગળ શું? તે તારી સાથે હોય ત્યારે? હું તને યાદ કરાવી દઉં, પેલી ખરેખર શક્તિશાળી જાદૂગરણી છે.

રૉન

શાંત થઈ જા. હૅરી તેને અહીં લઈ આવશે. પછી આપણે બધા તેના પર તૂટી પડશું.

ડ્રૅકો

'તૂટી પડશું?'

હર્માયની ઓરડામાં નજર ફેરવે છે.

હર્માયની

આપણે આ દરવાજાઓ પાછળ સંતાઈને બેસીશું. હૅરી, તું તેને આ જગ્યા સુધી લઈ આવીશ *(તે ઈશારો કરી એ જગ્યા દેખાડે છે, ત્યાં ચર્ચની ગુલાબી કાચવાળી બારીમાંથી આવતો પ્રકાશ ફરસ પર પડે છે)*, ત્યારે અમે તરત જ બહાર આવીને તેને પકડી લઈશું પછી તેને છટકવાનો મોકો નહીં મળે.

રૉન *(ડ્રૅકો તરફ જોઈને)*

અને પછી આપણે તેના પર તૂટી પડશું.

હર્માયની

હેરી, છેલ્લી વાર પૂછું છું, તને ખાતરી છે ને કે તું આ કરી શકીશ?

હેરી

હા, હું આ કરી શકીશ.

ડ્રેકો

ના, આમાં ઘણા બધા 'જો' અને 'તો' છે. ઘણી બધી બાબતો એવી છે જેમાં ગરબડ થઈ શકે છે – રુપાંતરણ ટક્યું નહીં તો, પેલી બધું જ આરપાર જોઈ શકશે – અને આ વખતે જો તે છટકી ગઈ, તો કેટલું નુકસાન કરશે એનો આપણે અંદાજ પણ લગાડી શકીએ એમ નથી – આપણે પૂરતો સમય લઈ સારી રીતે યોજના બનાવવી જોઈએ –

એલ્બસ

ડ્રેકો, મારા ડેડ પર વિશ્વાસ રાખો. તેઓ આપણને નિરાશ નહીં કરે.

હેરી એલ્બસ તરફ જુએ છે – તે લાગણીશીલ થઈ ગયો છે.

હર્માયની

જાદૂઈ લાકડીઓ

બધા પોતપોતાની જાદૂઈ લાકડી બહાર કાઢે છે. હેરી પણ પોતાની લાકડી મજબૂતાઈથી પકડે છે. મંચ પર પ્રચંડ પ્રકાશની જ્યોત જોવા મળે છે – આંખો અંજાઈ જાય એવી.

રુપાંતરણ અત્યંત ધીમી ગતિની અને ભીષણ પ્રક્રિયા છે.

અને હેરીનું શરીર વોલ્ડેમોર્ટમાં રુપાંતરિત થાય છે. અને તે ભયાનક દેખાય છે. તે વળે છે. તે પોતાના મિત્રો અને પરિવારના સભ્યોને જુએ છે. તેઓ પણ તેને જ જોઈ રહ્યા છે, ગભરાઈને.

રૉન

બાપ રે.

હેરી/વોલ્ડેમોર્ટ

લાગું છું ને હું અદ્દલ તેના જેવો?

જિની *(ખિન્નપણે)*

હા. અદ્દલ એના જેવો જ.

અંક ચોથો દૃશ્ય અગિયારમું

ગૉડ્રિક્સ હૉલો, ચર્ચ, 1981

રૉન. હર્માયની. ડ્રૅકો, સ્કૉર્પિયસ અને એલ્બસ બારી પાસે ઊભા છે. બહાર જોઈ રહ્યા છે. જિનીમાં બહાર જોઈ શકવાની હિંમત નથી. તે થોડી પાછળ બેઠી છે.

એલ્બસ નોંધે છે કે તેની મૉમ બધાથી દૂર બેઠી છે. તે ચાલી ને જિની પાસે જાય છે.

એલબાસ

મૉમ, બધું જ બરાબર થઈ જશે, તને ખબર છે ને?

જિની

હા બેટા, મને ખબર છે. અથવા બધું બરાબર થઈ જશે એવી આશા હું રાખું છું. હું બસ – હૅરીને એ રૂપમાં જોઈ શકતી નથી. જે માણસને હું પ્રેમ કરૂં છું એ અત્યારે, જેનાથી મને સૌથી વધુ તિરસ્કાર છે એવા માણસના વેશમાં છે, હું આ જોઈ શકું એમ નથી.

એલ્બસ પોતાની મૉમની બાજુમાં બેસે છે.

એલ્બસ

મને એ ગમતી હતી, મૉમ. તને તો ખબર છે? મને એ ખરેખર બહુ ગમતી હતી. ડેલ્ફી. અને તે કોણ નીકળી? – વોલ્ડેમૉર્ટની દીકરી.

જિની

દુષ્ટ લોકોની હથોટી હોય છે આવા કામમાં – નિર્દોષ લોકોને પોતાની જાળમાં ફસાવવામાં.

એલ્બસ

આ બધું મારી ભૂલને કારણે થયું છે.

જિની એલ્બસને ગળે લગાડે છે.

જિની

કેવી રમૂજભરી વાત છે ને. તારા ડેડને લાગે છે કે, બધો વાંક તેમનો છે. ખરેખર ગજબની જોડી છે તમારી.

સ્કૉર્પિયસ ફૂંફાડા જેવા શબ્દો બોલતો દરવાજામાંથી પ્રવેશે છે અને મા–દીકરાની વાતચીત અટકી જાય છે.

સ્કૉર્પિયસ

એ જ છે. એ જ છે. તેણે જોયો વોલ્ડેમૉર્ટને.

હર્માયની

બધા પોતપોતાની જગ્યા લઈ લો. અને યાદ રાખો, જ્યાં સુધી તે ડેલ્ફીને પ્રકાશવાળી જગ્યા સુધી લઈ નથી આવતો ત્યાં સુધી કોઈએ બહાર આવવાનું નથી. આપણી પાસે બસ એક જ તક છે અને એમાં કોઈ ગરબડ થાય એવું આપણે નહીં ઇચ્છીએ.

તેઓ બધા ઝડપથી હરકતમાં આવે છે.

ડ્રેકો

હર્માયની ગ્રેન્જર, મારા પર હુકમ ચલાવે છે, હર્માયની ગ્રેન્જર. *(તે વળીને તેના તરફ જુએ છે અને ડ્રેકો સ્મિત કરે છે.)* અને મને એમાં થોડીઘણી મજા પણ આવી રહી છે.

સ્કૉર્પિયસ

ડેડ...

બધા વિખેરાઈ જાય છે. બે મુખ્ય દરવાજા પાછળ બધા સંતાઈ જાય છે. હૅરી/વોલ્ડેમૉર્ટ ચર્ચમાં પ્રવેશે છે. થોડાંક પગલાં ચાલ્યા બાદ તે પાછળ ફરીને જુએ છે.

હૅરી/વોલ્ડેમૉર્ટ

જે કોઈ જાદૂગર કે જાદૂગરણી મારો પીછો કરી રહ્યા છે, હું તેમને ચેતવણી આપું છું કે, આવું કરનારને પસ્તાવાનો વારો આવશે.

ડેલ્ફી તેની પાછળ પાછળ પ્રગટ થાય છે. તેને પીછો કરવાની ફરજ પડી છે. આ માણસ તેનો પિતા છે અને આ ક્ષણની રાહ તેણે આખી જિંદગી જોઈ છે.

ડેલ્ફી

લૉર્ડ વોલ્ડેમોર્ટ. હું છું. હું તમારો પીછો કરી રહી છું.

હેરી/વોલ્ડેમોર્ટ

હું તને ઓળખતો નથી. ચાલતી થા અહીંથી.

તે ઊંડા શ્વાસ લઈ રહી છે.

ડેલ્ફી

હું તમારી દીકરી છું.

હેરી/વોલ્ડેમોર્ટ

તું મારી દીકરી હોત તો, હું તને ઓળખતો હોત.

ડેલ્ફી આજીજીભરી નજરે તેને જુએ છે.

ડેલ્ફી

હું ભવિષ્યમાંથી આવી છું. તમારી અને બેલાટ્રિક્સ લેસ્ટ્રેન્જની દીકરી. હૉગવટ્‌ર્સના યુદ્ધ પહેલા મૅલફૉય હવેલીમાં મારો જન્મ થયો હતો. એ યુદ્ધમાં તમારો પરાજય થવાનો છે. હું તમને બચાવવા માટે અહીં આવી છું.

હેરી/વોલ્ડેમોર્ટ તેની તરફ ફરીને જુએ છે. બંનેની નજર એકમેકને મળે છે.

રોડૉલ્ફસ લેસ્ટ્રેન્જ, બેલાટ્રિક્સનો વફાદાર પતિ હતો. અઝકાબાનથી પાછા ફર્યા બાદ તેણે હું કોણ છું એ મને જણાવ્યું હતું. અને મને ભવિષ્યવાણી પણ કહી સંભળાવી. આ ભવિષ્યવાણી સાચી પુરવાર કરવું એ મારી નિયતીમાં હતું. હું તમારી દીકરી છું, સર.

હેરી/વોલ્ડેમોર્ટ

હું ઓળખું છું બેલાટ્રિક્સને. અને તારા અને તેના ચહેરામાં કેટલીક સમાનતાઓ છે – પણ તને તેના સારા ગુણ વારસામાં મળ્યા હોય એવું લાગતું નથી. અને પુરાવા વિના...

ડેલ્ફી ઈરાદાપૂર્વક સર્પભાષામાં બોલે છે.

હેરી/વોલ્ડેમોર્ટ ક્રૂરતાપૂર્વક હસે છે.

તો આ છે તારો પુરાવો?

ડેલ્ફી સહજતાથી હવામાં ઉપર ઊઠે છે. હેરી/વોલ્ડેમોર્ટ ચકિત થઈ એક ડગલું પાછળ જાય છે.

ડેલ્ફી

શેતાની શહેનશાહ હું ઓગુરી છું. અને મારી પાસે જે કંઈ છે એ તમારી સેવામાં સમર્પિત કરવા હું તત્પર છું.

હેરી/વોલ્ડેમોર્ટ *(પોતાને લાગેલા ઝટકાની અસર છૂપાવવાનો પ્રયાસ કરતા)*

હવામાં ઊડતાં – તું મારી પાસેથી – શીખી છે?

ડેલ્ફી

તમે બનાવેલા માર્ગ પર ચાલવાનો પ્રયાસ કરી રહી છું.

હેરી/વોલ્ડેમોર્ટ

મારી સાથે બરાબરી કરવાની હિંમત કરે એવા કોઈ જાદૂગર કે જાદૂગરણીને હું આજ સુધી મળ્યો નથી.

ડેલ્ફી

તમે ગેરસમજ ન કરતા – હું તો તમારી બરાબરીની હોવાનો દાવો કરવાને લાયક પણ નથી. પણ તમને મારા પર ગર્વ થાય એવી દીકરી બનવામાં મેં મારૂં આખું જીવન સમર્પિત કર્યું છે.

હેરી/વોલ્ડેમોર્ટ *(તેને અધવચ્ચે અટકાવતા)*

મને સમજાઈ ગયું છે તું કોણ છે અને તું શું બની શકે છે એ પણ મને દેખાય છે. દીકરી.

તે તેના તરફ જુએ છે, તે છેક અંદરથી લાગણીશીલ થઈ ગઈ છે.

ડેલ્ફી

પિતાજી?

હેરી/વોલ્ડેમોર્ટ

આપણે બંને સાથે મળીને આપણી શક્તિ અનેકગણી કરી શકીએ છીએ.

ડેલ્ફી

પિતાજી...

હેરી/વોલ્ડેમોર્ટ

અહીં આવ, પ્રકાશમાં આવ, જેથી હું મારા લોહીના અંશને જોઈ શકું.

ડેલ્ફી

તમારી યોજનામાં એક ખામી છે. હેરી પૉટર પર હુમલો કરવો એ ભૂલ છે. એ તમારા સર્વનાશનું કારણ બનશે.

હેરી/વોલ્ડેમૉર્ટનો હાથ ફરીથી હેરીના હાથ જેવો દેખાવા લાગે છે. તે આશ્ચર્યચકિત અને ભયભીત થઈને હાથને જુએ છે, અને પછી તરત જ તેને પોતાની બાંયમાં ખેંચી લે છે.

હેરી/વોલ્ડેમૉર્ટ

એ તો નાનું બચ્ચું છે.

ડેલ્ફી

તેની આસપાસ તેની માતાના પ્રેમનું કવચ છે. તમારો મંત્ર તમારા પર જ ઊંધો પડશે. તમારો વિનાશ કરી નાખશે અને તેને અત્યંત શક્તિશાળી બનાવી મૂકશે અને તમને સાવ નબળા. તમે સાજા થઈ જશો અને સામર્થ્ય પાછું પણ મેળવશો, પણ એ પછીના સત્તર વર્ષ તેની સામે ઝઝૂમવામાં જ ખર્ચાઈ જશે – એક એવું યુદ્ધ જેમાં તમારો પરાજય અટળ છે.

હેરી/વોલ્ડેમૉર્ટના વાળ પહેલા જેવા થવા લાગે છે. તેને આ વાતની જાણ થાય છે, તે વાળ સંતાડવાનો પ્રયાસ કરે છે. ઝભ્ભાનું હૂડ માથા પર ઓઢી લે છે.

હેરી/વોલ્ડેમૉર્ટ

એવું જ હોય તો હું તેના પર હુમલો નહીં કરૂં. તારી વાત સાચી છે.

ડેલ્ફી

પિતાજી?

હેરી/વોલ્ડેમૉર્ટ આકારમાં નાનો થવા લાગે છે – હવે તે હેરી જેવો વધારે અને વોલ્ડેમૉર્ટ જેવો ઓછો દેખાય છે. તે ડેલ્ફી તરફ પીઠ ફેરવી લે છે.

પિતાજી?

હેરી *(હજી પણ વોલ્ડેમૉર્ટ જેવો અવાજ કાઢવાનો નિષ્ફળ પ્રયાસ કરી રહ્યો છે)*

તારી યોજના સારી છે. હુમલો કરવાનો વિચાર હું પડતો મૂકું છું. તેં મારી સારી સેવા કરી છે, બસ હવે પ્રકાશમાં આવ, જેથી હું તને બરાબર જોઈ શકું.

હળવેકથી ખૂલતાં એક દરવાજા તરફ ડેલ્ફીનું ધ્યાન જાય છે. દરવાજો ફરીથી બંધ થાય છે. તેના કપાળ પર સળ ઉપસે છે. તેના મગજમાં વિચારો ઝડપથી આવી રહ્યા છે. તેની શંકા બળવત્તર બનતી જાય છે.

ડેલ્ફી

પિતાજી...

તેના ચહેરાની એક ઝલક મેળવવાનો તે પ્રયાસ કરે છે. સંતાકૂકડીની રમત જાણે કે નૃત્ય રૂપે ત્યાં રમાય છે.

તું લૉર્ડ વોલ્ડેમૉર્ટ નથી.

ડેલ્ફી પોતાની જાદૂઈ લાકડીમાંથી વીજળીનો ચમકારો બહાર પાડે છે. હૅરી તેને બરાબરીનો જવાબ આપે છે.

ઈન્સેન્ડિયો!

હૅરી

ઈન્સેન્ડિયો!

બંનેની લાકડીમાંથી નીકળેલા વીજળીના ચમકારા ઓરડામાં એકમેકને ટકરાય છે અને સુંદર વિસ્ફોટ થાય છે.

બાકીના લોકો દરવાજા ખોલવાનો પ્રયાસ કરી રહ્યા છે ત્યારે બીજા હાથથી ડેલ્ફી બંને દરવાજા પર મંત્ર મારે છે.

ડેલ્ફી

પૉટર. કૉલોપોર્ટસ!

હૅરી બંધ થઈ ગયેલા દરવાજા તરફ નજર નાખે છે, અને નિરાશ થઈ જાય છે.

જિની *(દૂરથી)*

તેણે તારી બાજુથી દરવાજો બંધ કરી દીધો છે.

ડેલ્ફી

આ શું? તારી મિત્ર મંડળી તારો સાથ આપવા આવશે એવું લાગ્યું હતું તને?

હર્માયની *(દૂરથી)*

હૅરી... હૅરી...

હૅરી

કંઈ વાંધો નહીં, તને તો હું એકલો જ પહોંચી વળીશ.

તે ફરીથી તેના પર હુમલો કરવા હિલચાલ કરે છે. પણ ડેલ્ફી અત્યંત બળશાળી છે. હૅરીની જાદૂઈ લાકડી તેની તરફ ખેંચાય છે. તે નિઃશસ્ત્ર થઈ ગયો છે. તે સાવ નિઃસહાય છે.

કઈ રીતે કર્યું તેં...? કોણ છે તું?

ડેલ્ફી

બહુ લાંબા સમયથી તારા પર નજર રાખી છે મેં, હૅરી પૉટર. મારા પિતા ઓળખતા એના કરતાં વધુ સારી રીતે હું તને ઓળખું છું.

હૅરી

તને લાગે છે કે, તેં મારી નબળાઈ ઓળખી લીધી છે?

ડેલ્ફી

તેમના જેવી થવા માટે મેં સખત અભ્યાસ કર્યો છે! હા, તેઓ વિશ્વના સર્વકાલીન સર્વશ્રેષ્ઠ જાદૂગર છે, પણ તેમને પણ મારા પર ગર્વ થાય એવો મારો અભ્યાસ છે. એક્સપલ્સો!

હૅરીની પાછળની જમીન ધડાકાભેર ફાટી નીકળે છે અને તે જમીન પર પછડાય છે. તે ઉતાવળે ચર્ચના બાંકડા નીચે સંતાઈ જાય છે. તેનો સામનો કઈ રીતે કરવા એના વિચારમાં પડે છે.

મારાથી દૂર આમ ભાંખોળિયા ભરતો ક્યાં જઈશ? હૅરી પૉટર. જાદૂઈ દુનિયાનો નાયક છે ને તું? તો પછી આમ ઊંદરડાની જેમ મારાથી દૂર કેમ ભાગી રહ્યો છે. વિંગાર્ડિયમ લેવિઓસા!

ચર્ચનો એ બાંકડો હવામાં ઊંચે ચડે છે.

પ્રશ્ન એ છે કે, તને મારી નાખવામાં મારે મારો સમય વેડફવો જોઈએ કે નહીં.. કેમ કે જેવી હું મારા પિતાને તને મારતા રોકી પાડીશ, તારો ખાત્મો થવાની ખાતરી થઈ જશે. કઈ રીતે નક્કી કરું? અરે યાર... મને તો કંટાળો આવી ગયો... લાવ, તને મારી જ નાખું.

તે આ બાંકડો તેના પર જોરથી ફેંકે છે. હૅરી ત્યાંથી દૂર સરકી જાય છે અને બાંકડો જમીન પર પટકાતાં જ ચકનાચૂર થઈ જાય છે.

એલ્બસ ઝાળીના એક ઢાંકણા દ્વાર જમીનમાંથી બહાર આવે છે, બેઉમાંથી કોઈનું ધ્યાન તેની તરફ જતું નથી.

આવાડા –

એલ્બસ

ડૅડ..

હૅરી

એલ્બસ! ના!

એલ્બસ હૅરી તરફ જાદૂઈ લાકડી ફેંકે છે. હૅરી તે પકડી લે છે. પોતાના દીકરાએ આટલું મોટું જોખમ લીધું છે એ જોઈને તે બેબાકળો થઈ ગયો છે.

ડેલ્ફી

તમે બંને? પસંદગી, પસંદગી. કોને પહેલા મારૂં? મને લાગે છે કે પહેલા છોકરાને જ વધેરી નાખું. આવાડા કેડાવારા!

તે એલ્બસની દિશામાં મૃત્યુ–મંત્ર ફેંકે છે– પણ હૅરી તેને મંત્રની સીધમાંથી બાજુએ ધક્કો મારીને દૂર કરે છે. મંત્રનો પ્રહાર જમીન સાથે અફડાય છે. હૅરી તેની દિશામાં ઊંધો મંત્ર મારે છે.

તને શું લાગ્યું, તું મારા કરતાં વધુ શક્તિશાળી છે?

હૅરી

ના. હું નથી.

તે બંને એકબીજા તરફ નિર્દયીપણે જાદૂઈ મંત્રોના પ્રહાર કરતા રહે છે. એટલામાં એલ્બસ અહીંથી ત્યાં સરકતો રહી મંત્રથી બંને દરવાજા ખોલી નાખે છે.

એલ્બસ

ઍલોહોમોરા!

હૅરી

પણ અમે જરૂર છીએ.

એલ્બસ

ઍલોહોમોરા!

હૅરી

હું ક્યારેય એકલો લડ્યો નથી, યાદ રાખજે. અને હવે પછી પણ ક્યારેય નહીં.

હર્માયની, રૉન, જિની અને ડ્રેકો દરવાજા પાછળથી બહાર આવે છે, અને ડેલ્ફી પર મંત્રોનો મારો વરસાવે છે. તે હતાશ

થઈ ગુસ્સામાં બરાડે છે. તેનામાં અપાર શક્તિ છે, પણ બધાને એકસાથે જવાબ આપવાનું તેના માટે મુશ્કેલ છે.

એક પછી એક ધડાકાનો અવાજ આવે છે – અને પછી, નબળી પડવાથી અને હતોત્સાહિત થઈ જવાથી તે ફરસ પર ફસડાઈ પડે છે.

ડેલ્ફી

ના...ના...

હર્માયની

બ્રેકિયાબાઈન્ડો!

તે દોરડાથી બંધાઈ જાય છે.

હેરી ડેલ્ફી તરફ આગળ વધે છે. આ દરમિયાન તે પોતાની નજર તેના પરથી ખસેડતો નથી. બાકીના બધા પોતપોતાની જગ્યાએ જ ઊભા છે.

હેરી

એલ્બસ, તું બરાબર તો છે ને?

એલ્બસ

હા, ડેડ, હું બરાબર છું.

હેરીની નજર હજી પણ ડેલ્ફી પર જ ખોડાયેલી છે. તેને હજી પણ તેનાથી જોખમ જણાય છે.

હેરી

જિની, તેને ઈજા તો નથી થઈ ને? તે સુરક્ષિત છે એની જાણ મને થવી જોઈએ...

જિની

તેનો જ આગ્રહ હતો. જાળીમાંથી સરકીને બહાર નીકળી શકે એવો એ એકલો જ હતો. મેં તેને રોકવાનો પ્રયાસ કર્યો હતો.

હેરી

મને બસ એટલું જ કહે કે તે બરાબર છે.

એલ્બસ

હું બરાબર છું, ડેડ. કસમથી.

હેરી ડેલ્ફી તરફ આગળ વધવાનું ચાલુ રાખે છે.

હેરી

મને મારવાનો પ્રયાસ અનેક લોકોએ કર્યો છે – પણ મારો દીકરો! એને કંઈ થયું છે તો જો જે!

ડેલ્ફી

મારે બસ મારા ડેડને સમજવા હતા.

તેના આ શબ્દોથી હેરીને આશ્ચર્ય થાય છે.

હેરી

તું તારું જીવન નવેસરથી નહીં લખી શકે. તું હંમેશાં અનાથ હતી અને એમ જ રહીશ. આમાંથી તારો છૂટકારો નથી.

ડેલ્ફી

મને તેમને – જોવા તો દો.

હેરી

હું એવું કરી શકું એમ નથી અને કરવાનો પણ નથી.

ડેલ્ફી *(ખરેખર યાચના કરતા)*

તો પછી મને મારી નાખો.

હેરી એક ક્ષણ માટે વિચાર કરે છે.

હેરી

હું એ પણ કરી શકું એમ નથી...

એલ્બસ

શું? ડેડ? આ બહુ ખતરનાક છે.

હેરી

ના, એલ્બસ...

એલ્બસ

પણ એ હત્યારી છે – મેં જોઈ છે તેને હત્યા કરતા –

હેરી પોતાના દીકરા તરફ વળે છે અને તેને જુએ છે અને પછી જિનીને જુએ છે.

હેરી

હા. એલ્બસ, એ હત્યારી છે, પણ આપણે નથી.

હર્માયની

આપણામાં અને તેમનામાં આ જ તો ફરક છે.

રૉન

હા, આ ત્રાસદાયક છે, પણ અમે આ શીખ્યા છીએ.

ડેલ્ફી

તો મારૂં મગજ લઈ લો, એમાંની સ્મૃતિઓ ભૂંસી નાખો. હું કોણ છું એ મને ભૂલી જવા દો.

રૉન

ના. અમે તને અમારી સાથે આપણા સમયમાં લઈ જઈશું.

હર્માયની

અને તું અઝકાબાન જઈશ. તારી માની જેમ.

ડ્રેકો

સડજે ત્યાં.

હેરીને અવાજ સંભળાય છે. ફૂંફાડાનો અવાજ.

અને પછી મૃત્યુ જેવો અવાજ આવે છે – આ પૂર્વે ક્યારેય ન સાંભળ્યો હોય એવો અવાજ.

હેરરરરી પૉટટટટટરરરર...

સ્કૉર્પિયસ

આ શું છે?

હેરી

ના. ના. આટલું જલ્દી નહીં.

એલ્બસ

શું?

રૉન

વોલ્ડેમૉર્ટ.

ડેલ્ફી

ડેડ?

હર્માયની

હમણાં? અહીં?

ડેલ્ફી

ડેડ!

ડ્રેકો

સાયલેન્સિયો! *(ડેલ્ફીનું મોઢું બંધ થઈ જાય છે.)* વિંગાર્ડિયમ લેવિઓસા! *(તે હવામાં ઊંચે જાય છે અને ક્યાંક દૂર પહોંચી જાય છે.)*

હૅરી

એ આવી રહ્યો છે. એ હમણાં જ આવી રહ્યો છે.

વૉલ્ડમૉર્ટ રંગમંચની પાછળની બાજુથી પ્રવેશે છે, અને રંગમંચ ઓળંગીને પ્રેક્ષકગૃહમાં ચાલવા લાગે છે. તે પોતાની સાથે લાવેલો ભય અને દ્વેષ હવામાં ફેલાઈ જાય છે. તેની સાથે મૃત્યુ પણ આવ્યું છે. અને બધા આ જાણે છે.

અંક ચોથો દૃશ્ય બારમું

ગોડ્રિક્સ હૉલો, ચર્ચ, 1981

હૅરી નિઃસહાયપણે વોલ્ડેમૉર્ટને જતો જોઈ રહ્યો છે.

હૅરી
  વોલ્ડેમૉર્ટ મારાં મૉમ અને ડૅડને મારવા જઈ રહ્યો છે, અને તેને રોકવા માટે હું કશું જ કરી શકું એમ નથી.

ડ્રૅકો
  એ સાચું નથી.

સ્કૉર્પિયસ
  ડૅડ, અત્યારે કંઈપણ કરવું યોગ્ય નથી...

એલ્બસ
  તમે કંઈક તો કરી જ શકો છો – તેને રોકવા માટે. પણ તમે એવું નહીં કરો.

ડ્રૅકો
  બહાદુર.

  જિની હૅરીનો હાથ પોતાના હાથમાં લે છે.

જિની
  તારે જોવું જ જોઈએ એવું નથી, હૅરી. આપણે ઘરે પાછા જઈએ.

હૅરી
  હું આ થવા દેવાનો છું... અને મારે એ જોવું પણ છે.

હર્માયની

તો અમે બધા પણ તેના સાક્ષી બનશું.

રૉન

અમે બધા જોઈશું.

આપણને કેટલાક અજાણ્યા અવાજો સંભળાય છે.

જેમ્સ (દૂરથી)

લિલી, હૅરીને લે અને જા! તે આવી ગયો છે! જા! દોડ! હું તેને રોકી રાખું છું...

એક વિસ્ફોટ થાય છે અને પછી અટ્ટહાસ્ય સંભળાય છે.

તું દૂર રહેજે, તને સમજાય છે – તું દૂર થઈ જા.

વોલ્ડેમૉર્ટ *(દૂરથી)*

અવાડા કેડાવારા!

પ્રેક્ષકગૃહમાં લીલો પ્રકાશ લબૂકઝબૂક થાય છે. હૅરી હચમચી જાય છે.

એલ્બસ હૅરીનો હાથ પકડે છે. તે તેનો હાથ મજબૂતાઈથી પકડી લે છે. તેને અત્યારે આધારની જરૂર છે.

એલ્બસ

તેમનાથી શક્ય હતું એટલું તેમણે કર્યું.

જિની આવીને હૅરીની બીજી બાજુએ ઊભી રહી જાય છે, અને તેનો બીજો હાથ પોતાના હાથમાં લે છે. તે તેમનો આધાર લેવા ઝૂકે છે, બંને જણે હવે તેને પકડી રાખ્યો છે.

હૅરી

એ મારી મૉમ છે, બારી પાસે ઊભી છે. હું મારી માને જોઈ શકું છું, તે બહુ જ સુંદર દેખાય છે.

દરવાજા પર ધડાકો સંભળાય છે. અને દરવાજો ઉખડી જાય છે.

લિલી *(દૂરથી)*

ના, હૅરી નહીં, હૅરી નહીં, પ્લીઝ, હૅરીને છોડી દે...

વોલ્ડેમૉર્ટ *(દૂરથી)*

હટ, બાજુ, મૂર્ખ છોકરી... એક બાજુ ઊભી રહે...

લિલી *(દૂરથી)*

હૅરી નહીં, પ્લીઝ ના, એના બદલે મને મારી નાખ... લઈ લે મારો જીવ...

વૉલ્ડેમૉર્ટ *(દૂરથી)*

આ મારી છેલ્લી ચેતવણી છે –

લિલી *(દૂરથી)*

હૅરીને નહીં! પ્લીઝ... દયા કર... જરા તો દયા કર... મારો દીકરો નહીં! પ્લીઝ – હું ગમે તે કરવા તૈયાર છું.

વૉલ્ડેમૉર્ટ *(દૂરથી)*

આવાડા કેડાવારા!

અને જાણે કે મંત્રનો શેરડો હૅરીના શરીરમાંથી પસાર થાય છે. તે જમીન પર પછડાય છે. દુઃખ અને પીડાથી તે તરફડી ઊઠે છે.

અને દબાયેલી ચીસ જેવો અવાજ પ્રેક્ષકગૃહમાં વધતો-ઘટતો સંભળાય છે.

અને આપણે માત્ર જોઈ રહ્યા છીએ.

અને ધીમે-ધીમે ત્યાં જે હતું એ હવે ત્યાં નથી.

અને રંગમંચ હવે બદલાવા લાગે છે અને ફરે છે.

અને હૅરી અને તેનો પરિવાર અને મિત્રો પણ મંચ સાથે ફરે છે અને ગાયબ થઈ જાય છે.

અંક ચોથો દ્દશ્ય તેરમું

ગૉડ્રિક્સ હૉલો, જેમ્સ અને લિલી પૉટરના ઘરની અંદર, 1981

અને આપણે એક ભાંગ્યા–તૂટ્યા ઘરના બળી રહેલા અવશેષો વચ્ચે છીએ. આ ઘર પર અત્યંત ભયંકર હુમલો થયો છે.

હૅગ્રિડ તેમાંથી પ્રવેશ કરે છે અને અવશેષો વચ્ચેથી પસાર થાય છે.

હૅગ્રિડ

જેમ્સ?

તે પોતાની આસપાસ નજર દોડાવે છે.

લિલી??

તે ધીમા પગલે ચાલી રહ્યો છે, અચાનક વધારે પડતું જોવાની અનિચ્છા સાથે. તે પૂરેપૂરો હેબતાઈ ગયો છે.

અને ત્યાં જ તેનું ધ્યાન બંને તરફ જાય છે, અને તે રોકાઈ જાય છે, કશું જ બોલતો નથી. અને જોઈ રહ્યો છે અને તેના ચહેરા પરની વેદના વધતી જાય છે.

હે ભગવાન... ના... ના... આવું થશે એમ તેમણે કહ્યું નહોતું – પણ આટલું ખરાબ થશે એવી આશા મેં રાખી નહોતી...

તે તેમના મૃતદેહોને જુએ છે. તેનું મન આ વાસ્તવિકતાને સ્વીકારવા તૈયાર નથી. અને પછી તે માથું નીચે ઝૂકાવે છે.

તે કેટલાક શબ્દો અસ્પષ્ટપણે બબડે છે અને પછી પોતાના ખિસ્સામાંથી ચોળાયેલાં થોડાંક ફૂલો બહાર કાઢે છે અને ત્યાં જમીન પર મૂકે છે.

મને માફ કરજો, એ લોકોએ મને કહ્યું હતું, તેમણે મને કહ્યું હતું, ડમ્બલડોરે કહ્યું હતું મને, હું તમારી પાસે વધુ સમય રોકાઈ શકીશ નહીં. જલ્દી જ મગલ્સ આવશે ચમકતી બ્લુ રંગની લાઈટવાળી ગાડીઓમાં તપાસ કરવા. અને મારા જેવા અનાડી જંગલી માણસને જોઈને એમના હોશકોશ ઊડી જશે ને?

તેનાથી એક ડૂસ્કું નીકળી જાય છે.

તમને આવી રીતે છોડી જવાનું મુશ્કેલ છે. પણ જતાં જતાં એક વાત કહી દઉં – તમને કોઈ નહીં ભૂલે – હું તો નહીં જ ભૂલું – કોઈ નહીં ભૂલે તમને..

અને એટલામાં તેના કાને એક અવાજ પડે છે – નાના બાળકના રડવાનો અવાજ. હૅગ્રિડ એ અવાજની દિશામાં વળે છે, હવે તેની ચાલમાં ગતિ આવી ગઈ છે.

તે એક ઘોડિયા પાસે આવી વાંકો વળીને જુએ છે. ઘોડિયામાંથી તેજસ્વી પ્રકાશ આવી રહ્યો હોય એવું લાગે છે.

હૅલો. તું હૅરી હોઈશ. હૅલો, હૅરી પૉટર. હું રુબિયસ હૅગ્રિડ. અને અત્યારથી આપણે ભાઈબંધ છીએ, તને ગમે કે ન ગમે, મેં કહી દીધું. તારા પર આ મુશ્કેલી આવી પડી છે, એના વિશે તને કોઈ જાણ નથી. અને તને મિત્રોની જરૂર પડવાની છે. અને હવે તારે મારી સાથે આવવું જ પડશે, શેનો વિચાર કરે છે?

ઓરડામાં બ્લુ રંગની ચમકતી લાઈટોનો પ્રકાશ ફેલાઈ જાય છે. જાણે કે સ્વર્ગીય પ્રકાશ ન હોય. તે હળવેકથી હૅરીને ઊંચકીને પોતાના હાથમાં લે છે.

અને પછી – પાછળ જોયા વિના – તે મોટી ડાંફો ભરતો ઘરની બહાર નીકળી જાય છે.

અને રંગમંચ પર હળવો અંધકાર છવાઈ જાય છે.

અંક ચોથો દૃશ્ય ચૌદમું

હોગવટ્ર્સ, વર્ગખંડ

સ્કૉર્પિયસ અને એલ્બસ દોડતા એક ઓરડામાં પ્રવેશે છે, બંને અત્યંત ઉત્સાહિત છે. ઓરડામાં પ્રવેશતાં તેઓ પોતાની પાછળનો દરવાજો ધડામ દઈ બંધ કરે છે.

સ્કૉર્પિયસ
 મારા તો માનવામાં જ નથી આવતું કે મેં આવું કંઈક કર્યું.

એલ્બસ
 મને પણ વિશ્વાસ નથી બેસતો કે, તેં આવું કંઈક કર્યું.

સ્કૉર્પિયસ
 રોઝ ગ્રેન્જર–વિઝલી. મેં રોઝ ગ્રેન્જર–વિઝલીને મારી સાથે બહાર આવવા માટે પૂછ્યું.

એલ્બસ
 અને તેણે ના પાડી દીધી.

સ્કૉર્પિયસ
 પણ મેં એને પૂછ્યું તો ખરૂં. મેં પ્રેમનું બીજ રોપી દીધું. આ બીજ જ આગળ જતાં લગ્નના રૂપમાં વૃક્ષ તરીકે વિકસશે.

એલ્બસ
 એક નંબરનો હવાઈ કિલ્લા બાંધનારો છે તું.

સ્કૉર્પિયસ
 એ વાત સાચી. તારી વાત સાચી છે – અત્યાર સુધી મને બસ પૉલી ચેપમેને પૂછ્યું છે. તેણે પૂછ્યું હતું સ્કૂલના બૉલ માટે...

એલ્બસ

એ પણ બીજી દુનિયામાં. જ્યાં તું ખરેખર જ – જરા વધારે પડતો જ લોકપ્રિય હતો – એમાં પણ તને બીજી છોકરીએ પૂછ્યું હતું – એનો અર્થ એ થયો કે –

સ્કૉર્પિયસ

અને હા, તર્કશાસ્ત્ર મુજબ, મારે પૉલીની પાછળ પડવું જોઈએ – અથવા તેને મારી પાછળ પાછળ ફરવા દેવી જોઈએ – એ પણ ગજબની સુંદર છે યાર – પણ રોઝ એ રોઝ છે.

એલ્બસ

તર્કશાસ્ત્ર મને એટલું જ કહે છે, કે તારું ચસકી ગયું છે. રોઝને તું જરાય ગમતો નથી.

સ્કૉર્પિયસ

ભાઈ, એમાં સુધારો કર. એને હું ગમતો નહોતો, પણ આજે જ્યારે મેં તેને પૂછ્યું ત્યારે તેં એની આંખમાં જોયું? એમાં નફરત નહોતી, દયા હતી એમાં.

એલ્બસ

અને દયા એ સારી બાબત છે?

સ્કૉર્પિયસ

દયા, એ જ તો શરૂઆત છે દોસ્ત. આ જ એ પાયો છે જેના પર હું મહેલ ચણીશ... મારા પ્રેમનો મહેલ...

એલ્બસ

સાચું કહું... તો મને લાગતું હતું કે, આપણા બેમાંથી છોકરી પટાવનારો હું પહેલો હોઈશ.

સ્કૉર્પિયસ

અરે ભાઈ, એ તો તું પટાવી જ લઈશ, એમાં કોઈ શંકા નથી. તારા માટે પેલી કથ્થઈ આંખોવાળી નવી પૉશન ટીચર એકદમ બરાબર છે – તારી પસંદગી પ્રમાણે એ તારા કરતાં મોટી પણ છે, શું કહે છે?

એલ્બસ

એ... મને મોટી ઉંમરની સ્ત્રીઓમાં જરાય રસ નથી!

સ્કૉર્પિયસ

અને તારી પાસે તો સમય જ સમય છે – જા તેને પટાવ...મનાવ. કેમ કે રોઝને પટાવવામાં તો મને વર્ષોના વર્ષો લાગવાના છે.

એલ્બસ

મને તારો આત્મવિશ્વાસ ગમ્યો.

રોઝ દાદરા ચડી તેમની પાછળ આવે છે, અને બંનેને જુએ છે.

રોઝ

હાય...

બંનેને સમજાતું નથી કે કઈ રીતે જવાબ આપવો – તે સ્કૉર્પિયસ તરફ જુએ છે.

રોઝ

તું આમ વિચિત્ર રીતે વર્તીશ, તો બધું જ વિચિત્ર જ થતું રહેશે.

સ્કૉર્પિયસ

તારો સંદેશ મળ્યો અને પૂરેપૂરો સમજાઈ પણ ગયો.

રોઝ

ઠીક છે. 'સ્કૉર્પિયન કિંગ'.

ચહેરા પર સ્મિત સાથે તે ત્યાંથી જતી રહે છે. સ્કૉર્પિયસ અને એલ્બલ એકબીજાને જુએ છે. એલ્બસ દાંત દેખાડતું સ્મિત કરે છે અને તે સ્કૉર્પિયસના બાવડા પર એક હળવો મુક્કો મારે છે.

એલ્બસ

કદાચ... તારી વાત સાચી છે – દયાથી શરૂઆત થઈ છે.

સ્કૉર્પિયસ

તું આવે છે ને ક્વિડિચ જોવા? સ્લિદરિનની મૅચ છે પફલપફ સામે – મોટી મૅચ છે, યાર –

એલ્બસ

ક્વિડિચ? મને તો એમ કે આપણને આ રમતથી નફરત છે.

સ્કૉર્પિયસ

માણસ બદલાઈ શકે છે. આમ પણ, આજકાલ હું પ્રેક્ટિસ કરી રહ્યો છું. કદાચ આ વર્ષે મને ટીમ માટે રમવાનો મોકો મળશે. ચાલ.. ચાલ જઈએ..

એલ્બસ

મને નહીં ફાવે, મારા ડૅડે મળવા આવવાનું ગોઠવ્યું છે –

સ્કૉર્પિયસ

તેમને મંત્રાલયના કામમાંથી સમય મળ્યો?

એલ્બસ

મારી સાથે આંટો મારવા માગે છે – કંઈક દેખાડવા માગે છે મને – મારી સાથે વહેંચવા ઇચ્છે છે – કંઈક છે.

સ્કૉર્પિયસ

આંટો મારવા?

એલ્બસ

મને ખબર છે. મારી સાથે નિકટતા વધારવાનો પ્રયાસ હશે કે પછી એવી જ કંઈક ધડમાથા વગરની કચકચ હશે. આમ છતાં, મને લાગે છે કે મારે જવું જોઈએ.

સ્કૉર્પિયસ એલ્બસને ગળે વળગાડવા આગળ વધે છે.

આ શું છે? મને લાગ્યું કે આપણે નક્કી કર્યું હતું કે આપણે એકમેકને ગળે નહીં મળીએ.

સ્કૉર્પિયસ

મને ખાતરી નહોતી. આપણે ગળે મળવું કે નહીં. આપણી આ નવી આવૃત્તિમાં, આ વાત હતી મારા મગજમાં.

એલ્બસ

એના કરતાં તું રોઝને જ પૂછને. આવું કરવું જોઈએ કે નહીં તે...

સ્કૉર્પિયસ

હા. હા. બરાબર છે.

બંને છોકરાઓ દૂર થઈ જાય છે અને એકમેકને જોઈને લુચ્ચું સ્મિત કરે છે.

એલ્બસ

રાત્રે જમવાના સમયે મળશું.

અંક ચોથો દૃશ્ય પંદરમું

એક સુંદર ટેકરી

ઉનાળાના ખુશનુમા દિવસે હૅરી અને એલ્બસ ટેકરી પર ચડી રહ્યા છે. બંને કશું જ બોલતા નથી. ટેકરી ચડતી વખતે ચહેરા પર પડતા તડકાનો આનંદ લઈ રહ્યા છે.

હૅરી

તો તું તૈયાર છે?

એલ્બસ

શેના માટે?

હૅરી

વેલ, પરીક્ષાઓ આવી રહી છે, ચોથા વર્ષની – અને પછી પાંચમું વર્ષ – મહત્ત્વનું વર્ષ – મારા પાંચમા વર્ષમાં મેં ઘણું બધું કર્યું હતું –

તે એલ્બસ સામે જુએ છે. તે સ્મિત કરે છે. પછી હૅરી ઝડપથી બોલવા લાગે છે.

મેં ઘણી ધમાલ–મસ્તી કરી હતી. એમાંની કેટલીક સારી હતી. તો કેટલીક ખરાબ પણ હતી. અને ઘણી બધી ખરેખર મૂંઝવી નાખે એવી હતી.

એલ્બસ

જાણીને આનંદ થયો...

હૅરી સ્મિત કરે છે.

હા મેં જોઈ કેટલીક – એટલે કે – થોડીઘણી – તમારા મૉમ–ડૅડ. એ બંને – સાથે તમારૂં બરાબર ચાલી રહ્યું હતું. તમારા ડૅડને તમારી

સામે ધુમાડાનું ચક્ર બનાવવાનું બહુ ગમતું... એટલે કે, તમારૂં હસવાનું બંધ જ થતું નહોતું.

હૅરી

ખરેખર?

એલ્બસ

મને લાગે છે, તેમની સાથે તમને મજા આવી હોત. અને મને લાગે છે કે – મને પણ તેમની સાથે ગમ્યું હોત.

હૅરી માથું હલાવે છે. અસ્વસ્થ કરી મુકનારી હળવી શાંતિ ફેલાય છે. બંને એકબીજાની નજીક જવાનો પ્રયાસ કરી રહ્યા છે, પણ બંને નિષ્ફળ થઈ રહ્યા છે.

હૅરી

તને ખબર છે, મને લાગતું હતું કે, તેનાથી મારો છૂટકારો થઈ ગયો – વોલ્ડેમૉર્ટથી – મને લાગ્યું કે મને મુક્તિ મળી ગઈ છે તેનાથી – અને ત્યારે જ ફરીવાર મારા ઘામાં દુખાવો શરૂ થયો અને અને ફરીથી મને તેનાં સપનાં આવવા લાગ્યાં. મને ફરીથી સર્પભાષા પણ બોલતા આવડવા લાગી અને મને લાગતું હતું કે હું જરાય બદલાયો નથી – હતો ત્યાંનો ત્યાં જ છું – તે મારો પીછો ક્યારેય છોડશે જ નહીં, એવું લાગવા માંડ્યું હતું મને.

એલ્બસ

અને તેણે પીછો છોડ્યો કે નહીં?

હૅરી

મારામાંનો વોલ્ડેમૉર્ટનો અંશ બહુ પહેલા જ મરી ગયો હતો, પણ માત્ર શારીરિક રીતે તેનાથી છૂટકારો મળે એટલું પૂરતું નહોતું – મારે તેનાથી માનસિક રીતે પણ મુક્તિ મેળવવાની હતી. અને ચાળીસ વર્ષના માણસ માટે એ સમજવું બહુ મોટી વાત છે.

તે એલ્બસને જુએ છે.

હું તને જે કંઈ બોલી ગયો – એ માફીને લાયક નથી, અને એ તું ભૂલી જજે એવું પણ હું તને નહીં કહું, પણ મને લાગે છે કે, આપણે એને ત્યાં જ છોડી દઈ આગળ વધવું જોઈએ.
તારા માટે હું સારો ડૅડ બનવાનો પ્રયાસ કરીશ, એલ્બસ. હું પ્રયત્ન કરીશ અને– તારી સાથે પ્રામાણિકતાથી વર્તીશ...

એલ્બસ

ડેડ, તમારે આ બધું કહેવાની જરૂર નથી –

હેરી

તેં એકવાર કહ્યું હતું ને કે તને લાગે છે કે, હું કોઈપણ ચીજથી ડરતો નથી, અને સાચું કહું તો – મને ઘણી બધી બાબતોથી ડર લાગે છે. એટલે કે ખાસ કરીને અંધારાની, તને ખબર હતી આ?

સ્કૉર્પિયસ

હેરી પૉટરને અંધારાથી ડર લાગે છે?

હેરી

મને નાની જગ્યાઓ ગમતી નથી અને – મેં આજ સુધી કોઈને આ વાત કરી નથી – પણ મને – *(આ કહેતા પહેલા તે થોડોક ખચકાય છે)* કબુતરો ખાસ ગમતા નથી.

એલ્બસ

તમને કબુતરો ગમતા નથી?

હેરી *(ચહેરો વાંકોચૂકો કરીને)*

ગલીચ, ઘુસણિયા અને ગંદા–ગોબરા હોય છે. તેમનું નામ લેતા જ મને તો સૂગ ચડી જાય છે.

એલ્બસ

પણ કબુતરો તો બિચારા સાવ નિરુપદ્રવી હોય છે!

હેરી

મને ખબર છે. પણ મને સૌથી વધુ ભયભીત કરતી બાબત એટલે, એલ્બસ સેવેરસ પૉટર, એ તારા ડેડ હોવું. કેમ કે, અહીં હું કોઈપણ જાતના અનુભવ વિના કે બહારના આધાર વિનાનો છું. મોટાભાગના લોકો પાસે આ ભૂમિકા માટે તૈયારી કરવા તેમના પોતાના ડેડ નજર સામે હોય છે – અને તેમના જેવું બનવું કે નહીં એટલું જ તેમણે નક્કી કરવાનું હોય છે. મારી પાસે તો કોઈ સંદર્ભ જ નથી – અથવા છે તો બહુ મર્યાદિત છે. આથી, હું પણ શીખી જ રહ્યો છું, બરાબર? અને મારી પાસે જે કંઈ છે એ બધું સાથે લઈને હું પ્રયાસ કરવાનો છું – તારા માટે સારા ડેડ બનવાની દિશામાં.

એલ્બસ

અને હું પણ પ્રયત્ન કરીશ – સારો દીકરો બનવાનો. મને ખબર છે હું જેમ્સ નથી, ડેડ. હું તમારા બંને જેવો ક્યારેય નહીં બની શકું –

હૅરી

જેમ્સ મારા જેવો જરાય નથી.

એલ્બસ

નથી?

હૅરી

જેમ્સને બધું જ બહુ આસાનીથી મળી ગયું છે. મારૂં બાળપણ સતત સંઘર્ષભર્યું હતું.

એલ્બસ

અને મારૂં પણ. તો તમે અમ કહેવા માગો છો કે – હું – તમારા જેવો છું?

હૅરી એલ્બસને જોઈને સ્મિત કરે છે.

હૅરી

ખરેખર તો તું તારી મૉમ જેવો છે – નીડર, બહાદુર, રમૂજી – મને ગમે છે આ બધું – મને લાગે છે કે તું ખરેખર બહુ સારો દીકરો છે.

એલ્બસ

દુનિયાને મેં અંતના આરે લાવીને મૂકી દીધી હતી.

હૅરી

એલ્બસ, ડેલ્ફી સંતાઈ રહેવાની હતી – તું તેને બહાર બધાની સામે લઈ આવ્યો અને અમને માર્ગ શોધી આપ્યો, તેનો સામનો કરવાનો. તને કદાચ અત્યારે નહીં સમજાય, પણ તેં અમને બધાને બચાવ્યા છે.

એલ્બસ

પણ, હું હજી સારૂં કામ કરી શક્યો હોત ને?

હૅરી

તને શું લાગે છે? મને મારી બાબતમાં આવો સવાલ નહીં થતો હોય?

એલ્બસ *(પેટ ચૂંથાઈ રહ્યું હોવાનું અનુભવે છે, તેના ડેડી આવું નહીં કરે એની તેને ખાતરી છે)*

અને પછી – પછી આપણે તેને પકડી પાડી – હું તેને મારી નાખવા માગતો હતો.

હેરી

તારી નજર સામે તેણે ક્રેગની હત્યા કરી હતી, તને તેના પર ગુસ્સો આવવો સ્વાભાવિક હતું, એલ્બસ. અને તેં એવું કંઈ કર્યું ન હોત.

એલ્બસ

તમને કેવી રીતે ખબર? કદાચ એ સ્લિદરિનમાંથી મારામાં આવેલો ગુણ હશે. કદાચ સૉર્ટિંગ હૅટે આજ બાબત મારામાં જોઈ હશે.

હેરી

તારા મગજમાં શું ચાલી રહ્યું છે એ મને સમજાતું નથી, એલ્બસ – સાચું કહું, વળી તું ટીનએજર હોવાને કારણે આમ પણ તારા મગજમાં જ નહીં દિલમાં શું ચાલી રહ્યું છે એ સમજવું પણ મારા માટે મુશ્કેલ છે. પહેલા ઘણા સમય સુધી મને આ સમજાતું નહોતું – પણ નસીબ સારા કે – બધી ભાગદોડને કારણે – તારા મનમાં શું છે એ જાણવા મળ્યું. સ્લિદરિન, ગ્રિફિનડૉર, તારા પર ગમે તે લૅબલ લાગ્યું હોય – મને ખબર છે – મને ખબર છે – કે તારૂં દિલ સારૂં છે – હા, તને ગમે કે ન ગમે, તું ચોક્કસ જ કોઈક મોટો જાદૂગર બનીશ.

એલ્બસ

હોતું હશે. હું કોઈ જાદૂગર બનવાનો નથી, હું કબુતરોની રેસમાં જવાનો છું અને એના માટે હું ઉત્સાહિત પણ છું.

હેરી દાંત દેખાડીને સ્મિત કરે છે.

હેરી

તારી સાથે જે નામ જોડાયેલાં છે – એનો ભાર ક્યારેય પોતાના પર આવવા દેતો નહીં. એલ્બસ ડમ્બલડોર, તને કહું, તેમને પણ અનેક કસોટીઓમાંથી પસાર થવું પડ્યું હતું – અને સેવૅરેસ સ્નેપ, વેલ, તેમના વિશે તો તું બધું જ જાણે છે –

એલ્બસ

સારા માણસો હતા બંને.

હેરી

બંને મહાન માણસો હતા, પણ કેટલાક મોટા દોષ પણ હતા એમનામાં, અને તને ખબર છે – આ દોષોને કારણે તેઓ કદાચ વધુ મહાન બન્યા હતા.

એલ્બસ પોતાની આસપાસ જુએ છે.

એલ્બસ

ડૅડ? આપણે અહીં શા માટે આવ્યા છીએ?

હૅરી

આ જગ્યાએ હું અવારનવાર આવતો રહું છું.

એલ્બસ

પણ આ કબ્રસ્તાન છે...

હૅરી

અને આ સેડ્રિકની કબર છે...

એલ્બસ

ડૅડ?

હૅરી

જે છોકરાની હત્યા થઈ હતી – ક્રેગ બાવકર – કેટલી સારી રીતે ઓળખતો હતો તું એને?

એલ્બસ

કંઈ ખાસ નહીં.

હૅરી

હું પણ સેડ્રિકને ખાસ ઓળખતા નહોતો. તે આગળ જઈ કદાચ ઇંગ્લૅન્ડ માટે ક્વિડિચ રમ્યો હોત. કે પછી શ્રેષ્ઠતમ ઑરર બન્યો હોત. એ કંઈ પણ બની શક્યો હોત. અને ઍમૉસની વાત સાચી છે – તેનો ભોગ લેવાઈ ગયો. આથી હું અહીં આવું છું. બસ તેની માફી માગવા. જ્યારે પણ મારા માટે શક્ય થાય છે ત્યારે હું આવું છું.

એલ્બસ

આ ખરેખર – બહુ સારી વાત છે.

એલ્બસ પોતાના ડૅડ સાથે સેડ્રિકની કબર સામે આવીને ઊભો રહે છે. હૅરી પોતાના દીકરા તરફ સ્મિત કરે છે અને પછી આભ તરફ જુએ છે.

હૅરી

મને લાગે છે કે, આજનો દિવસ શ્રેષ્ઠ સાબિત થવાનો છે.

તે પોતાના દીકરાના ખભા પર હાથ રાખે છે. અને એ બંનેમાં – સાવ જરા અમથી કેમ ન હોય – નિકટતા નિર્માણ થાય છે.

એલ્બસ *(સ્મિત સાથે)*
મને પણ એવું જ લાગે છે.

સમાપ્ત

હૅરી પૉટર અને શાપિત પુત્ર ભાગ એક અને બેનું નિર્માણ પહેલીવાર સોનિયા ફ્રિડમેન પ્રોડક્શન્સ, કૉલીન કૅલેન્ડર અને હૅરી પૉટર થિયેટ્રિકલ પ્રૉડક્શન્સ દ્વારા કરવામાં આવ્યું હતું. 30 જુલાઈ, 2016ના દિવસે લંડનના પૅલેસ થિયેટર ખાતે તેનો શુભારંભ પ્રયોગ ભજવાયો હતો.

લંડનમાં ભજવાયેલા મૂળ નાટ્યપ્રયોગોમાંનાં પાત્રો (અંગ્રેજી વર્ણાનુક્રમ મુજબ)

ક્રૅગ બાવકર જુનિ.	જૅરેમી આંગ જોન્સ
મોનિંગ મર્ટલ, લિલી પૉટર સિનિ.	ઍનાબેલ બાલ્ડવિન
અંકલ વેરનૉન, સેવેરસ સ્નેપ, લૉર્ડ વોલ્ડેમૉર્ટ	પૉલ બેન્ટૉલ
સ્કૉર્પિયસ મૅલફૉય	ઍન્થની બૉયલ
એલ્બસ પૉટર	સૅમ ક્લેમેટ
હર્માયની ગ્રૅન્જર	નોમા દુમેઝ્વેની
પૉલી ચૅપમેન	ક્લાઉડિયા ગ્રૅન્ટ
હૅગ્રિડ, સૉર્ટિંગ હૅટ	ક્રિસ જારમેન
યાન ફ્રૅડરિક્સ	જેમ્સ લે લશૉર
આન્ટ પેટ્યુનિયા, મૅડમ હૂચ, ડોલોરસ અમ્બ્રિજ	હેલેના લીમ્બેરી
ઍમૉસ ડિગોરી, એલ્બસ ડમ્બલડોર	બૅરી મૅક્કાર્થી
ટ્રૉલી વિચ, પ્રોફેસર મૅકગૉનેગૉલ	સૅન્ડી મૅકડૅડ
સ્ટેશન માસ્ટર	ઍડમ મૅકનામારા
જિની પૉટર	પૉપી મિલર

સેડ્રિક ડિગોરી, જેમ્સ પોટર જુનિયર, જેમ્સ પોટર સિનિયર	ટૉમ મિલિગન
ડડલી ડર્સલી, કાર્લ જેન્કિન્સ, વિક્ટર ક્રમ	જૅક નૉર્થ
હૅરી પૉટર	જેમી પાર્કર
ડ્રૅકો મૅલફોય	એલેક્સ પ્રાઈસ
બેન	નુનો સિલ્વા
રોઝ ગ્રેન્જર–વિઝલી, નાની હર્માયની	શૅરેલ સ્કીટ
ડેલ્ફી ડિગોરી	એસ્થર સ્મિથ
રૉન વિઝલી	પોલ થૉર્નલી
નાનો હૅરી	રુડી ગુડમેન આલ્ફ્રેડ થોમલી બિલી કૉગ ઈવાન રુથરફૉર્ડ નથૅલિયન સ્મિથ ડાયલન સ્ટૅન્ડેન
લિલી પોટર	ઝોઈ બ્રોહ ક્રિસ્ટિનો ક્રે ક્રિસ્ટિયાના હચિંગ્સ

અન્ય કલાકારો

નિકોલા ઍલેક્સિસ, જૅરેમી આંગ ડોન્સ, રોઝમેરી ઍનાબેલા, ઍનાબેલ બાલ્ડવિન, જૅક બેનેટ, પૉલ બેન્ટૉલ, ક્લાઉડિયા ગ્રૅન્ટ, જેમ્સ હૉવર્ડ, લૉવરી જેમ્સ, ક્રિસ જારમેન, માર્ટિન જોમસ્ટન, જેમ્લ લી લશૉર, હેલેના લિમ્બરી, બૅરી મૅક્કાર્થી, ઍન્ડ્ર્યુ મૅકડોનાલ્ડ, ઍડમ મૅકનમારા, ટૉમ મિલિગન, ડૅક નૉર્થ, સ્ટુઅર્ટ રૅમલે, નુની સિલ્વા, શૅરેલ સ્કીટ

બદલી કલાકારો

હેલન અલુકો, મૅથ્યુ બ્રૅનક્રોફ્ટ, મૉરૅગ ક્રૉસ, ચિપો કુરેયા, ટૉમ મૅકલે, જોશુઆ વૅટ

નુનો સિલ્વા	રેસિડન્ટ મૂવમેન્ટ ડિરેક્ટર
જૅક નૉર્થ	આસિસ્ટન્ટ મૂવમેન્ટ ડિરેક્ટર
મૉરૅગ ક્રૉસ	વૉઈસ કૅપ્ટન

ક્રિયેટિવ અને પ્રોડક્શન ટીમ 2017

મૂળ કથા	જે.કે. રોલિંગ, જૉન ટિફની, જૅક થૉર્ન
નાટ્યલેખન	જૅક થૉર્ન
દિગ્દર્શક	જૉન ટિફની
મૂવમેન્ટ ડિરેક્ટર	સ્ટીવન હૉગેટ
સેટ ડિઝાઈનર	ક્રિસ્ટિન જોન્સ
વેશભૂષા	કૅટરિના લિન્ડસે
કમ્પોઝર અને ઍરેન્જર	ઈમોગેન હીપ
પ્રકાશ આયોજન	નીલ ઑસ્ટિન
ધ્વનિ	ગૅરેથ ફ્રાય
આભાસ અને જાદૂ	જેમી હૅરિસન
સંગીત સુપરવાઈઝર અને ઍરેન્જર	માર્ટિન લોવ
પાત્રવરણી	જુલિયા હોરાન સીજીડી
પ્રોડક્શન મૅનેજર	ગૅરી બીસ્ટોન
પ્રોડક્શન સ્ટેજ મૅનેજર	સૅમ હન્ટર
સહાયક દિગ્દર્શક	ડેસ કેનેડી
આસિસ્ટન્ટ મૂવમેન્ટ ડિરેક્ટર	નીલ બેટલ્સ
સહાયક સેટ ડિઝાઈનર	પ્રેટ જે. બનાકિસ
સહાયક સાઉન્ડ ડિઝાઈનર	પીટ માલ્કિન
આભાસ અને જાદૂ સહાયક	ક્રિસ ફિશર
પાત્રવરણી સહાયક	લોટ્ટ હાઈન્સ
પ્રકાશ આયોજન સહાયક	એડમ કિંગ
વેશભૂષા સુપરવાઈઝર	સબિન લેમાઈત્ર

કેશભૂષા, વિગ્સ અને મેકઅપ	કૅરોલ હૅનકૉક
સામગ્રી સુપરવાઈઝર	લિસા બકલી, મેરી હૅલિડે
સંગીત સંપાદન	ફ્રિઝ ઍડમ્સ
સ્પેશિયલ ઈફેક્ટ્સ	જૅરેમી ચેર્નિક
વિડિયો ડિઝાઈન	ફિન રૉસ, ઍશ વુડવર્ડ
ડાયલેક્ટ કોચ	ડૅનિયલ લાયડન
વૉઈસ કોચ	રિચર્ડ રાયડર
રેસિડન્ટ ડિરેક્ટર	પિપ મિનિથૉર્પ
કંપની સ્ટેજ મેનેજર	રિચર્ડ ક્લેટન
સ્ટેજ મેનેજર	જૉર્ડન નોબલ- ડેવિસ
ડેપ્યુટી સ્ટેજ મેનેજર	જેનેફર ટેટ
આસિસ્ટન્ટ સ્ટેજ મેનેજર્સ	ઑલિવર બેગવેલ પ્યુરીફૉય, ટૉમ ગિલ્ડિંગ, સૅલી ઈંચ, બેન શૅરૅટ
વૉર્ડરોબ હેડ	ઍમી ગિલોટ
વૉર્ડરોબ ડેપ્યુટી હેડ	લૉરા વોટકિન્સ
વૉર્ડરોબ સહાયકો	કેટ એન્ડરસન, લેને હાયર્ડ
ડ્રેસર્સ	જ્યૉર્જ ઍમિલે, મેલિસા કૂક, રોઝી એથરિજ, જૉન ઓવેનડેન, એમિલી સ્વિફ્ટ
ડેટાઈમ વૉર્ડરોબ આસિસ્ટન્ટ	મેલિસા હેડલે
કેશભૂષા, વિગ્સ અને મેકઅપના હેડ	નીના વાન હ્યુટન
કેશભૂષા, વિગ્સ અને મેકઅપના ડેપ્યુટી હેડ	એલિસ ટાઉનેસ
કેશભૂષા, વિગ્સ અને મેકઅપ સહાયકો	જેકબ ફેસી, કેસી મર્ફી, જોએના સિમ
ધ્વનિ હેડ	ક્રિસ રીડ
ધ્વનિ ડેપ્યુટી હેડ	રોવેના એડવર્ડ્સ
ધ્વનિ નંબર 3	લૉરા હેડ
એસએફએક્સ ઑપરેટર	કૅલમ ડોનાલ્ડસન

ઑટોમેશન હેડ	જોશ પીટર્સ
ઑટોમેશન ડેપ્યુટી હેડ	જેમી લૉરેન્સ
ઑચોમેશન નંબર 3	જેમી રૉબસન
શો ચિફ એલએક્સ	ડેવિડ ટ્રિનર
ડેપ્યુટી શો ચિફ એલએક્સ	પૅડી મૅગી
પરફૉર્મર ફ્લાઇંગ ટેક્નિશિયન	પૉલ ગર્ની
સહાયકો	ડેવિડ રસેલ, એલિયનૉર ડોવલિંગ

સામાન્ય વ્યવસ્થાપન	સોનિયા ફ્રિડમેન પ્રોડક્શન્સ
કાર્યકારી દિગ્દર્શક	ડિએન બેન્જામિન
કાર્યકારી નિર્માતા	પૅમ સ્કિનર
સહાયક નિર્માતા	ફિયોના સ્ટુઅર્ટ
સહાયક નિર્માતા	બેન કેનિંગ
સહાયક સામાન્ય વ્યવસ્થાપક	મૅક્સ બિટલસ્ટોન
નિર્માણ સહાયક	ઈમોગેન ક્લેઅર-વૂડ
માર્કેટિંગ મેનેજર	મૅગ મૅસી
વેચાણ અને આવકના વડા	માર્ક પેન
સહાયક નિર્માતા (સુધારણા)	લ્યુસી લોવ્હેટ
સાહિત્યિક સહાયક	જૅક બ્રેડલી
હાઉસ સીટર્સ આસિસ્ટન્ટ	ટોબિઆસ જોન્સ

વાર્તા લખનારી મૂળ ટીમનો પરિચય

જે. કે. રોલિંગ

મૂળ કથા

જે. કે. રોલિંગ વિક્રમ–સર્જક, અનેક એવૉર્ડ વિજેતા હૅરી પૉટર નવલકથાઓનાં લેખિકા છે. વિશ્વભરમાં ચાહકોનો અપાર પ્રેમ પામનાર આ શ્રેણીની 50 કરોડ પ્રતોનું વેચાણ થયું છે, 80 કરતાં વધુ ભાષાઓમાં અનુવાદ પામ્યાં છે અને તેના પરથી આઠ બ્લૉકબસ્ટર ફિલ્મો બની છે. તેમણે સખાવતી સંસ્થાઓને મદદ તરીકે ત્રણ સંદર્ભ–પુસ્તકો : *ક્વિડિચ થ્રુ ધ એજીસ* અને *ફેન્ટાસ્ટિક બીસ્ટ્સ ઍન્ડ વેર ટુ ફાઈન્ડ ધેમ* (કૉમિક રીલિફ અને લ્યુમૉસની સહાય માટે). અને *ધ ટેલ્સ ઑફ બીડલ ધ બાર્ડ* (લ્યુમૉસની સહાય માટે) ઉપરાંત *ફેન્ટાસ્ટિક બીસ્ટ્સ ઍન્ડ વેર ટુ ફાઈન્ડ ધેમ* પરથી પ્રેરિત પટકથા પણ લખી છે. આ ફિલ્મ પાંચ ફિલ્મોની શ્રેણીનો આરંભ છે, જે લેખિકા લખવાનાં છે. તેમણે *હૅરી પૉટર ઍન્ડ ધ કર્સ્ડ ચાઈલ્ડ પાર્ટ વન ઍન્ડ ટુ નામના* નાટક માટે પણ સહયોગ આપ્યો છે. આ નાટકનો શુભારંભ 2016ના ઉનાળામાં લંડનના વેસ્ટ એન્ડ ખાતે થયો હતો. 2012માં, જે. કે. રોલિંગની ડિજિટલ કંપની પૉટરમૉર શરૂ કરવામાં આવી હતી, અહીં ચાહકો સમાચાર, લેખો તથા જે. કે. રોલિંગ તરફથી ઑરિજિનલ ડિજિટલ સામગ્રી માણી શકે છે. તેઓ પુખ્ત વયના વાચકો માટેની નવલકથા*ધ કૅજ્યુઅલ વેકેન્સી*નાં પણ લેખિકા છે, તેમ જ રૉબર્ટ ગૉલબ્રેથના ઉપનામે *સ્ટ્રાઈક* નામની ગુનાખોરી સંબંધિત શ્રેણી પણ તેમણે લખી છે. તેમને અનેક પુરસ્કારો અને સમ્માનો મળ્યાં છે, જેમાં ઓબીઈ અને કૉમ્પેનિયન ઑફ ઑનર, ફ્રાન્સનો લિયોન ડી'હોનિઉર અને હાન્સ ક્રિસ્ટિયન ઍન્ડરસન એવૉર્ડનો સમાવેશ થાય છે.

જૉન ટિફની
મૂળ કથા લેખક અને દિગ્દર્શક

જૉન ટિફનીએ *વન્સ* ફિલ્મનું દિગ્દર્શન કર્યું છે, જેના માટે તેમને બ્રૉડવે, વેસ્ટ એન્ડ તેમ જ અનેક આંતરરાષ્ટ્રીય એવૉર્ડ પ્રાપ્ત થયા છે. તેમની હાલની સિદ્ધિઓમાં નેશનલ થિયેટરમાં *પિનોકિયો*, બ્રૉડવે આર્ટમાં, ઈઆઈએફ અને વેસ્ટ એન્ડ ખાતે *ધ ગ્લાસ મેનેજરી* અને બીએએમ ખાતે *ધ એમ્બેસેડરનો* સમાવેશ થાય છે. *રૉયલ કોર્ટ*ના સહાયક દિગ્દર્શક જૉનનાં કામમાં *ધ ટ્વિસ્ટ, હોપ* અને *ધ પાસ* જેવી ફિલ્મોનો સમાવેશ થાય છે. નેશનલ થિયેટર ઑફ સ્કૉટલૅન્ડ માટે તેમણે *લેટ ધ રાઈટ વન* નાટકનું દિગ્દર્શન કર્યું છે. આ નાટક આગળ રૉયલ કોર્ટ, વેસ્ટ એન્ડ, સૅન્ટ ઍન્સ વેરહાઉસમાં ગયું અને પછી તેના અનેક આંતરરાષ્ટ્રીય પ્રયોગો પણ થયા. નેશનલ થિયેટર ઑફ સ્કૉટલૅન્ડ માટે તેમણે કરેલાં કામોમાં *મૅકબેથ* (વેસ્ટ એન્ડ અને બ્રૉડવે માટે), *એન્કવીરર, ધ મિસિંગ, પીટર પૅન, ધ હાઉસ ઑફ બર્નાર્ડા અલ્બા, ટ્રાન્સફૉર્મ કૅથનેસઃ હન્ટર, બી નીયર મી, નોબડી વિલ એવર ફરગિવ અસ, ધ બેક્ખ* (લિન્કૉઈન સેન્ટરમાં પણ), *એલિઝાબેથ ગૉર્ડન ક્વિન, હોમઃ ગ્લાસ્ગો* તેમ જ આંતરરાષ્ટ્રીય ટૂર કરનાર તથા ઑલિવર ઍન્ડ ક્રિટિક્સ સર્કલ એવૉર્ડ વિજેતા*બ્લૅક વૉચનો* સમાવેશ થાય છે. ટિફની ટ્રૅવર્સ થિયેટમાં 1996થી 2001, પેન્સ પ્લોમાં 2001થી 2005, તો નેશનલ થિયેટર ઑફ સ્કૉટલૅન્ડમાં 2005થી 2012 દરમિયાન તેઓ સહાયક દિગ્દર્શક હતા, અને શૈક્ષણિક વર્ષ 2010–2011માં હાર્વર્ડ યુનિવર્સિટીમાં રેડક્લિફ ફૅલો હતા. *હૅરી પૉટર ઍન્ડ કર્સ્ડ ચાઈલ્ડ* માટે તેમને શ્રેષ્ઠ દિગ્દર્શનનો ઑલિવિયર એવૉર્ડ મળ્યો હતો, આ નાટકને મળેલા વિક્રમ–સર્જક નવ ઑલિવિયરમાંનો આ એક હતો.

જેક થૉર્ન
મૂળ કથા લેખક અને નાટ્યલેખક

જેક થૉર્ન રંગભૂમિ, ફિલ્મો, ટેલિવિઝન અને રેડિયો માટે લખે છે. *હોપ* અને *લેટ ધ રાઈટ વન ઈન* આ બંને નાટકોનું દિગ્દર્શન જૉન ટિફનીએ કર્યું હતું અને જેક બંનેના લેખક હતા. તેમ જ, *જંકયાર્ડ*, *હેડલૉન્ગ* રોઝ થિયેટર કિંગસ્ટનમાં ભજવાયેલા અને બ્રિસ્ટોલ ઓલ્ડ વિક અને થિએટ્ર કલોવેડનું સહ-નિર્માણ ધરાવતા ગ્રેઈ થિયેટર કંપની તથા નેશનલ થિયેટર માટે *ધ સૉલિડ લાઈફ ઑફ શુગર વૉટર*, નાબોકોવ/યુકે ટૂર માટે *બની*, ટ્રૉન, આરકોલા અને ટ્રેફાલ્ગર સ્ટુડિયોઝ માટે *સ્ટેસી* તેમ જ બુશ માટે *સેકન્ડ મે, 1997* અને *વેન યુ ક્યોર મી* નાટકના પણ તેઓ લેખક છે. તેમના નાટ્યરુપાંતરોમાં ડૉન્મર વેરહાઉસ માટે *ધ ફિઝિસિસ્ટ* અને હાઈ ટાઈડ માટે *સ્ટુઅર્ટ: અ લાઈફ બેકવર્ડ્સ*નો સમાવેશ થાય છે. વન્ડર, *વૉર બુક*, *અ લૉન્ગ વે ડાઉન* અને *ધ સ્કાઉટિંગ બુક ફૉર બૉઈઝ* જેવી ફિલ્મોનો સમાવેશ થાય છે. તો *કિરી*, *ઈલેક્ટ્રિક ડ્રીમ્સ*નો એક એપિસોડ, *ધ લાસ્ટ પૅન્થર્સ*, *ડોન્ટ ટેક માય બેબી*, *ધિસ ઈઝ ઈંગ્લૅન્ડ*, *ધ ફેઙ્સ*, *ગ્લુ*, *કાસ્ટ-ઑફ્ફ્સ* અને *નેશનલ ટ્રેઝર* જેવી ટિલિવિઝન શ્રેણીઓ માટે તેમણે લેખન કર્યું છે. 2017માં શ્રેષ્ઠ ટૂંકી શ્રેણી (*નેશનલ ટ્રેઝર*) માટે તેમને બાફ્ટા અને આરટીએસ ટેલિવિઝન એવૉર્ડ મળ્યા છે. 2016માં શ્રેષ્ઠ ટૂંકી શ્રેણી (*ધિસ ઈઝ ઈંગ્લૅન્ડ'90*), શ્રેષ્ઠ ડ્રામા (*ડોન્ટ ટેક માય બેબી*), અને 2012માં શ્રેષ્ઠ ડ્રામા શ્રેણી (*ધ ફેઙ્સ*) અને શ્રેષ્ઠ ટૂંકી શ્રેણી (*ધિસ ઈઝ ઈંગ્લૅન્ડ'88*) માટે બાફ્ટા એવૉર્ડ મળ્યા છે.

ઋણસ્વીકાર

કર્સ્ડ ચાઈલ્ડની કાર્યશાળાઓમાંના તમામ કલાકારો, મેલ કેન્યોન, રેચલ ટેલર, એલેકઝાન્ડ્રિયા ગૉર્ટન, ઈમોગેન ક્લેઅર-વૂડ, ફ્લૉરેન્સ રીસ, જેનેફર ટેટ, ડેવિડ નૉક, રેચલ કોલિન, નીલ, સોનિયા, સોનિયા ફ્રીડમેન પ્રૉડક્શન્સ તથા ધ બ્લેર પાર્ટનરશિપમાંના સૌ કોઈ, જે. કે. રોલિંગ પીઆરમાંની રેબેકા સોલ્ટ, નિકા બર્ન્સ તથા પૅલેસ થિયેટરમાંના સર્વ કર્મચારીઓ અને દેખીતી રીતે જ અમારા શબ્દોને સાકાર કરનારા અમારા અફલાતુન કલાકારોનો અંતઃકરણપૂર્વક આભાર.

હૅરી પોટર
વંશવેલો

પૉટર ઘરાણાની જાદૂગરીનો વંશવેલો અતિ પ્રાચીન છે. છેક બારમી સદી સુધી તેનાં મૂળિયાં જાય છે. ત્યારથી જ આ ઘરાણાનો વિસ્તાર કેટલાય જાદૂઈ તથા મગલ પરિવારો સુધી પહોંચ્યો છે: પેવેરલ્સ, વિઝલી અને છેક ડર્સલી પરિવાર સુધી.

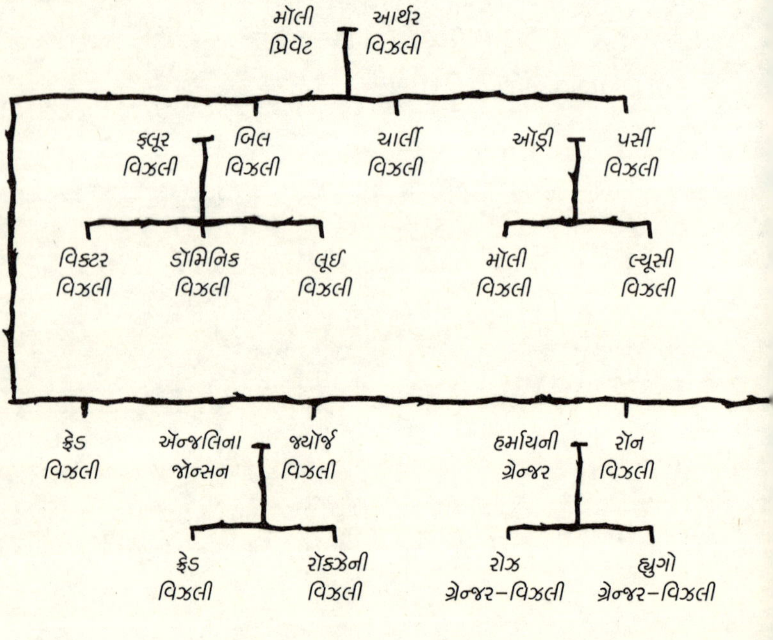

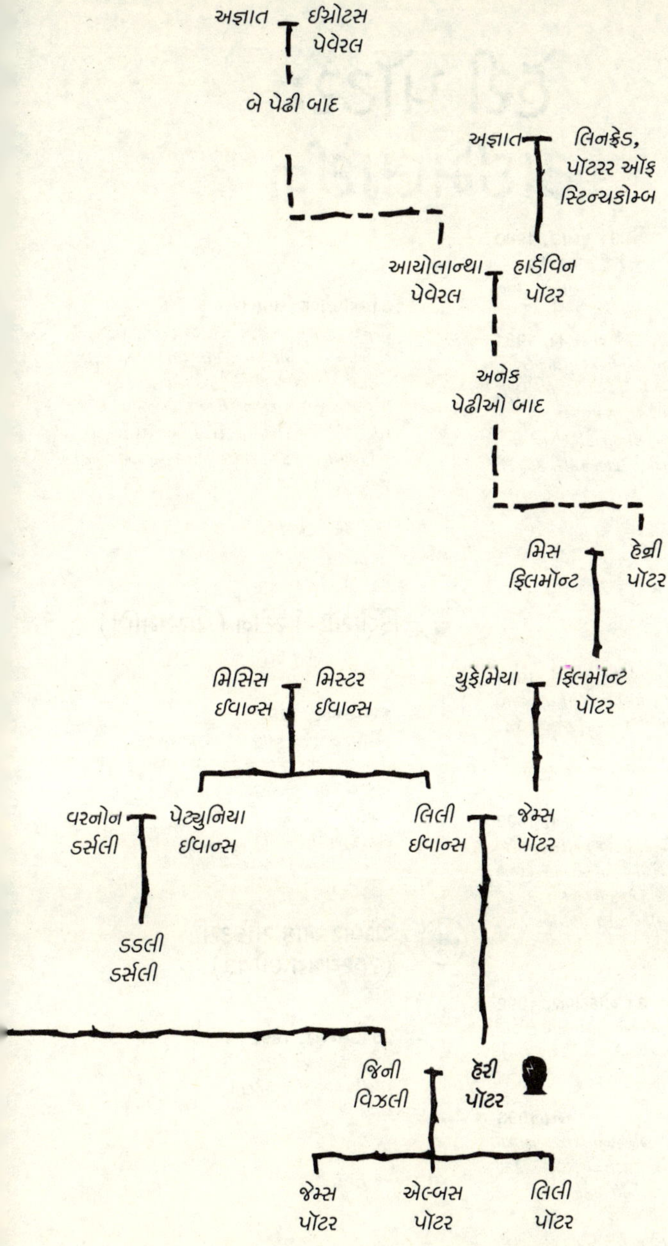

અજ્ઞાત
ઈગ્નોટસ પેવેરલ
બે પેઢી બાદ
અજ્ઞાત
લિનફ્રેડ, પૉટરર ઑફ સ્ટિન્ચકોમ્બ
આયોલાન્થા પેવેરલ
હાર્ડવિન પૉટર
અનેક પેઢીઓ બાદ
મિસ ફ્લિમૉન્ટ
હેન્રી પૉટર
મિસિસ ઈવાન્સ
મિસ્ટર ઈવાન્સ
યુફેમિયા
ફ્લિમૉન્ટ પૉટર
વરનોન ડર્સલી
પેટ્યુનિયા ઈવાન્સ
લિલી ઈવાન્સ
જેમ્સ પૉટર
ડડલી ડર્સલી
જિની વિઝલી
હેરી પૉટર
જેમ્સ પૉટર
એલ્બસ પૉટર
લિલી પૉટર

હૅરી પૉટર: ટાઈમલાઈન

31 જુલાઈ, 1980
હૅરી પૉટરનો જન્મ, ગૉડ્રિક્સ હૉલો, લંડન

31 ઑક્ટોબર, 1981
હૅરીના માતા-પિતા, લિલી અને જેમ્સ પૉટરની તેમના ઘરમાં લૉર્ડ વૉલ્ડેમૉર્ટ દ્વારા હત્યા થાય છે. હમણાં જ અનાથ થયેલો હૅરી વૉલ્ડમૉર્ટના જીવલેણ શાપમાંથી બચી જાય છે. આ શાપ વૉલ્ડેમૉર્ટ પર ઊંધો પડે છે. હૅરીના કપાળ પર આકાશમાં ચમકતી વીજળીના આકારના જખમની નિશાની રહી જાય છે.

1 નવેમ્બર, 1981
હૅગ્રિડ નાના હૅરીને બચાવીને ઘરની બહાર કાઢે છે. હૅરીના મગલ સંબંધીઓ, ડર્સલી પરિવાર પાસે લઈ જાય છે. આ પરિવાર હૅરીનો ભૂતકાળ અને તેની પૃષ્ઠભૂમિ સદંતર નકારી કાઢે છે.

દસ વર્ષ બાદ...

ફિલૉસૉફર્સ સ્ટોન (પારસમણિ)

31 જુલાઈ, 1991
હૅગ્રિડ હૅરીને હૉગવર્ટ્સ સ્કૂલનો પત્ર આપે છે અને તેને કહે છે, 'હૅરી- તું જાદૂગર છે.'

1 સપ્ટેમ્બર, 1991
હૉગવર્ટ્સ સ્કૂલ ઑફ વિચક્રાફ્ટ ઍન્ડ વિઝાર્ડરી ભણવા જવા માટે હૅરી હૉગવર્ટ્સ ઍક્સપ્રેસમાં પહેલીવાર પ્રવાસ કરે છે. ત્યાં તેની મુલાકાત રૉન વિઝલી અને હર્માયની ગ્રૅન્જર સાથે થાય છે.

જૂન, 1992
ફિલૉસૉફર્સ સ્ટોન (પારસમણિ) કબજામાં લેવાના પ્રોફેસર ક્વિરેલના પ્રયાસોને હૅરી નિષ્ફળ બનાવે છે અને બીજી વાર વૉલ્ડેમૉર્ટને હાથતાળી આપે છે.

ચેમ્બર ઑફ સીક્રેટ્સ (રહસ્યમય ભોંયરૂં)

31 ઑક્ટોબર, 1992
રહસ્યમય ભોંયરૂં ખોલવામાં આવે છે અને સ્લિદરિનનો દૈત્ય હુમલાઓની શ્રેણી શરૂ કરે છે.

25 ડિસેમ્બર, 1992
હૅરી, રૉન અને હર્માયની પૉલીજ્યુસ કાઢો પહેલીવાર પીએ છે.

મે, 1993
હૅરી અને રૉન મોનિંગ મર્ટલના બાથરૂમમાંથી ચેમ્બર ઑફ સીક્રેટ્સમાં પ્રવેશે છે. અંદર પહોંચ્યા બાદ, હૅરી બાસિલિસ્કને મારી નાખે છે અને ટૉમ રિડલની ડાયરીનો નાશ કરે છે. આ ડાયરીએ જિની વિઝલીને પોતાના વશમાં કરી લીધી છે. હૅરી જિનીનો જીવ બચાવે છે.

પ્રિઝનર ઑફ અઝકાબાન (અઝકાબાનનો કેદી)

ઑગસ્ટ, 1993
સિરિયસ બ્લૅક નામનો સજા પામેલો ગુનેગાર જેલમાંથી ભાગી છૂટ્યો હોવાના સમાચાર હૅરી ડેઈલી પ્રૉફેટમાં વાંચે છે – 'અઝકાબાનના કિલ્લામાં કેદ રાખવામાં આવેલો શક્યતઃ સૌથી કુખ્યાત ગુનેગાર'

1 સપ્ટેમ્બર, 1993
હૉગવટ્ર્સ ઍક્સપ્રેસને ડિમેન્ટર્સ આંતરે છે.

6 જૂન, 1994
હૅરીને જાણ થાય છે કે, સિરિયસ નિર્દોષ છે – તેના પરના આરોપ ખોટા છે અને પીટર પેટિગ્રુ ખરો ગુનેગાર છે.

સિરિયસને બચાવવા માટે હૅરી અને હર્માયની ટાઇમ-ટર્નરનો ઉપયોગ કરે છે. ગુનેગાર પેટિગ્રુ જો કે બીજી વાર પણ છટકી જાય છે.

ગોબ્લેટ ઑફ ફાયર (અગ્નિકંકણ)

ઑગસ્ટ, 1994
ક્વિડિચ વિશ્વ કપ સ્પર્ધામાં આકાશમાં મૃત્યુની નિશાની ઝળકે છે. વોલ્ડેમૉર્ટનો ફરી એકવાર પૂર્ણ શક્તિ સાથે ઉદય થયો છે. એ આ નિશાની દર્શાવે છે.

સપ્ટેમ્બર–ઑક્ટોબર, 1994
એક સદી કરતાં લાંબા સમય બાદ ફરી એકવાર ટ્રાઈવિઝાર્ડ ટૂર્નામેન્ટનું આયોજન કરવામાં આવશે એવી જાહેરાત પ્રોફેસર ડમ્બલડોર કરે છે. ગોબ્લેટ ઑફ ફાયર અનપેક્ષિતપણે ઉંમરમાં નાના હૅરીની પસંદગી સ્પર્ધામાં ભાગ લેવા માટે કરે છે. આના કારણે હૅરી પૉટર અને સેડ્રિક ડિગોરી એમ બે સ્પર્ધકો હૉગવટ્ર્સ વતી સ્પર્ધામાં ઉતરે છે.

24 નવેમ્બર, 1994
ટ્રાઈવિઝાર્ડ ટૂર્નામેન્ટની પ્રથમ કામગીરીમાં, હૅરી પોતાની ઊડવાની ક્ષમતાનો ઉપયોગ કરી આગ-ઓકતા હંગેરિયન હૉર્નટેલ ડ્રૅગન પાસેથી સોનેરી ઈંડું મેળવવામાં સફળ રહે છે.

ડિસેમ્બર, 1994
ડર્મસ્ટ્રેન્ગનો વિક્ટર ક્રમ યુલ બૉલ માટે નૃત્યના જોડીદાર તરીકે હર્માયનીને આમંત્રણ આપે છે, હૅરી અને રૉન પાર્વતી અને પદ્મા પાટીલની પસંદગી કરે છે.

24 ફેબ્રુઆરી, 1995
ટ્રાઈવિઝાર્ડ ટૂર્નામેન્ટની બીજી કામગીરીમાં, હૅરી ગિલીવીડનો ઉપયોગ કરે છે અને રૉન તથા ગ્રૅબ્રિયલ ડેલાકોરને ગ્રેટ લેકમાંથી ઉગારે છે; તેના આ પરાક્રમ બાબતે જો કે નિર્ણયકો વચ્ચે મતભેદ છે.

24 જૂન, 1995
સ્પર્ધાની અંતિમ કામગીરી ખતરનાક પ્રાણીઓ અને અંતરાયો ધરાવતી ભૂલભૂલામણીમાં. હૅરી અને સેડ્રિક સંયુક્ત વિજેતા જાહેર થાય છે. પણ તેમને મળનારી વિજેતાપદની ટ્રૉફી પૉર્ટકી નીકળે છે. જે તેમને એક કબ્રસ્તાનમાં લઈ જાય છે. વોલ્ડેમૉર્ટ અને તેના ડેથ ઈટર્સ ત્યાં વાટ જોતાં બેઠા છે. સેડ્રિકની હત્યા થાય છે. અંદરથી હચમચી ગયેલો હૅરી સેડ્રિકના મૃતદેહ સાથે હૉગવટ્ર્સમાં પાછો ફરે છે–અને વોલ્ડેમૉર્ટ વધુ શક્તિશાળી થઈ સત્તામાં આવ્યો હોવાના સમાચાર પણ લાવે છે.

ઑર્ડર ઑફ ધ ફિનિક્સ (ફિનિક્સ સેનાદળ)

સપ્ટેમ્બર, 1995
વૉલ્ડેમૉર્ટ પાછો ફર્યો છે, એ વાત માનવાનો જાદૂ પ્રધાન કૉર્નેલિયસ ફ્ઝ ઈન્કાર કરી દે છે. કાળા જાદૂ સામે સંરક્ષણના શિક્ષિકા તરીકે તે ડોલોરસ અમ્બ્રિજની નિમણૂંક કરે છે. દુષ્ટ સ્વભાવનાં અમ્બ્રિજ ડમ્બલડોરનાં કટ્ટર વિરોધી છે.

ઑક્ટોબર, 1995
હેરી ડમ્બલડોર્સ આર્મીની સ્થાપના કરે છે. વિદ્યાર્થીઓનું આ જૂથ અમ્બ્રિજ વિરુદ્ધ બળવો કરવા માટે તથા કાળા જાદૂનું જે કૌશલ્ય તેમને શીખવવાની અમ્બ્રિજ ના પાડે છે, તે આત્મસાત કરવા માટે ગુપ્ત બેઠકો યોજે છે.

જૂન, 1996
વૉલ્ડેમૉર્ટનાં સપનાં અને ભાસ સાથે આખું વર્ષ સંઘર્ષ કર્યા બાદ હેરી જુએ છે કે સિરિયસ બ્લૅકનો જીવ જોખમમાં છે. પોતાના ખાસ મિત્રો સાથે તે જાદૂ મંત્રાલયમાં પ્રવેશે છે અને ફરી એકવાર વૉલ્ડેમૉર્ટ સાથે સંઘર્ષ કરે છે.

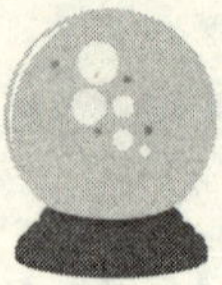

જાદૂ મંત્રાલય
હેરી એક મહત્ત્વની ભવિષ્યવાણી શોધી કાઢે છે. હેરી અને વૉલ્ડેમૉર્ટની નિયતી અરસપરસ ગૂંથાયેલી હોવાનું વધુ એકવાર સાબિત થાય છે.

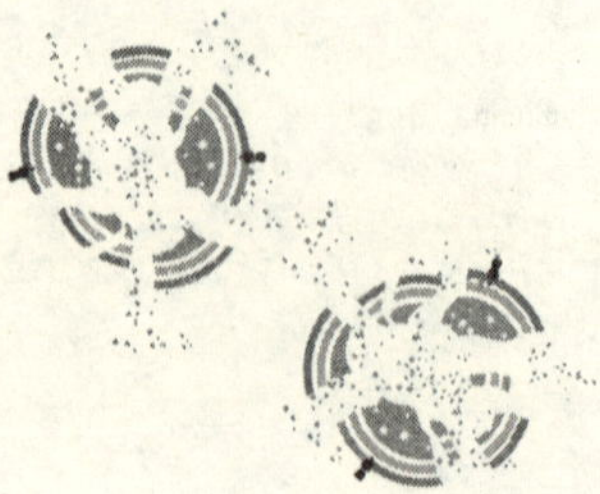

જાદૂ મંત્રાલય
બેલાટ્રિક્સ લેસ્ટ્રેન્જ સિરિયસની હત્યા કરે છે. ગૂઢ-રહસ્યોના ખાતાના યુદ્ધમાં મંત્રાલયના તમામ ટાઈમ-ટર્નર યંત્રોનો તમામ પુરવઠો નાશ પામે છે.

હાફ બ્લડ પ્રિન્સ

જાન્યુઆરી, 1997
શેતાની બાદશાહ વૉલ્ડેમૉર્ટને પરાસ્ત કરવાના પોતાના અભિયાનના એક ભાગ તરીકે, ડમ્બલડોર હેરીને વૉલ્ડેમૉર્ટના ભૂતકાળ વિશે માહિતગાર કરવાની શરૂઆત કરે છે.

મે, 1997
ગ્રિફિનડૉર ક્વિડિચ કપના વિજેતા બન્યા બાદ હેરી છેવટે જિનીને ચુંબન કરે છે.

જૂન, 1997
હોગવર્ટ્સમાં ડેથ ઈટર્સ ઘુસણખોરી કરે છે. ડમ્બલડોરની હત્યા કરવાની કામગીરી વૉલ્ડેમૉર્ટે ડ્રેકો મેલફોયને સોંપી છે. પણ તેમાં તે નિષ્ફળ રહે છે. એ પછી સેવેરસ સ્નેપ ડમ્બલડોરની હત્યા કરે છે.

ડેથલી હેલોઝ

ઑગસ્ટ, 1997
જાદૂ મંત્રાલય પડી ભાંગે છે અને વોલ્ડેમૉર્ટ સર્વસત્તાધિશ બની ગયો છે. હેરી, રૉન અને હર્માયની જીવ બચાવીને ભાગે છે. વોલ્ડેમૉર્ટનો અંતિમ પરાભવ કરવાના ઉદ્દેશ્યથી આ ત્રણેય બાકીના હૉરક્રક્સની શોધ ચલાવે છે.

ડિસેમ્બર, 1997
હેરી, રૉન અને હર્માયની મૃત્યુની ત્રણ ભેટ વિશે જાણે છે. આ ત્રણ વસ્તુઓ જો કોઈ એકના હાથમાં આવી જાય તો તે મૃત્યુ પર માત કરી શકે છે.

મે, 1998
હેરી, રૉન અને હર્માયની બાકીના હૉરક્રક્સને શોધે છે અને હૉગવર્ટ્સમાં પાછા ફરે છે અને હૉગવર્ટ્સનું યુદ્ધ શરૂ થાય છે.

હૉગવર્ટ્સનું યુદ્ધ
વોલ્ડેમૉર્ટ મૃત્યુને માત કરવા માટે મૃત્યુની ત્રણેય ભેટને પોતાના કબજામાં કરવા માગે છે. આમાંની ઍલ્ડર વૃક્ષના લાકડાની બનેલી જાદૂઈ લાકડી મેળવવા માટે તે સ્નેપની હત્યા કરે છે. સ્નેપના જીવનની અંતિમ ક્ષણોમાં હેરીને જાણવા મળે છે કે, સ્નેપ હેરીની માતા લિલીના પ્રેમમાં હતો. અને ડમ્બલડોર અને પોતે જે સ્ત્રીને પ્રેમ કરતો હતો તેના પર સદાય તેની નિષ્ઠા હતી. શેતાની બાદશાહ સાથે તે ક્યારેય એકનિષ્ઠ નહોતો.

હૉગવર્ટ્સનું યુદ્ધ
પોતે પણ એક હૉરક્રક્સ છે એ વાત ધ્યાનમાં આવતા જ હેરી જાદૂઈ વિશ્વને બચાવવા માટે પોતાનું બલિદાન વોલ્ડેમૉર્ટને આપવા તૈયાર થઈ જાય છે.

હૉગવર્ટ્સનું યુદ્ધ
હેરીને બદલે નેવિલ લૉન્ગબૉટમ નાગિનીને મારી નાખે છે, આમ છેલ્લા હૉરક્રક્સનો નાશ થાય છે.

હૉગવર્ટ્સનું યુદ્ધ
વૉલ્ડેમૉર્ટના છેવટના હુમલામાં હેરી બચી જાય છે અને આખરે તેના પર નિર્ણાયક વિજય મેળવે છે.

ઓગણીસ વર્ષ બાદ...

1 સપ્ટેમ્બર, 2017
હેરી (હવે 37 વર્ષનો) અને જિની પરણી ગયા છે અને તેમને ત્રણ સંતાનો છે. તેઓ રૉન અને હર્માયની ગ્રેન્જર–વિઝલીને કિંગ્સ ક્રૉસ સ્ટેશન પરના પ્લેટફૉર્મ નંબર પોણા દસ પર મળે છે. તેમના સંતાનો એલ્બસ પૉટર અને રોઝ ગ્રેન્જર–વિઝલી હૉગવર્ટ્સમાં પોતાના પહેલા વર્ષના અભ્યાસ માટે જઈ રહ્યા છે. પોતાને સ્લિધરિનમાં રાખવામાં આવશે એવો ભય એલ્બસને વર્તાય છે. હેરી તેને સમજાવે છે, 'એલ્બસ સેવેરસ, તારું નામ હૉગવર્ટ્સના બે મુખ્યાધ્યાપકોનાં નામ પરથી રાખવામાં આવ્યું છે. તેમાંના એક સ્લિધરિન હતા. અને મારી જાણમાં હોય એવા વિશ્વના સૌથી બહાદુર પુરુષ હતા.' હૉગવર્ટ્સ એક્સપ્રેસની વ્હીસલ વાગે છે અને એલ્બસ તથા રોઝનો પ્રવાસ શરૂ થાય છે.

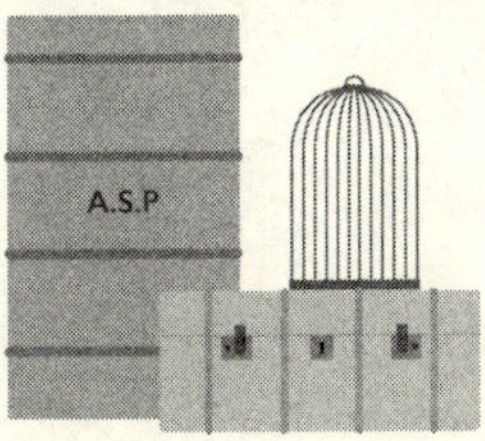